ਸਾਜਨ ਕੀ ਬੇਟੀਆਂ

ਇਸੇ ਕਲਮ ਤੋਂ

ਪਰ ਤੁਸੀਂ ਤਾਂ	(ਕਾਵਿ ਸੰਗ੍ਰਹਿ)	2010

ਸਾਜਨ ਕੀ ਬੇਟੀਆਂ

(ਕਹਾਣੀ ਸੰਗ੍ਰਹਿ)

ਜਸਬੀਰ ਮਾਨ

ਚੇਤਨਾ ਪ੍ਰਕਾਸ਼ਨ

ਪੰਜਾਬੀ ਭਵਨ, ਲੁਧਿਆਣਾ

Sajan Ki Betian

(Short Stories)

by

JASBIR MAAN ©
15890-95A, AVE
Surrey, B.C.
V4N 2L4, Canada
Mobile 778-892-5122
email:- jasbirmann@live.com

ISBN : 978-93-87629-56-1

Rs. 150/-

2018

Printed and Bound In India

Published by

Chetna Parkashan

PUNJABI BHAWAN, **LUDHIANA** (Pb.) INDIA
Ph. 0161-2413613, 2404928, (M) 98152-98459, 98762-07774
Website: www.chetnaparkashan.com
E-mail: chetnaparkashan@gmail.com
Sub Off.: Qila Road, Opp. Bus Stand, KOTKAPURA (Pb.) INDIA
Ph.: 95011-45039

Printer : R.K. Offset, Delhi

ਸਮਰਪਣ

ਸਾਜਨ ਕੀ ਬੇਟੀਆਂ

ਦੇ

ਨਾਂ

ਤਤਕਰਾ

ਕੁਝ ਸ਼ਬਦ

ਮੈਂ ਆਪਣਾ ਪਲੇਠਾ ਕਹਾਣੀ ਸੰਗ੍ਰਹਿ 'ਸਾਜਨ ਕੀ ਬੇਟੀਆਂ' ਪਾਠਕਾਂ ਦੀ ਝੋਲੀ ਵਿਚ ਪਾ ਕੇ ਅਤਿ ਅੰਤ ਖੁਸ਼ੀ ਪ੍ਰਾਪਤ ਕਰ ਰਹੀ ਹਾਂ। ਇਸ ਕਹਾਣੀ ਸੰਗ੍ਰਹਿ ਵਿਚਲੀਆਂ ਕਹਾਣੀਆਂ ਕਨੇਡੀਅਨ ਮਹੌਲ ਵਿਚ ਲਿਖੀਆਂ ਗਈਆਂ ਕਹਾਣੀਆਂ ਹਨ। ਇਹ ਮੇਰੀ ਨਿੱਜੀ ਜ਼ਿੰਦਗੀ ਜਾਂ ਫਿਰ ਮੇਰੇ ਆਸੇ-ਪਾਸੇ ਵਸਦੇ ਲੋਕਾਂ ਦੀ ਜ਼ਿੰਦਗੀ ਵਿਚ ਵਾਪਰੀਆਂ ਘਟਨਾਵਾਂ ਦਾ ਸੁਮੇਲ ਹਨ। ਕੁਝ ਘਟਨਾਵਾਂ ਅਜਿਹੀਆਂ ਹੁੰਦੀਆਂ ਹਨ ਜੋ ਸਾਡੇ ਉੱਪਰ ਆਪਣੀ ਅਮਿੱਟ ਛਾਪ ਛੱਡ ਜਾਂਦੀਆਂ ਹਨ ਤੇ ਸਾਡੇ ਜ਼ਹਿਨ ਵਿਚ ਵਾਰ-ਵਾਰ ਦਸਤਕ ਦਿੰਦੀਆਂ ਰਹਿੰਦੀਆਂ ਹਨ। ਜਿੰਨ੍ਹਾਂ ਨੂੰ ਅਸੀਂ ਕਦੇ ਭੁੱਲ ਨਹੀਂ ਸਕਦੇ। ਇਕ ਰਚਨਾਕਾਰ ਉਹਨਾਂ ਘਟਨਾਵਾਂ ਨੂੰ ਆਪਣੀ ਸਮਰੱਥਾ ਅਨੁਸਾਰ ਸ਼ਬਦਾਂ ਦੀ ਮਾਲ਼ਾ ਵਿਚ ਪਰੋ ਕੇ ਅਮਰ ਕਰ ਦਿੰਦਾ ਹੈ। ਮੈਨੂੰ ਯਾਦ ਹੈ ਜਦ ਮੈਂ ਆਪਣੀ ਪਹਿਲੀ ਕਹਾਣੀ ਲਿਖੀ ਤੇ ਆਪਣੇ ਬੇਟੇ ਗੁਰਸਾਜ ਨੂੰ ਸੁਣਾਈ ਤਾਂ ਉਸਨੇ ਮੈਨੂੰ ਹੈਰਾਨ ਹੋ ਕੇ ਪੁੱਛਿਆ ਸੀ, "ਮੰਮੀ ਅਜੇ ਤੱਕ ਤੁਸੀਂ ਇਹ ਗੱਲ ਭੁੱਲੇ ਨਹੀਂ?"

ਇਹ ਕਹਾਣੀਆਂ ਕਈ ਸਾਲਾਂ ਤੋਂ ਮੇਰੇ ਨਾਲ਼-ਨਾਲ਼ ਚੱਲਦੀਆਂ ਆ ਰਹੀਆਂ ਹਨ। ਇਸੇ ਕਰਕੇ ਹੀ ਇਹ ਮੈਨੂੰ ਆਪਣੀਆਂ ਧੀਆਂ, ਭੈਣਾਂ ਤੇ ਸਹੇਲੀਆਂ ਵਾਂਗ ਜਾਪਦੀਆਂ ਹਨ। ਜ਼ਿੰਦਗੀ ਦੀ ਭੱਜ-ਨੱਠ ਦੌਰਾਨ ਮੈਨੂੰ ਜੋ ਸਕੂਨ ਇਹਨਾਂ ਦੇ ਸੰਗ ਵਿਚਰ ਕੇ ਮਿਲ਼ਦਾ ਹੈ ਉਹ ਸ਼ਾਇਦ ਹੋਰ ਕਿਧਰੇ ਵੀ ਨਹੀਂ ਮਿਲ਼ਦਾ। ਮੇਰਾ ਇਹਨਾਂ ਦੇ ਨਾਲ਼ ਇਕ ਵੱਖਰਾ ਹੀ ਸੰਸਾਰ ਹੈ, ਇਕ ਵੱਖਰਾ ਹੀ ਮੋਹ ਹੈ ਤੇ ਇਕ ਵੱਖਰੀ ਹੀ ਪਹਿਚਾਣ ਹੈ।

ਭਾਵੇਂ ਇਸ ਸੰਗ੍ਰਹਿ ਵਿਚਲੀਆਂ ਕਹਾਣੀਆਂ ਕਨੇਡੀਅਨ ਸਮਾਜ ਵਿਚ ਵਿਚਰ ਕੇ ਲਿਖੀਆਂ ਗਈਆਂ ਹਨ ਪਰ ਫਿਰ ਵੀ ਇਹਨਾਂ ਦੇ ਵਿਸ਼ੇ ਕੇਵਲ ਕਨੇਡੀਅਨ ਸਮਾਜ ਦੇ ਵਿਸ਼ੇ ਹੀ ਨਹੀਂ ਹਨ ਇਹ ਸਮੁੱਚੇ ਸੰਸਾਰ ਦੇ ਕਿਸੇ ਵੀ ਕੋਨੇ ਵਿਚੋਂ ਮਿਲ਼ ਸਕਦੇ ਹਨ। ਕੁਮਿਉਨਿਟੀ ਸਪੋਰਟ ਦਾ ਕੰਮ ਕਰਦਿਆਂ-ਕਰਦਿਆਂ ਕਈ ਤਰ੍ਹਾਂ ਦੇ ਲੋਕਾਂ ਦੇ ਨਾਲ਼ ਵਾਹ ਪੈਂਦਾ ਰਿਹਾ ਹੈ ਜੋ ਇਹਨਾਂ ਕਹਾਣੀਆਂ ਦੀ ਸਿਰਜਨਾ ਵਿਚ ਬਹੁਤ ਹੀ ਸਹਾਈ ਹੋਇਆ ਹੈ।

ਮਾਲਵੇ ਖੇਤਰ ਦੀ ਜੰਮੀ ਪਲੀ ਹੋਣ ਕਾਰਨ ਇਹਨਾਂ ਕਹਾਣੀਆਂ ਵਿੱਚ ਮੈਂ ਆਪਣੀ ਮਲਵਈ ਭਾਸ਼ਾ ਵਰਤੀ ਹੈ। ਕਿਤੇ-ਕਿਤੇ ਅਖਾਣਾਂ ਅਤੇ ਮੁਹਾਵਰਿਆਂ ਨੂੰ ਵਰਤ ਕੇ ਕਹਾਣੀਆਂ ਦੀ ਰੌਚਿਕਤਾ ਵਧਾਉਣ ਦੀ ਕੋਸ਼ਿਸ਼ ਕੀਤੀ ਹੈ।

ਆਪਣੀ ਕਈ ਸਾਲਾਂ ਦੀ ਮਿਹਨਤ ਨਾਲ਼ ਕੀਤੀ ਕਮਾਈ ਹੁਣ ਮੈਂ ਆਪਣੇ ਰੱਬ ਵਰਗੇ ਪਾਠਕਾਂ ਦੇ ਅੱਗੇ ਰੱਖ ਰਹੀ ਹਾਂ। ਮੈਨੂੰ ਕੁਝ ਨਹੀਂ ਪਤਾ ਕਿ ਮੈਂ ਕਿੰਨਾਂ ਕੁ ਚੰਗਾ ਲਿਖਿਆ ਜਾਂ ਫਿਰ ਮੈਨੂੰ ਹੋਰ ਕਿੱਥੇ-ਕਿੱਥੇ ਸੁਧਾਰ ਕਰਨ ਦੀ ਲੋੜ ਹੈ। ਇਹ ਫੈਸਲਾ ਕਰਨ ਦਾ ਹੱਕ ਮੈਂ ਤੁਹਾਨੂੰ ਦੇ ਰਹੀ ਹਾਂ। ਉਮੀਦ ਕਰਦੀ ਹਾਂ ਕਿ ਤੁਸੀਂ ਮੇਰੀ ਇਸ ਲਿਖਤ ਨੂੰ ਜ਼ਰੂਰ ਪੜ੍ਹੋਗੇ ਤੇ ਆਪਣੇ ਕੀਮਤੀ ਸੁਝਾਅ ਮੇਰੀ ਝੋਲ਼ੀ ਵਿਚ ਪਾਉਂਗੇ ਤਾਂ ਕਿ ਮੈਂ ਅੱਗੇ ਤੋਂ ਹੋਰ ਪ੍ਰੋੜ ਲਿਖਤ ਤੁਹਾਡੇ ਅੱਗੇ ਪੇਸ਼ ਕਰ ਸਕਾਂ।

ਸੁਝਾਵਾਂ ਦੀ ਉਡੀਕਵਾਨ।

- ਜਸਬੀਰ ਮਾਨ

ਅਸ਼ੀਰਵਾਦ

ਜੁਲਾਈ ਦਾ ਮਹੀਨਾ ਸੀ। ਗਰਮੀ ਆਪਣਾ ਪੂਰਾ ਜੋਬਨ ਦਿਖਾ ਰਹੀ ਸੀ। ਦਿਨ ਦੇ ਅਜੇ ਦਸ ਕੁ ਹੀ ਵੱਜੇ ਸਨ। ਅਚਾਨਕ ਟੈਲੀਫ਼ੋਨ ਦੀ ਘੰਟੀ ਟਰਨ-ਟਰਨ ਕਰਕੇ ਵੱਜਣੀ ਸ਼ੁਰੂ ਹੋ ਗਈ। ਰਾਜੀ ਕਿਚਨ ਵਿੱਚ ਕੰਮ ਕਰ ਰਹੀ ਸੀ। ਉਸਨੇ ਫਟਾ-ਫਟ ਆਪਣੇ ਗਿੱਲੇ ਹੱਥਾਂ ਨੂੰ ਕਿਚਨ ਟਾਵਲ ਨਾ.ਲ ਪੂੰਝਿਆ ਤੇ ਜਾ ਕੇ ਫ਼ੋਨ ਉਠਾਇਆ। ਹੈਲੋ ਕਹੀ।

"ਮੈਂ ਦੀਪੀ।"

ਇਹ ਫ਼ੋਨ ਰਾਜੀ ਦੀ ਬਚਪਨ ਦੀ ਸਹੇਲੀ ਦੀਪੀ ਦਾ ਸੀ।

"ਕੀ ਗੱਲ ਅੱਜ ਕੰਮ ਤੇ ਨਹੀਂ ਗਈ?" ਦੀਪੀ ਨੇ ਰਾਜੀ ਨੂੰ ਪੁੱਛਿਆ।

"ਅੱਜ ਮੇਰਾ ਡੇ ਆਫ ਹੈ।"

"ਅੱਜ ਫਿਰ ਕੀ ਪਲੈਨ ਹੈ?

"ਅਜੇ ਤੱਕ ਤਾਂ ਕੋਈ ਨਹੀਂ"।

"ਅੱਛਾ!"

"ਫਿਰ ਤੂੰ ਇੰਜ ਕਰ ਅੱਜ ਬੀ ਜੀ ਨੂੰ ਮੇਰੇ ਘਰ ਛੱਡ ਜਾਹ। ਅੱਜ ਪੂਰਨਮਾਸ਼ੀ ਹੈ। ਮੈਂ ਗੁਰਦੁਵਾਰਾ ਸਾਹਿਬ ਜਾਣਾ ਹੈ। ਉਹ ਵੀ ਮੇਰੇ ਨਾ.ਲ ਚਲੇ ਜਾਣਗੇ ਤੇ ਮੱਥਾ ਟੇਕ ਆਉਣਗੇ।"

ਦੀਪੀ ਥੋੜ੍ਹਾ ਜਿਹਾ ਰੁਕ ਕੇ ਫਿਰ ਰਾਜੀ ਨੂੰ ਆਖਣ ਲੱਗੀ, "ਰਾਜੀ ਜੇਕਰ ਅੱਜ ਤੂੰ ਘਰੇ ਕੁੱਝ ਨਹੀਂ ਕਰਨਾ ਤੂੰ ਵੀ ਸਾਡੇ ਨਾ.ਲ ਗੁਰਦੁਵਾਰਾ ਸਾਹਿਬ ਨੂੰ ਚੱਲ। ਬਹੁਤ ਹੀ ਚੰਗਾ ਲੱਗੇਗਾ। ਬਹੁਤ ਚਿਰ ਹੋ ਗਿਆ, ਆਪਾਂ ਨੂੰ ਕਿਤੇ ਇਕੱਠੀਆਂ ਗਈਆਂ ਨੂੰ"।

ਦੀਪੀ ਦਾ ਘਰ ਗੁਰਦੁਵਾਰਾ ਸਾਹਿਬ ਦੇ ਨੇੜੇ ਹੀ ਸੀ। ਉਸ ਦੀ ਉੱਥੇ ਬਹੁਤ ਹੀ ਸ਼ਰਧਾ ਸੀ। ਉਹ ਅਕਸਰ ਹੀ ਸਵੇਰੇ-ਸ਼ਾਮ ਉੱਥੇ ਮੱਥਾ ਟੇਕਣ ਜਾਂਦੀ ਸੀ ਤੇ ਸੇਵਾ ਵੀ ਕਰਦੀ ਸੀ। ਉਹ ਕਦੇ-ਕਦੇ ਰਾਜੀ ਦੇ ਬੀ ਜੀ ਨੂੰ ਵੀ ਘਰੋਂ ਆ ਕੇ ਲੈ ਜਾਇਆ ਕਰਦੀ ਜਾਂ ਫਿਰ ਰਾਜੀ ਬੀ ਜੀ ਨੂੰ ਉਸ ਦੇ ਘਰ ਛੱਡ ਦਿਆ ਕਰਦੀ ਸੀ।

ਬੀ ਜੀ ਆਪਣਾ ਮੱਥਾ ਟੇਕਦੇ ਤੇ ਕੁੱਝ ਚਿਰ ਬੈਠ ਕੇ ਬਾਣੀ ਸੁਣਦੇ। ਫਿਰ ਜਾਂ ਤਾਂ ਉਹ ਆਪ ਹੀ ਦੀਪੀ ਦੇ ਘਰ ਹੌਲੀ-ਹੌਲੀ ਤੁਰ ਕੇ ਚਲੇ ਜਾਂਦੇ ਜਾਂ ਫਿਰ

ਮਿਥੇ ਹੋਏ ਸਮੇਂ ਅਨੁਸਾਰ ਦੀਪੀ ਆਪ ਹੀ ਉਹਨਾਂ ਨੂੰ ਗੁਰਦੁਵਾਰਾ ਸਾਹਿਬ ਤੋਂ ਚੁੱਕ ਲਿਆਉਂਦੀ ਸੀ। ਉਹ ਉਹਨਾਂ ਨੂੰ ਉਹਨਾਂ ਦੇ ਘਰ ਵੀ ਛੱਡ ਆਉਂਦੀ ਸੀ।

ਦੀਪੀ ਦੀ ਗੱਲ ਸੁਣ ਕੇ ਪਹਿਲਾਂ ਤਾਂ ਰਾਜੀ ਨਾਂਹ-ਨੁੱਕਰ ਜਿਹੀ ਕਰਨ ਲੱਗੀ ਫਿਰ ਉਸਨੇ ਛੇਤੀ ਹੀ ਆਪਣੇ ਮਨ ਨੂੰ ਮਨਾ ਲਿਆ। ਉਸਨੇ ਦੀਪੀ ਨੂੰ ਓ ਕੇ ਆਖ ਕੇ ਫ਼ੋਨ ਰੱਖ ਦਿੱਤਾ। ਉਹ ਘਰ ਦਾ ਕੰਮ ਕਾਹ਼ਲੀ-ਕਾਹ਼ਲੀ ਨਾ਼ਲ ਨਿਪਟਾਉਣ ਲੱਗ ਪਈ। ਬੀ ਜੀ ਨੂੰ ਵੀ ਉਸਨੇ ਥੱਲੇ ਅਵਾਜ਼ ਦੇ ਦਿੱਤੀ।

"ਬੀ ਜੀ ਜਲਦੀ ਨਾ਼ਲ ਤਿਆਰ ਹੋ ਜਾਵੋ।ਅੱਜ ਪੂਰਨਮਾਸ਼ੀ ਹੈ। ਆਪਾਂ ਗੁਰਦੁਵਾਰਾ ਸਾਹਿਬ ਮੱਥਾ ਟੇਕਣ ਜਾਣਾ ਹੈ।"

ਰਾਜੀ ਦੇ ਮੂੰਹੋਂ "ਗੁਰਦੁਵਾਰਾ ਸਾਹਿਬ ਜਾਣਾ ਹੈ" ਸੁਣ ਕੇ ਬੀ ਜੀ ਬਹੁਤ ਹੀ ਖੁਸ਼ ਹੋਏ। ਪੰਜ-ਛੇ ਸਾਲਾਂ ਦੇ ਜਦ ਤੋਂ ਉਹ ਕਨੇਡਾ ਆਏ ਸਨ, ਉਹਨਾਂ ਨੇ ਰਾਜੀ ਨੂੰ ਕਦੇ ਕਿਸੇ ਵੀ ਗੁਰਦੁਵਾਰਾ ਸਾਹਿਬ ਜਾਂਦੇ ਹੋਏ ਨਹੀਂ ਸੀ ਵੇਖਿਆ। ਉਹ ਘਰੇ ਹੀ ਸਵੇਰੇ-ਸ਼ਾਮ ਸੈਂਚੀਆਂ ਤੋਂ ਸ੍ਰੀ ਗੁਰੂ ਗਰੰਥ ਸਾਹਿਬ ਦਾ ਪਾਠ ਉੱਚੀ ਅਵਾਜ਼ ਵਿੱਚ ਕਰਿਆ ਕਰਦੀ ਸੀ। ਜੋ ਕੇ ਬੀ ਜੀ ਨੂੰ ਬਹੁਤ ਹੀ ਚੰਗਾ ਲੱਗਦਾ ਸੀ। ਰਾਜੀ ਵੀ ਅੱਜ ਬਹੁਤ ਖੁਸ਼ ਸੀ ਕਿ ਉਹ ਆਪਣੀ ਸਹੇਲੀ ਦੇ ਨਾ਼ਲ ਸਮਾਂ ਬਿਤਾਵੇਗੀ।

ਕਿਸੇ ਵੀ ਧਾਰਮਿਕ ਸਥਾਨ 'ਤੇ ਜਾਣ ਦੇ ਨਾਂ 'ਤੇ ਬੀ ਜੀ ਅਕਸਰ ਹੀ ਬੜੀ ਜਲਦੀ ਤਿਆਰ ਹੋ ਜਾਇਆ ਕਰਦੇ ਸਨ। ਅੱਜ ਤਾਂ ਉਹਨਾਂ ਨੇ ਹੋਰ ਵੀ ਜਲਦੀ ਤਿਆਰ ਹੋ ਕੇ ਰਾਜੀ ਨੂੰ ਵੀ ਅਵਾਜ਼ ਦੇ ਦਿੱਤੀ ਸੀ ਕਿ ਰਾਜ ਮੈਂ ਤਾਂ ਤਿਆਰ ਹਾਂ ਤੂੰ ਵੀ ਬਹੁਤੀ ਦੇਰ ਨਾਂ ਲਾ। ਆਪਾਂ ਛੇਤੀ ਚੱਲੀਏ। ਬੀ ਜੀ ਉਸ ਸਮੇਂ ਬਹੁਤ ਖੁਸ਼ ਸਨ ਕਿਉਂਕਿ ਉਹ ਪਹਿਲੀ ਵਾਰੀ ਰਾਜੀ ਦੇ ਨਾ਼ਲ ਗੁਰੂ ਘਰ ਜਾ ਰਹੇ ਸਨ। ਰਾਜੀ ਵੀ ਆਪਣਾ ਕੰਮ ਮੁਕਾ ਕੇ ਫਟਾ-ਫਟ ਤਿਆਰ ਹੋ ਗਈ ਅਤੇ ਬੀ ਜੀ ਨੂੰ ਨਾ਼ਲ ਲੈ ਕੇ ਦੀਪੀ ਦੇ ਘਰ ਪਹੁੰਚ ਗਈ।

ਦੀਪੀ ਦੇ ਘਰੋਂ ਬਿਨਾਂ ਕੁੱਝ ਖਾਧਿਆਂ-ਪੀਤਿਆਂ ਦੀਪੀ ਨੂੰ ਨਾ਼ਲ ਲੈ ਕੇ ਤਿੰਨੋਂ ਜਾਣੀਆਂ ਗੁਰਦੁਵਾਰਾ ਸਾਹਿਬ ਪਹੁੰਚ ਗਈਆਂ। ਹੱਥ ਸੁੱਚੇ ਕਰਨ ਉਪਰੰਤ ਉਹਨਾਂ ਤਿੰਨਾਂ ਨੇ ਸ੍ਰੀ ਗੁਰੂ ਗਰੰਥ ਸਾਹਿਬ ਸਾਹਮਣੇ ਮੱਥਾ ਟੇਕਿਆ, ਦੇਗ ਲਈ ਤੇ ਸਭ ਤੋਂ ਪਿੱਛੇ ਜਾ ਕੇ ਜਿੱਥੇ ਕੁੱਝ ਬੈਂਚ ਰੱਖੇ ਹੋਏ ਸਨ, ਬੈਠ ਗਈਆਂ। ਬੀ ਜੀ ਬੈਂਚ ਉੱਪਰ ਬੈਠ ਗਏ ਕਿਉਂਕਿ ਉਹਨਾਂ ਦੇ ਗੋਡਿਆਂ ਦਾ ਊਪਰੇਸ਼ਨ ਹੋਇਆ ਹੋਇਆ ਸੀ ਉਹ ਦੋਨੋਂ ਸਹੇਲੀਆਂ ਪਿੱਛੇ ਕੰਧ ਨੂੰ ਢੋਅ ਲਾ ਕੇ ਬੈਠ ਗਈਆਂ। ਗੁਰਦੁਵਾਰਾ ਸਾਹਿਬ ਵਿੱਚ ਕਾਫੀ ਸੰਗਤ ਪਹਿਲਾਂ ਹੀ ਬੈਠੀ ਹੋਈ ਸੀ। ਬਹੁਤ ਹੀ ਅਨੰਦਮਈ ਕੀਰਤਨ ਹੋ ਰਿਹਾ ਸੀ। ਕੀਰਤਨ ਸਮਾਪਤ ਹੋਣ ਉਪਰੰਤ ਇੱਕ ਭਾਈ ਨੇ ਬੇਨਤੀ ਕੀਤੀ ਤੇ ਦੱਸਿਆ ਕਿ ਮਹਾਂਪੁਰਸ਼ ਆਪਣੇ ਕੋਲੇ ਇੰਡੀਆ ਤੋਂ ਪਹੁੰਚ ਚੁੱਕੇ ਹਨ।

ਉਹ ਅੱਜ ਸ਼ਾਮ ਨੂੰ ਸਾਡੇ ਛੇ ਵਜੇ ਤੋਂ ਅੱਠ ਵਜੇ ਤੱਕ ਦੀਵਾਨ ਸਜਾਉਣਗੇ। ਸੋ ਸਾਰੀਆਂ ਸੰਗਤਾਂ ਨੂੰ ਬੇਨਤੀ ਹੈ ਕਿ ਭਾਈ ਆਪੋ-ਆਪਣੇ ਘਰਾਂ ਦਾ ਕੰਮ ਜਲਦੀ ਨਾਲ਼ ਨਿਪਟਾ ਕੇ ਆਪੋ-ਆਪਣੇ ਪਰਿਵਾਰਾਂ ਸਮੇਤ ਗੁਰੂ-ਘਰ ਪਹੁੰਚਣ ਦੀ ਕ੍ਰਿਪਾਲਤਾ ਕਰੋ ਅਤੇ ਆਪਣੇ ਜੀਵਨ ਨੂੰ ਸਫਲ ਬਣਾਓ। ਭਾਈ ਜੀ ਨੇ ਇਹ ਵੀ ਕਿਹਾ ਕਿ ਭਾਈ ਮਹਾਂਪੁਰਸ਼ਾਂ ਦੇ ਬਚਨ ਸੁਣਨ ਦੇ ਮੌਕੇ ਜੀਵਨ 'ਚ ਵਾਰ-ਵਾਰ ਨਹੀਂ ਮਿਲਦੇ। ਤੁਸੀਂ ਸਾਰੇ ਭਾਗਾਂ ਵਾਲੇ ਹੋ ਸੋ ਦੀਵਾਨ ਵਿੱਚ ਪਰਿਵਾਰਾਂ ਸਮੇਤ ਹੁੰਮ-ਹੁੰਮਾ ਕੇ ਪਹੁੰਚਣਾ। ਭਾਈ ਜੀ ਦੀ ਬੇਨਤੀ ਅਜੇ ਖਤਮ ਨਹੀਂ ਸੀ ਹੋਈ। ਰਾਜੀ ਨੇ ਦੀਪੀ ਨੂੰ ਹੌਲ਼ੀ ਜਿਹੀ ਪੁੱਛਿਆ, "ਕਿਹੜੇ ਮਹਾਂਪੁਰਸ਼ ਦੀਪੀ?"

"ਉਹੀ ਬਾਬਾ ਮਾਲਾ ਜੀ।"

ਬਾਬਾ ਮਾਲਾ ਜੀ ਦਾ ਨਾਂ ਸੁਣ ਕਿ ਰਾਜੀ ਨੂੰ ਦਸ-ਬਾਰਾਂ ਸਾਲਾਂ ਦੀ ਵਾਪਰੀ ਸਾਰੀ ਕਹਾਣੀ ਯਾਦ ਆ ਗਈ। ਜਦੋਂ ਉਹ ਏਸੇ ਹੀ ਥਾਂ 'ਤੇ ਆਪਣੇ ਬੇਟੇ ਨੂੰ ਨਾਲ਼ ਲੈ ਕੇ ਬਾਬਾ ਮਾਲਾ ਜੀ ਦੇ ਦਰਸ਼ਨ ਕਰਨ ਆਈ ਸੀ। ਇੱਥੇ ਲੰਗਰ ਹਾਲ ਦੇ ਪਿੱਛੇ ਇੱਕ ਛੋਟਾ ਜਿਹਾ ਕਮਰਾ ਸੀ ਤੇ ਉਸ ਅੱਗੇ ਵੱਡਾ ਸਾਰਾ ਵਰਾਂਡਾ। ਉਸੇ ਕਮਰੇ ਵਿੱਚ ਇਹ ਬਾਬਾ ਮਾਲਾ ਜੀ ਇੱਕ ਬਹੁਤ ਹੀ ਵਧੀਆ ਕਿਸਮ ਦੇ ਗੱਦੇ 'ਤੇ ਬਿਰਾਜਮਾਨ ਸਨ। ਉਹਨਾਂ ਦੇ ਅੱਗੇ-ਪਿੱਛੇ ਪੁੱਛਾਂ ਪੁੱਛਣ ਵਾਲਿਆਂ ਦੀ ਬਹੁਤ ਹੀ ਭੀੜ ਲੱਗੀ ਹੋਈ ਸੀ ਜੋ ਕਿ ਬਾਹਰ ਵਰਾਂਡੇ ਤੱਕ ਆਈ ਪਈ ਸੀ। ਸ਼ਾਇਦ ਮਰਦਾਂ ਨਾਲੋਂ ਔਰਤਾਂ ਦੀ ਗਿਣਤੀ ਵਧੇਰੇ ਸੀ। ਇਕੱਲਾ-ਇਕੱਲਾ ਪਰਿਵਾਰ ਬਾਬਾ ਜੀ ਦੇ ਕੋਲ਼ ਭੁਗਤ ਰਿਹਾ ਸੀ। ਸੰਗਤਾਂ ਨੂੰ ਬੇਨਤੀ ਕੀਤੀ ਗਈ ਸੀ ਕਿ ਬਾਬਾ ਜੀ ਪੈਸੇ ਨੂੰ ਹੱਥ ਨਹੀਂ ਲਾਉਂਦੇ ਪਰ ਫਿਰ ਵੀ ਜੇ ਕਿਸੇ ਦੀ ਸ਼ਰਧਾ ਹੋਵੇ ਤਾਂ ਬਾਬਾ ਜੀ ਦਾ ਗੱਦਾ ਸੱਜੇ ਪਾਸਿਉਂ ਥੋੜ੍ਹਾ ਜਿਹਾ ਉੱਪਰ ਚੁੱਕ ਕੇ ਮਾਇਆ ਹੇਠਾਂ ਵੀ ਰੱਖੀ ਜਾ ਸਕਦੀ ਹੈ। ਸੋ ਸੰਗਤਾਂ ਇਸ ਗੱਦੇ ਵਾਲੇ ਸਿਧਾਂਤ ਨੂੰ ਅਪਣਾ ਰਹੀਆਂ ਸਨ ਤੇ ਬਾਬਾ ਜੀ ਦੇ ਕੋਲ਼ ਅਰਜਾਂ ਕਰ ਰਹੀਆਂ ਸਨ। ਰਾਜੀ ਦੇ ਦੇਖਣ 'ਚ ਆਇਆ ਸੀ ਕਿ ਜਿਹੜੀਆਂ ਸੰਗਤਾਂ ਬਾਬਾ ਜੀ ਨੂੰ ਘੱਟ ਪੈਸਿਆਂ ਦਾ ਮੱਥਾ ਟੇਕ ਰਹੀਆਂ ਸਨ ਬਾਬਾ ਜੀ ਉਹਨਾਂ ਨੂੰ ਸਹੀ ਜੁਆਬ ਨਹੀਂ ਦੇ ਰਹੇ ਸਨ। ਉੱਥੇ ਇੱਕ ਔਰਤ ਨੇ ਸਿਰਫ ਪੰਜ ਡਾਲਰ ਹੀ ਮੱਥਾ ਟੇਕੇ ਸਨ ਤੇ ਬੇਨਤੀ ਕੀਤੀ ਸੀ, "ਬਾਬਾ ਜੀ ਮੇਰਾ ਬੇਟਾ ਲੁਧਿਆਣੇ ਇੰਜਨੀਅਰਿੰਗ ਕਰ ਰਿਹਾ ਹੈ। ਕਿਰਪਾ ਕਰਕੇ ਉਸਨੂੰ ਅਸ਼ੀਰਵਾਦ ਦਿਉ ਤਾਂ ਕੇ ਉਹ ਵਧੀਆ ਨੰਬਰ ਲੈ ਕੇ ਪਾਸ ਹੋ ਜਾਵੇ।"

ਬਾਬਾ ਜੀ ਨੇ ਉਸਨੂੰ ਅੱਗੋਂ ਕਿਹਾ ਸੀ, "ਮੈਂ ਕਿਉਂ ਉਸਨੂੰ ਅਸ਼ੀਰਵਾਦ ਦੇਵਾਂ। ਮੈਂ ਕਿਹੜਾ ਉਸਨੂੰ ਜਾਣਦਾ ਹਾਂ।"

ਉਦੋਂ ਉਸ ਵਿਚਾਰੀ ਔਰਤ ਨੂੰ ਉਥੋਂ ਬਿਨਾ ਅਸ਼ੀਰਵਾਦ ਦੇ ਨਿੰਮੋਝੂਣੀ ਜਿਹੀ ਹੋ ਕੇ ਉੱਠਣਾ ਪਿਆ ਸੀ। ਮੈਂ ਬਾਬਾ ਜੀ ਦਾ ਇਹ ਜੁਆਬ ਸੁਣ ਕੇ ਹੈਰਾਨ ਸਾਂ

ਕਿ ਮਹਾਂਪੁਰਸ਼ ਤਾਂ ਸਾਰੀ ਦੁਨੀਆ ਦੇ ਜਾਣੀਜਾਣ ਹੁੰਦੇ ਹਨ ਪਰ ਇਹ ਬਾਬਾ ਜੀ ਉਸ ਮੁੰਡੇ ਬਾਰੇ ਕਿਉਂ ਨਹੀਂ ਜਾਣਦੇ। ਉਸ ਔਰਤ ਪਿੱਛੋਂ ਇੱਕ ਹੋਰ ਅੱਧਖੜ੍ਹ ਉਮਰ ਦੀ ਔਰਤ ਦੀ ਵਾਰੀ ਆਈ ਸੀ। ਜਿਸਨੇ ਆਪਣੇ ਪਰਸ ਵਿੱਚੋਂ ਦੋ ਵੀਹਾਂ-ਵੀਹਾਂ ਦੇ ਨੋਟ ਕੱਢੇ ਸਨ ਤੇ ਬਾਬੇ ਦੇ ਗੱਦੇ ਥੱਲੇ ਰੱਖਦੀ ਨੇ ਕਿਹਾ ਸੀ। ਬਾਬਾ ਜੀ ਮੇਰਾ ਬਲੱਡ ਪ੍ਰੈਸ਼ਰ ਬਹੁਤ ਹੀ ਵਧਦਾ ਹੈ। ਇਸ ਤੇ ਕਿਰਪਾ ਕਰੋ ਤੇ ਕੋਈ ਇਲਾਜ ਦੱਸੋ?

ਬੀਬੀ ਜੀ ਦੇ ਬਲੱਡ ਪ੍ਰੈਸ਼ਰ ਦਾ ਨਾਂ ਲੈਣ ਦੀ ਦੇਰ ਹੀ ਸੀ ਕਿ ਬਾਬਾ ਜੀ ਨੂੰ ਆਪਣੇ ਬਲੱਡ ਪ੍ਰੈਸ਼ਰ ਦੀ ਦਵਾਈ ਦਾ ਚੇਤਾ ਆ ਗਿਆ ਸੀ ਜੋ ਕਿ ਅੱਜ ਸਵੇਰ ਤੋਂ ਲਈ ਹੀ ਨਹੀਂ ਸੀ ਗਈ। ਬਾਬੇ ਨੇ ਆਪਣੀ ਬਲੱਡ ਪ੍ਰੈਸ਼ਰ ਵਾਲੀ ਦੁਆਈ ਵਾਲੀ ਡੱਬੀ ਨੂੰ ਅਜੇ ਹੱਥ ਲਾਇਆ ਹੀ ਸੀ ਤਾਂ ਇੱਕ ਸੇਵਕ ਨੇ ਡੱਬੀ ਦਾ ਢੱਕਣ ਖੋਲ੍ਹਣ ਲਈ ਆਪਣਾ ਹੱਥ ਅੱਗੇ ਨੂੰ ਵਧਾਇਆ ਤੇ ਦੂਜਾ ਸੇਵਕ ਪਾਣੀ ਦਾ ਗਲਾਸ ਲੈਣ ਲਈ ਦੌੜਿਆ ਸੀ। ਮੈਂ ਇਹ ਵੇਖ ਕੇ ਹੈਰਾਨ ਸਾਂ ਕਿ ਜੋ ਬਾਬਾ ਖੁਦ ਬਲੱਡ ਪ੍ਰੈਸ਼ਰ ਦੀ ਦਵਾਈ ਖਾ ਰਿਹਾ ਹੈ ਉਹ ਦੂਜਿਆਂ ਦਾ ਬਲੱਡ ਪ੍ਰੈਸ਼ਰ ਕਿਵੇਂ ਠੀਕ ਕਰ ਸਕਦਾ ਹੈ?

ਫਿਰ ਇਸ ਬਲੱਡ ਪ੍ਰੈਸ਼ਰ ਵਾਲੀ ਬੀਬੀ ਤੋਂ ਬਾਅਦ ਇੱਕ ਹੋਰ ਨੌਜਵਾਨ ਬੀਬੀ ਨੂੰ ਅਵਾਜ਼ ਪਈ। ਉਸ ਦੇ ਨਾਲ਼ ਇੱਕ ਸੱਤ-ਅੱਠ ਸਾਲ ਦਾ ਬੱਚਾ ਸੀ। ਬਹੁਤ ਹੀ ਪਿਆਰਾ ਤੇ ਸਿਰ ਛੋਟਾ ਜਿਹਾ ਜੂੜਾ। ਮੇਰੇ ਬੇਟੇ ਰਮਣੀਕ ਦਾ ਹਾਣੀ ਹੀ ਲੱਗ ਰਿਹਾ ਸੀ ਜੋ ਕੇ ਆਪਣੀ ਮਾਂ ਦੇ ਨਾਲ਼ ਲੱਗਿਆ ਬੈਠਾ ਸੀ। ਉਸ ਬੱਚੇ ਦੀ ਮਾਂ ਨੇ ਸੌ ਦਾ ਨੋਟ ਕੱਢਿਆ ਤੇ ਬਾਬਾ ਜੀ ਦੇ ਗੱਦੇ ਹੇਠ ਰੱਖ ਦਿੱਤਾ ਤੇ ਆਪਣਾ ਸਿਰ ਵੀ ਕਿੰਨਾਂ ਚਿਰ ਬਾਬਾ ਜੀ ਦੇ ਗੋਡਿਆਂ ਉੱਪਰ ਟਿਕਾ ਛੱਡਿਆ। ਉਸਨੇ ਬਾਬਾ ਜੀ ਨੂੰ ਕਿਹਾ, "ਬਾਬਾ ਜੀ ਇਹ ਮੇਰਾ ਬੇਟਾ ਹੈ ਗੁਰਚੇਤ ਸਿੰਘ। ਇਸ 'ਤੇ ਆਪਣੀ ਕਿਰਪਾ ਕਰੋ।"

ਬਾਬੇ ਨੇ ਉਸ ਔਰਤ ਨੂੰ ਕਿਹਾ, "ਇਸ 'ਤੇ ਬਾਬਿਆਂ ਦੀ ਪੂਰੀ ਕਿਰਪਾ ਹੈ। ਇਹ ਮੁੰਡਾ ਦਿਨ ਦੁੱਗਣੀ ਰਾਤ ਚੌਗਣੀ ਤਰੱਕੀ ਕਰੇਗਾ। ਇਸ ਨੂੰ ਸਕੂਲੋਂ ਛੁੱਟੀ ਹੁੰਦਿਆਂ ਸਾਰ ਹੀ ਇੱਥੇ ਲਿਆਇਆ ਕਰੋ। ਕਿਤੇ ਹੋਰ ਨਾ ਜਾਣ ਦਿਆ ਕਰੋ।"

ਬਾਬਿਆਂ ਦੇ ਇਸ ਅਸ਼ੀਰਵਾਦ ਤੋਂ ਉਸ ਮੁੰਡੇ ਦੀ ਮਾਂ ਤਾਂ ਜ਼ਰੂਰ ਖੁਸ਼ ਹੋ ਗਈ ਸੀ ਪਰ ਮੈਂ ਸੋਚ ਰਹੀ ਸਾਂ ਕਿ ਸਕੂਲ ਤੋਂ ਬਾਅਦ ਸਿੱਧਾ ਏਥੇ? ਇਸਦੇ ਹੋਮ ਵਰਕ ਦਾ ਕੀ ਬਣੇਗਾ? ਗੇਮਜ਼ ਦੇ ਵਿੱਚ ਕਿੰਜ ਜਾਵੇਗਾ?

ਮੈਂ ਅਜੇ ਉਸ ਮੁੰਡੇ ਬਾਰੇ ਸੋਚ ਹੀ ਰਹੀ ਸਾਂ ਤੇ ਮੈਨੂੰ ਵੀ ਬਾਬਾ ਜੀ ਅੱਗੇ ਭੁਗਤਣ ਦੀ ਅਵਾਜ਼ ਪੈ ਗਈ। ਮੈਂ ਖਾਲੀ ਹੱਥੀਂ ਹੀ ਬਾਬਾ ਜੀ ਦੇ ਪੈਰੀਂ ਹੱਥ

ਲਗਾਉਣ ਦੀ ਬਜਾਏ ਆਪਣੇ ਦੋਨੋ ਹੱਥ ਜੋੜ ਕੇ ਸੱਤ ਸ੍ਰੀ ਅਕਾਲ ਬੁਲਾਈ।ਜੋ ਕੇ ਬਾਬੇ ਨੂੰ ਜ਼ਰਾ ਵੀ ਚੰਗੀ ਨਹੀਂ ਸੀ ਲੱਗੀ। ਮੈਂ ਬਾਬਾ ਜੀ ਨੂੰ ਆਪਣੇ ਸੱਤ-ਅੱਠ ਸਾਲ ਦੇ ਬੇਟੇ ਵੱਲ ਇਸ਼ਾਰਾ ਕਰਦੀ ਹੋਈ ਨੇ ਕਿਹਾ, "ਬਾਬਾ ਜੀ ਇਹ ਮੇਰਾ ਬੇਟਾ ਹੈ, ਰਮਣੀਕ ਸਿੰਘ। ਇਸ ਨੂੰ ਅਸ਼ੀਰਵਾਦ ਦਿਓ ਤਾਂ ਕਿ ਇਹ ਬਹੁਤੀ-ਬਹੁਤੀ ਪੜ੍ਹਾਈ ਕਰ ਸਕੇ।"

ਮੇਰੀ ਅਰਜ਼ ਅਜੇ ਪੂਰੀ ਵੀ ਨਹੀਂ ਸੀ ਹੋਈ ਕਿ ਬਾਬੇ ਨੇ ਵਿੱਚੇ ਹੀ ਟੋਕ ਦਿੱਤਾ ਤੇ ਕਿਹਾ,

"ਮੈਂ ਕਿਉਂ ਇਸਨੂੰ ਅਸ਼ੀਰਵਾਦ ਦੇਵਾਂ? ਇਸ ਦੇ ਤਾਂ ਵਾਲ਼ ਕੱਟੇ ਹੋਏ ਨੇ।ਇਸ ਦਾ ਤਾਂ ਦਿਮਾਗ ਨਹੀਂ ਹੈ...ਕਿਉਂਕਿ ਵਾਲ ਕੱਟਣ ਵਾਲਿਆਂ ਦਾ ਦਿਮਾਗ ਨਹੀਂ ਹੁੰਦਾ।"

ਬਾਬੇ ਦੀ ਗੱਲ ਸੁਣ ਕੇ ਮੇਰੇ ਪੈਰਾਂ 'ਚੋਂ ਜ਼ਮੀਨ ਨਿਕਲ਼ ਗਈ। ਮੈਂ ਭਰੇ ਹੋਏ ਮਨ ਨਾਲ਼ ਉੱਥੋਂ ਉੱਠ ਕੇ ਬਾਹਰ ਆ ਗਈ। ਜਲਦੀ-ਜਲਦੀ ਘਰ ਪਹੁੰਚੀ। ਘਰੇ ਆ ਕੇ ਮੈਂ ਸਾਰੀ ਗੱਲ ਆਪਣੇ ਪਤੀ ਸੁਰਜੀਤ ਨੂੰ ਦੱਸੀ। ਅੱਗੋਂ ਸੁਰਜੀਤ ਵੀ ਮੈਨੂੰ ਟੁੱਟ ਕੇ ਪੈ ਗਿਆ ਤੇ ਕਹਿਣ ਲੱਗਾ, "ਰਾਜ ਤੈਨੂੰ ਕਿੰਨੀ ਵਾਰੀ ਕਿਹਾ ਕਿ ਤੂੰ ਇਹਨਾਂ ਬਾਬਿਆਂ-ਬੂਬਿਆਂ 'ਤੇ ਨਾ ਭਰੋਸਾ ਕਰਿਆ ਕਰ। ਇਹਨਾਂ ਨੂੰ ਪਤਾ-ਪੁਤਾ ਕੁੱਝ ਨਹੀਂ ਹੁੰਦਾ ਬੱਸ ਐਂਵੇ ਹੀ ਇਹ ਲੋਕਾਂ ਨੂੰ ਬੁੱਧੂ ਬਣਾਉਂਦੇ ਹਨ।"

ਉਸਨੇ ਥੋੜ੍ਹਾ ਨਰਮ ਹੋ ਕੇ ਤੇ ਹੱਸ ਕੇ ਇਹ ਵੀ ਕਿਹਾ ਸੀ ਕਿ ਤੂੰ ਉਸ ਸਾਧ ਨੂੰ ਪੁੱਛਣਾ ਸੀ ਕਿ ਜਿਹੜੇ ਲੋਕ ਚੰਦ ਤੇ ਗਏ ਹਨ ਕੀ ਉਹਨਾਂ ਦੇ ਵਾਲ਼ ਨਹੀਂ ਸੀ ਕੱਟੇ ਹੋਏ? ਕੀ ਕੱਟੇ ਹੋਏ ਵਾਲਾਂ ਵਾਲਾ ਕੋਈ ਡਾਕਟਰ, ਇੰਜੀਨੀਅਰ ਜਾਂ ਫਿਰ ਪਾਇਲਟ ਨਹੀਂ ਹੈ?" ਰਾਜੀ ਦੇ ਪਤੀ ਦਿਆਂ ਬੋਲਾਂ 'ਚ ਕੜਵਾਹਟ ਤਾਂ ਜ਼ਰੂਰ ਸੀ ਪਰ ਸੌ ਫੀਸਦੀ ਸਚਾਈ ਵੀ ਝਲਕ ਰਹੀ ਸੀ ਜੋ ਕਿ ਰਾਜੀ ਨੂੰ ਆਤਮ ਸਕੂਨ ਦੇ ਰਹੀ ਸੀ।

ਇਸ ਘਟਨਾ ਤੋਂ ਬਾਅਦ ਰਾਜੀ ਨੇ ਇਹ ਫੈਸਲਾ ਕੀਤਾ ਸੀ ਕਿ ਉਹ ਅੱਜ ਤੋਂ ਬਾਅਦ ਕਿਸੇ ਵੀ ਅਜਿਹੀ ਥਾਂ ਤੇ ਨਹੀਂ ਜਾਵੇਗੀ ਜਿੱਥੇ ਇਹੋ ਜਿਹੇ ਠੱਗ ਬਾਬੇ ਆਉਂਦੇ ਹੋਣ ਜੋ ਕਿ ਭੋਲੇ-ਭਾਲ਼ੇ ਲੋਕਾਂ ਨੂੰ ਆਪਣੇ ਜਾਲ਼ ਵਿੱਚ ਫਸਾ ਕੇ ਉਹਨਾਂ ਦੀ ਦਸਾਂ ਨੌਹਾਂ ਦੀ ਕਮਾਈ ਡਕਾਰਦੇ ਹੋਣ। ਇਸ ਘਟਨਾ ਤੋਂ ਬਾਅਦ ਰਾਜੀ ਨੇ ਸ੍ਰੀ ਗੁਰੂ ਗ੍ਰੰਥ ਸਾਹਿਬ ਦੀਆਂ ਸੈਂਚੀਆਂ ਲਿਆਂਦੀਆਂ ਤੇ ਘਰ ਪਾਠ ਕਰਨਾ ਸ਼ੁਰੂ ਕਰ ਦਿੱਤਾ ਤੇ ਆਪਣੇ ਜੀਵਨ ਨੂੰ ਵੀ ਸ੍ਰੀ ਗੁਰੂ ਗਰੰਥ ਸਾਹਿਬ ਦੇ ਅਸੂਲਾਂ ਅਨੁਸਾਰ ਢਾਲ ਲਿਆ ਸੀ। ਉਸਨੇ ਆਪਣੇ ਬੇਟੇ ਨੂੰ ਹਰ ਤਰ੍ਹਾਂ ਦੀਆਂ ਐਕਟਿਵੀਟੀਜ਼ ਵਿੱਚ ਪਾਇਆ ਅਤੇ ਨਾਲ਼-ਨਾਲ਼ ਉਸਦੇ ਨਾਲ਼ ਖ਼ੁਦ ਬੈਠ ਕੇ ਉਸਨੂੰ ਪੜ੍ਹਾਈ ਕਰਵਾਈ। ਜਿਸ ਕਰਕੇ ਅੱਜ ਰਮਣੀਕ ਯੂਨੀਵਰਸਿਟੀ ਜਾਂਦਾ ਹੈ।

ਰਾਜੀ ਆਪਣੇ ਸੋਚਾਂ ਦੇ ਸਮੁੰਦਰ 'ਚ ਪੂਰੀ ਤਰ੍ਹਾਂ ਡੁੱਬ ਚੁੱਕੀ ਸੀ ਤੇ ਅਚਾਨਕ ਦੀਪੀ ਨੇ ਉਸਦਾ ਮੋਢਾ ਹਲੂਣਿਆ ਤੇ ਕਿਹਾ, "ਚੱਲ ਹੁਣ ਚੱਲੀਏ। ਪਹਿਲਾਂ ਆਉਂਦੀ ਨਹੀਂ ਸੀ ਹੁਣ ਸਮਾਧੀ ਲਾਈ ਬੈਠੀ ਐ।" ਦੀਪੀ ਪਹਿਲਾਂ ਵੀ ਰਾਜੀ ਨੂੰ ਦੋ ਵਾਰ ਉੱਠਣ ਲਈ ਕਹਿ ਰਹੀ ਸੀ। ਪਰ ਰਾਜੀ ਤਾਂ ਆਪਣੀਆਂ ਸੋਚਾਂ ਵਿੱਚ ਪੂਰੀ ਤਰ੍ਹਾਂ ਗੁਆਚ ਚੁੱਕੀ ਸੀ।

"ਨਹੀਂ, ਚੱਲ। ਰਾਜੀ ਨੇ ਆਪਣੇ ਆਪ 'ਚੋਂ ਬਾਹਰ ਆਉਂਦਿਆਂ ਦੀਪੀ ਨੂੰ ਕਿਹਾ।"

ਉੱਥੋਂ ਉੱਠ ਉਹਨਾਂ ਤਿੰਨਾਂ ਨੇ ਫਿਰ ਸ੍ਰੀ ਗੁਰੂ ਗ੍ਰੰਥ ਸਾਹਿਬ ਅੱਗੇ ਮੱਥਾ ਟੇਕਿਆ ਤੇ ਬਾਹਰ ਆ ਗਈਆਂ। ਦੀਪੀ ਤੇ ਬੀ ਜੀ ਤਾਂ ਵਾਸ਼ਰੂਮ ਚਲੀਆਂ ਗਈਆਂ। ਰਾਜੀ ਅਜੇ ਆਪਣੀ ਜੁੱਤੀ ਪਾ ਰਹੀ ਸੀ ਤਾਂ ਉਸ ਦੀ ਨਜ਼ਰ ਅਚਾਨਕ ਇੱਕ ਅੱਲ੍ਹੜ ਜਿਹੇ ਮੁੰਡੇ 'ਤੇ ਪਈ। ਜਿਸ ਨੇ ਛੋਟੀ ਜਿਹੀ ਗੋਲ ਪੱਗ ਤੇ ਗ਼ਲ ਚਿੱਟਾ ਚੋ਼ਲਾ ਪਾਇਆ ਹੋਇਆ ਸੀ। ਦੇਖਣ ਨੂੰ ਉਮਰ ਤਾਂ ਏਨੀ ਨਹੀਂ ਸੀ ਲੱਗ ਰਹੀ ਪਰ ਭਾਰ ਏਨਾ ਵਧਿਆ ਹੋਇਆ ਸੀ ਜੋ ਕਿ ਉਸਦੇ ਛੋਟੇ ਕੱਦ ਨੂੰ ਹੋਰ ਵੀ ਛੋਟਾ ਕਰ ਰਿਹਾ ਸੀ। ਇਸ ਗੋ਼ਲ ਮਟੋ਼ਲ ਮੁੰਡੇ ਦੇ ਆਸੇ-ਪਾਸੇ ਤਿੰਨ-ਚਾਰ ਆਦਮੀ ਤੇ ਚਾਰ-ਪੰਜ ਬੱਚੇ ਖੜ੍ਹੇ ਹੋਏ ਸਨ। ਜੋ ਕੇ ਆਪਣੇ ਹੀ ਅੰਦਾਜ਼ ਵਿੱਚ ਦਸਾਂ ਗੁਰੂਆਂ ਦੇ ਨਾਮ ਪੜ੍ਹ ਰਿਹਾ ਸੀ ਤੇ ਅਖੀਰ ਵਿੱਚ ਕਹਿਣ ਲੱਗਾ, "ਫਿਰ ਆਪਣੇ ਬਾਬਾ ਜੀ।" ਆਪਣੇ ਬਾਬਾ ਜੀ ਦਾ ਨਾਂ ਸੁਣ ਕੇ ਸਾਰੇ ਉੱਚੀ-ਉੱਚੀ ਹੱਸ ਪਏ। ਰਾਜੀ ਅਜੇ ਸੋਚ ਹੀ ਰਹੀ ਸੀ ਕਿ ਇਹ ਆਪਣੇ ਬਾਬਾ ਜੀ ਕੌਣ ਹੋਏ? ਏਨੇ ਨੂੰ ਦੀਪੀ ਨੇ ਉਸਨੂੰ ਆ ਕੇ ਕਿਹਾ, "ਚੱਲ ਚੱਲੀਏ।"

"ਚੱਲਦੇ ਹਾਂ।"

ਦੀਪੀ, ਪਹਿਲਾਂ ਇਹ ਦੱਸ ਇਹ ਮੁੰਡਾ ਕੌਣ ਹੈ?

"ਗੁਰਚੇਤ।"

"ਗੁਰਚੇਤ ਕੌਣ?"

"ਉਹੀ, ਜਿਸ ਨੂੰ ਬਾਬਾ ਜੀ ਨੇ ਫੁੱਲ ਕਿਰਪਾ ਦਾ ਅਸ਼ੀਰਵਾਦ ਦਿੱਤਾ ਸੀ ਜਦੋਂ ਤੂੰ ਆਪਣੇ ਬੇਟੇ ਰਮਣੀਕ ਲਈ ਅਸ਼ੀਰਵਾਦ ਲੈਣ ਆਈ ਸੀ।"

"ਅੱਛਾ!"

ਤੇ ਫਿਰ ਆਪਣੇ ਬਾਬਾ ਜੀ ਕੌਣ ਹਨ?

"ਬਾਬਾ ਮਾਲਾ ਜੀ।"

•

ਧੋਖਾ

ਕੁਲਵੀਰ ਵੱਲੋਂ ਅਖੰਡ ਪਾਠ ਦੇ ਸੱਦੇ ਨੇ ਮੈਨੂੰ ਸੋਚਾਂ 'ਚ ਪਾ ਦਿੱਤਾ। ਮੈਨੂੰ ਛੁੱਟੀ ਦੀ ਚਿੰਤਾ ਹੋਣ ਲੱਗੀ। ਮੈਨੂੰ ਹੁਣ ਛੁੱਟੀ ਲਈ ਫਿਰ ਅਪਲਾਈ ਕਰਨਾ ਪਵੇਗਾ?... ਪਹਿਲਾਂ ਹੀ ਮੈਂ ਇਸ ਸਾਲ ਵਿੱਚ ਵਾਧੂ ਛੁੱਟੀਆਂ ਲੈ ਚੁੱਕੀ ਹਾਂ। ਕੰਮ ਵਾਲੇ ਵੀ ਇਸ ਕਾਰਨ ਮੇਰੇ 'ਤੇ ਬਹੁਤ ਔਖੇ ਹੋਏ ਪਏ ਹਨ। ਉਹ ਆਖਦੇ ਨੇ ਕਿ ਮੈਂ ਬਹੁਤ ਹੀ ਛੁੱਟੀਆਂ ਕਰਦੀ ਹਾਂ। ਪਰ ਕੁਲਵੀਰ ਤਾਂ ਆਏ ਦਿਨ ਕੋਈ ਨਾ ਕੋਈ ਪ੍ਰੋਗਰਾਮ ਹੀ ਰੱਖੀ ਰੱਖਦੀ ਹੈ। ਪਤਾ ਨਹੀਂ ਇਸ ਨੇ ਏਨੀਆਂ ਕਿੰਨੀਆਂ ਕੁ ਸੁਖਣਾ ਸੁੱਖੀਆਂ ਹੋਈਆਂ ਹਨ। ਜੇਕਰ ਮੈਂ ਇਸ ਵਾਰ ਨਾ ਗਈ ਤਾਂ ਉਸਨੇ ਮੇਰੇ ਨਾ.ਲ ਝੱਟ ਹੀ ਗੁੱਸੇ ਹੋ ਜਾਣਾ ਹੈ। ਇੱਕ ਪਾਸੇ ਮੈਨੂੰ ਛੁੱਟੀਆਂ ਲੈਣ ਦਾ ਡਰ ਤੇ ਦੂਜੇ ਪਾਸੇ ਕੁਲਵੀਰ ਦੇ ਗੁੱਸੇ ਹੋ ਜਾਣ ਦਾ ਡਰ ਸਤਾਉਣ ਲੱਗਾ।

ਕੁਲਵੀਰ ਮੇਰੀ ਬਹੁਤ ਹੀ ਗੂਹੜੀ ਸਹੇਲੀ ਹੈ। ਜਦ ਦੀਆਂ ਅਸੀਂ ਕਨੇਡਾ ਆਈਆਂ ਤਦ ਤੋਂ ਹੀ ਅਸੀਂ ਇੱਕ ਦੂਜੇ ਦਾ ਸਾਥ ਖ਼ੂਬ ਮਾਣਿਆ। ਹਰ ਖੁਸ਼ੀ ਹਰ ਗ਼ਮੀ ਇੱਕ ਦੂਜੇ ਦੇ ਨਾ.ਲ ਖੜ੍ਹੀਆਂ। ਕੋਈ ਦੁੱਖ-ਸੁਖ਼ ਅਜਿਹਾ ਨਹੀਂ ਹੋਵੇਗਾ ਜਿਹੜਾ ਅਸੀਂ ਇੱਕ ਦੂਜੇ ਦੇ ਨਾ.ਲ ਸਾਂਝਾ ਨਾ ਕੀਤਾ ਹੋਵੇ। ਕੁਲਵੀਰ ਜਦੋਂ ਮੈਨੂੰ ਪਹਿਲੀ ਵਾਰ ਮਿਲੀ ਸੀ ਉਦੋਂ ਉਹ ਇੱਕ ਬੜੇ ਹੀ ਚੰਚਲ ਜਿਹੇ ਸੁਭਾਅ ਵਾਲੀ ਕੁੜੀ ਸੀ। ਪਰ ਜ਼ਿੰਦਗੀ ਵਿੱਚ ਆਏ ਤੇਜ਼ ਤੁਫਾਨਾਂ ਨੇ ਉਸਨੂੰ ਬਹੁਤ ਹੀ ਕਮਜ਼ੋਰ ਬਣਾ ਦਿੱਤਾ ਸੀ। ਪਿਛਲੇ ਪੰਦਰਾਂ ਸਾਲਾਂ ਵਿੱਚ ਜ਼ਿੰਦਗੀ ਦਾ ਹਰ ਦੁੱਖ ਉਸਨੇ ਵੇਖ ਲਿਆ ਸੀ। ਹੱਸਣ-ਖੇਡਣ ਤੇ ਨੱਚਣ-ਟੱਪਣ ਵਾਲੀ ਕੁਲਵੀਰ ਇਸ ਤਰ੍ਹਾਂ ਦੀ ਹੋ ਜਾਵੇਗੀ ਮੈਂ ਕਦੇ ਸੋਚਿਆ ਵੀ ਨਹੀਂ ਸੀ। ਉਸਦੇ ਵਿਆਹ ਹੋਣ ਉਪਰੰਤ ਮਾਂ-ਬਾਪ ਦਾ ਅੱਗੜ-ਪਿੱਛੜ ਚਲੇ ਜਾਣਾ, ਜਵਾਨ ਭਰਾ ਦੀ ਮੌਤ, ਉਸਦੀ ਬੇਟੀ ਦਾ ਸਰੀਰਕ ਪੱਖ ਤੋਂ ਠੀਕ ਨਾ ਹੋਣਾ, ਪਤੀ ਅਤੇ ਸੱਸ-ਸਹੁਰੇ ਵੱਲੋਂ ਤਸ਼ੱਦਦ, ਫਿਰ ਤਲਾਕ। ਉਹ ਕਿਹੜਾ ਦੁੱਖ ਨਹੀਂ ਸੀ ਜੋ ਕੁਲਵੀਰ ਨੇ ਨਾ ਝੱਲਿਆ ਹੋਵੇ। ਇਹੋ-ਜਿਹੇ ਹਲਾਤ ਨੇ ਕੁਲਵੀਰ ਦੀ ਜ਼ਿੰਦਗੀ ਨੂੰ ਨਰਕ ਬਣਾ ਦਿੱਤਾ ਸੀ।

ਉਸਨੂੰ ਇਸ ਨਰਕ ਵਿੱਚੋਂ ਕੱਢਣ ਲਈ ਉਸਦੇ ਕੁੱਝ ਰਿਸ਼ਤੇਦਾਰਾਂ ਨੇ ਜ਼ੋਰ ਪਾਇਆ। ਉਸਨੂੰ ਦੂਜੇ ਵਿਆਹ ਲਈ ਰਾਜ਼ੀ ਕਰ ਲਿਆ। ਵਿਆਹ ਤੋਂ ਸਾਲ ਕੁ ਬਾਅਦ ਪਰਮਾਤਮਾ ਨੇ ਉਸਨੂੰ ਉਹ ਖੁਸ਼ੀ ਦੇ ਦਿੱਤੀ ਜਿਸ ਦੀ ਉਸਨੇ ਉਮੀਦ ਛੱਡ ਦਿੱਤੀ ਸੀ। ਉਸ ਦੀ ਕੁੱਖੋਂ ਇੱਕ ਬੇਟੇ ਨੇ ਜਨਮ ਲਿਆ। ਪਰ ਹਾਲੇ

ਪਰਮਾਤਮਾ ਨੂੰ ਕੁੱਝ ਹੋਰ ਹੀ ਮਨਜ਼ੂਰ ਸੀ। ਥੋੜ੍ਹੇ ਜਿਹੇ ਬੁਖਾਰ ਹੋਣ ਦੇ ਨਾਲ਼ ਉਸ ਵਿਚਾਰੇ ਦੀ ਮੌਤ ਹੋ ਗਈ। ਬੱਸ ਫਿਰ ਕੀ ਸੀ। ਕੁਲਵੀਰ ਦੀ ਤਾਂ ਦੁਨੀਆ ਹੀ ਉੱਜੜ ਗਈ ਸੀ। ਸਮਾਂ ਕੁਲਵੀਰ ਦੇ ਲਈ ਖੜ੍ਹ ਗਿਆ ਸੀ। ਉਹ ਰੋ-ਰੋ ਕੇ ਪਾਗਲ ਹੋ ਗਈ ਸੀ। ਉਹ ਚਲੇ ਗਏ ਬੱਚੇ ਨੂੰ ਆਵਾਜ਼ਾਂ ਮਾਰਦੀ। ਉਸਨੂੰ ਵਾਪਸ ਆ ਜਾਣ ਲਈ ਆਖਦੀ। ਉਸ ਲਈ ਅਰਦਾਸਾਂ ਕਰਦੀ। ਥਾਂ-ਥਾਂ ਤੇ ਸੁੱਖਾਂ ਸੁੱਖਦੀ। ਉਹ ਕਿਹੜੀ ਥਾਂ ਸੀ ਜਿੱਥੇ ਕੁਲਵੀਰ ਨੇ ਕੋਈ ਸੁੱਖਣਾ ਨਾ ਸੁੱਖੀ ਹੋਵੇ।

ਅਖੀਰ ਉਹ ਸਮਾਂ ਆ ਗਿਆ ਜਦੋਂ ਕੁਲਵੀਰ ਦੀਆਂ ਅਰਦਾਸਾਂ ਪੂਰੀਆਂ ਹੋ ਗਈਆਂ। ਪਰਮਾਤਮਾ ਨੇ ਉਸਨੂੰ ਉਸਦਾ ਬੇਟਾ ਮੋੜ ਦਿੱਤਾ। ਉਸ਼ਦੇ ਘਰ ਪੁੱਤਰ ਨੇ ਫਿਰ ਜਨਮ ਲਿਆ। ਉਹ ਖੁਸ਼ੀ ਵਿੱਚ ਫੁੱਲੀ ਨਹੀਂ ਸੀ ਸਮਾਉਂਦੀ। ਉਹ ਹਰ ਵੇਲੇ ਪਰਮਾਤਮਾ ਦੇ ਗੁਣ ਗਾਉਂਦੀ ਨਹੀਂ ਸੀ ਥੱਕਦੀ। ਉਸਨੂੰ ਆਪਣੀਆਂ ਸਾਰੀਆਂ ਸੁੱਖਾਂ ਯਾਦ ਸਨ। ਇਸੇ ਕਰਕੇ ਉਹ ਸਭ ਤੋਂ ਪਹਿਲਾਂ ਆਪਣੇ ਬੇਟੇ ਨੂੰ ਨਾਲ਼ ਲੈ ਕੇ ਇੰਡੀਆ ਗਈ। ਉੱਥੇ ਉਸਨੇ ਵੱਖ-ਵੱਖ ਥਾਵਾਂ 'ਤੇ ਜਾ ਕੇ ਆਪਣੀਆਂ ਸੁੱਖਾਂ ਲਾਹੀਆਂ। ਅਖੰਡ ਪਾਠ ਕਰਵਾਏ।ਆਪਣੇ ਰਿਸ਼ਤੇਦਾਰਾਂ ਨੂੰ ਪਾਰਟੀਆਂ ਦਿੱਤੀਆਂ। ਇਸੇ ਤਰ੍ਹਾਂ ਕੁਲਵੀਰ ਦੋ-ਢਾਈ ਮਹੀਨੇ ਰਹਿ ਕੇ ਵਾਪਸ ਕਨੇਡਾ ਆ ਗਈ।

ਇੱਥੇ ਆਉਂਦਿਆਂ ਸਾਰ ਹੀ ਕੁਲਵੀਰ ਨੇ ਆਪਣੀਆਂ ਸੁੱਖਾਂ ਇੱਥੇ ਵੀ ਲਾਹੁਣੀਆਂ ਸ਼ੁਰੂ ਕਰ ਦਿੱਤੀਆਂ। ਇੱਥੇ ਵੀ ਸ਼ਹਿਰ ਦੇ ਹਰ ਇੱਕ ਗੁਰਦੁਵਾਰੇ ਵਿੱਚ ਕੁਲਵੀਰ ਨੇ ਅਖੰਡ-ਪਾਠ ਕਰਵਾਏ। ਹਰ ਪਾਠ ਦੇ ਭੋਗ 'ਤੇ ਕੁਲਵੀਰ ਮੈਨੂੰ ਬੁਲਾਉਂਦੀ। ਮੈਂ ਜ਼ਰੂਰ ਜਾਂਦੀ ਤੇ ਜਾ ਕੇ ਸੇਵਾ ਵੀ ਕਰਵਾਉਂਦੀ। ਪਰ ਨਾਲ਼ ਹੀ ਕੁਲਵੀਰ ਦੇ ਬਾਰੇ ਸੋਚਦੀ ਕਿ ਇੰਨੀਆਂ ਕਿੰਨੀਆਂ ਕੁ ਸੁੱਖਾਂ ਨੇ ਜੋ ਕੁਲਵੀਰ ਨੇ ਸੁੱਖੀਆਂ ਹੋਈਆਂ ਹਨ। ਕਦੇ-ਕਦੇ ਮੇਰਾ ਧਿਆਨ ਕੁਲਵੀਰ ਵੱਲੋਂ ਕੀਤੇ ਜਾਂਦੇ ਖਰਚੇ ਵੱਲ ਜਾਂਦਾ। ਕੰਮ ਤਾਂ ਉਸਨੇ ਏਨਾ ਕੀਤਾ ਨਹੀਂ ਸੀ। ਕੇਵਲ ਉਸਦਾ ਪਤੀ ਹੀ ਕੰਮ ਕਰਦਾ ਸੀ। ਉਹ ਏਨਾ ਖਰਚਾ ਕਿਵੇਂ ਕਰਦੀ ਹੋਵੇਗੀ। ਮੈਂ ਅਜੇ ਕੁਲਵੀਰ ਬਾਰੇ ਸੋਚ ਹੀ ਰਹੀ ਸੀ ਕਿ ਉਸਦਾ ਫ਼ੋਨ ਆ ਗਿਆ। ਉਹ ਮੈਨੂੰ ਪੁੱਛਣ ਲੱਗੀ, "ਮਨਦੀਪ ਕਿਸ ਤਰ੍ਹਾਂ?"

"ਤੈਨੂੰ ਛੁੱਟੀ ਮਿਲ ਜਾਵੇਗੀ ਇਸ ਵਾਰ"?

"ਹਾਂ, ਮੈਂ ਅਪਲਾਈ ਕਰਕੇ ਵੇਖਦੀ ਹਾਂ। ਜੇਕਰ ਮਿਲ ਜਾਵੇ ਤਾਂ..."!

ਕੁੱਝ ਗੱਲਾਂ ਹੋਰ ਕਰਨ ਤੋਂ ਬਾਅਦ ਮੈਂ ਕੁਲਵੀਰ ਨੂੰ ਆਪਣੇ ਦਿਲ ਦੀ ਗੱਲ ਪੁੱਛਣ ਲਈ ਪੁੱਛਿਆ, "ਕੁਲਵੀਰ ਜੇਕਰ ਤੂੰ ਮੇਰੀ ਗੱਲ ਦਾ ਮਾਈਂਡ ਨਾ ਕਰੇਂ ਤਾਂ ਮੈਂ ਤੈਨੂੰ ਇੱਕ ਗੱਲ ਪੁੱਛਾਂ।"

"ਹਾਂ-ਹਾਂ ਪੁੱਛ। ਮਾਈਂਡ ਵਾਲੀ ਕਿਹੜੀ ਗੱਲ ਹੈ।" ਉਹ ਕਹਿਣ ਲੱਗੀ।

"ਕੁਲਵੀਰ ਇੱਕ ਪਾਠ ਕਰਵਾਉਣ 'ਤੇ ਕਿੰਨਾ ਕੁ ਖਰਚਾ ਆ ਜਾਂਦਾ ਹੈ?"

"ਇਹ ਤਾਂ ਅਲੱਗ-ਅਲੱਗ ਗੁਰਦੁਵਾਰਿਆਂ ਦਾ ਆਪੋ-ਆਪਣਾ ਹਿਸਾਬ-ਕਿਤਾਬ ਹੈ। ਕਈ ਪੰਜ ਸੌ ਵਿੱਚ ਵੀ ਪਾਠ ਕਰ ਦਿੰਦੇ ਹਨ। ਕਈ ਗਿਆਰਾਂ ਸੌ ਲੈਂਦੇ ਹਨ ਤੇ ਕਈਆਂ ਵਿੱਚ ਤਾਂ ਦੋ-ਢਾਈ ਹਜ਼ਾਰ ਦਾ ਖਰਚਾ ਵੀ ਆ ਜਾਂਦਾ ਹੈ।"

"ਅੱਛਾ!"... ਐਨਾਂ!"

"ਕੀ ਗੱਲ ਤੂੰ ਪਾਠ ਕਰਵਾਉਣੈ?"

"ਨਹੀਂ ਮੈਂ ਤਾਂ ਉਂਜ ਹੀ ਪੁੱਛਿਆ ਸੀ।"

"ਮੈਂ ਤਾਂ ਆਪਣੀ ਜ਼ਿੰਦਗੀ 'ਚ ਇੱਕ ਵਾਰ ਹੀ ਕਲਾਰਾਂ ਵਾਲੀ ਝਿੜੀ ਵਿੱਚ ਪਾਠ ਕਰਵਾਇਆ ਸੀ। ਜੋ ਮੇਰੇ ਪਿੰਡ ਦੇ ਨਾਲ਼ ਹੀ ਹੈ। ਪਹਿਲਾਂ ਪਾਠ ਬੁੱਕ ਕਰਵਾ ਲਿਆ ਤੇ ਫਿਰ ਗਿਆਰਾਂ ਹਜ਼ਾਰ ਦੇ ਕੇ ਪਾਠ ਪਰਕਾਸ਼ ਕਰਾ ਲਿਆ ਤੇ ਫਿਰ ਤੀਜੇ ਦਿਨ ਭੋਗ ਤੇ ਚਲੇ ਗਏ ਸਾਂ। ਉਸ ਸਮੇਂ ਉੱਥੇ ਇੱਕ ਸਿਆਣੇ ਬਜ਼ੁਰਗ ਸਨ। ਜੋ ਭੋਗ ਪੈਣ ਤੋਂ ਬਾਅਦ ਸਾਨੂੰ ਕਹਿਣ ਲੱਗੇ ਕਿ ਇਸ ਪਾਠ ਦਾ ਕੀ ਫਾਇਦਾ ਹੋਇਆ! ਨਾ ਆਪ ਪੜ੍ਹਿਆ, ਨਾ ਆਪ ਸੁਣਿਆ ਤੇ ਨਾ ਹੀ ਸੇਵਾ ਕੀਤੀ। ਇਸ ਨਾਲੋਂ ਚੰਗਾ ਸੀ ਕਿ ਤੁਸੀਂ ਘਰ ਹੀ ਸੈਂਚੀਆਂ ਲਿਆਉਂਦੇ ਤੇ ਆਪ ਹੀ ਜਿੰਨਾ ਹੁੰਦਾ ਪਾਠ ਕਰਦੇ। ਉਸ ਸਮੇਂ ਮੈਨੂੰ ਬਹੁਤ ਹੀ ਸ਼ਰਮ ਆਈ। ਮੈਂ ਮਹਿਸੂਸ ਕੀਤਾ ਕਿ ਬਜ਼ੁਰਗਾਂ ਦੀ ਗੱਲ ਤਾਂ ਸੌ ਪ੍ਰਸੈਂਟ ਠੀਕ ਹੈ। ਉਸ ਤੋਂ ਬਾਅਦ ਮੈਂ ਘਰੇ ਹੀ ਸੈਂਚੀਆਂ ਲਿਆਂਦੀਆਂ। ਘਰੇ ਹੀ ਜਿੰਨਾ ਪਾਠ ਹੁੰਦਾ ਓਨਾ ਕਰ ਲੈਂਦੀ ਹਾਂ। ਮੈਨੂੰ ਲੱਗਿਆ ਕਿ ਜੇਕਰ ਘਰੇ ਪਾਠ ਕਰੀਏ ਤਾਂ ਜ਼ਿਆਦਾ ਵਧੀਆ ਹੈ। ਇਸ ਨਾਲ਼ ਏਨਾ ਖਰਚਾ ਵੀ ਨਹੀਂ ਹੁੰਦਾ, ਮਨ ਨੂੰ ਸ਼ਾਂਤੀ ਵੀ ਮਿਲਦੀ ਹੈ ਤੇ ਘਰ ਦਾ ਵਾਤਾਵਰਨ ਵੀ ਸ਼ੁੱਧ ਹੁੰਦਾ ਹੈ।"

"ਹਾਂ, ਮੈਂ ਵੀ ਤੇਰੀ ਇਸ ਗੱਲ ਦੇ ਨਾਲ਼ ਪੂਰੀ ਸਹਿਮਤ ਹਾਂ। ਮੈਂ ਵੀ ਅੱਗੇ ਤੋਂ ਇੰਜ ਹੀ ਕਰਨਾ। ਪਤਾ ਕਰ ਕਿ ਇੱਥੇ ਸੈਂਚੀਆਂ ਕਿੱਥੋਂ ਮਿਲਦੀਆਂ ਹਨ?" ਕੁਲਵੀਰ ਨੇ ਮੈਨੂੰ ਪੁੱਛਿਆ।

"ਹਾਂ, ਕੋਈ ਗੱਲ ਨਹੀਂ।ਉਹ ਤਾਂ ਤੈਨੂੰ ਮੈਂ ਜ਼ਰੂਰ ਪਤਾ ਕਰ ਦੇਵਾਂਗੀ।"

ਮੇਰੀ ਘਰੇ ਪਾਠ ਕਰਨ ਵਾਲੀ ਗੱਲ ਦੇ ਨਾਲ਼ ਤਾਂ ਕੁਲਵੀਰ ਪੂਰੀ ਤਰ੍ਹਾਂ ਸਹਿਮਤ ਹੋ ਗਈ। ਉਸ ਤੋਂ ਬਾਅਦ ਉਹ ਮੈਨੂੰ ਆਪਣੀ ਕਹਾਣੀ ਸੁਣਾਉਣ ਲੱਗੀ।

"ਮੇਰੇ ਨਾਲ਼ ਵੀ ਪਿੱਛੇ ਜਿਹੇ ਇੰਜ ਹੀ ਹੋਇਆ। ਏਸੇ ਹੀ ਗੁਰਦੁਵਾਰੇ 'ਚ ਜਿੱਥੇ ਆਪਾਂ ਹੁਣ ਪਾਠ ਕਰਵਾਉਣਾ ਹੈ। ਉਦੋਂ ਮੇਰੇ ਭਤੀਜੇ ਦਾ ਜਨਮ ਦਿਨ ਸੀ। ਮੇਰੇ ਮੰਮੀ-ਡੈਡੀ ਨੇ ਖੁਸ਼ੀ ਵਿੱਚ ਪਾਠ ਕਰਵਾਇਆ ਸੀ। ਉਸ ਸਮੇਂ ਪਾਠ ਕਰਨ

ਦੇ ਲਈ ਕੋਈ ਪਾਠੀ ਨਹੀਂ ਸੀ ਮਿਲ ਰਿਹਾ। ਕਿੰਨੇ ਹੀ ਪਾਠ ਪਰਕਾਸ਼ ਕੀਤੇ ਹੋਏ ਸਨ। ਮੈਂ ਕਿਚਨ ਵਿੱਚ ਸੇਵਾ ਕਰ ਰਹੀ ਸਾਂ ਤਾਂ ਇੱਕ ਬਾਬਾ ਜੀ ਮੇਰੇ ਕੋਲ਼ ਆਏ।"

ਉਹ ਮੈਨੂੰ ਕਹਿਣ ਲੱਗੇ, "ਕੁੜੇ, ਤੂੰ ਆ?"

ਮੈਂ ਬਾਬਾ ਜੀ ਦੇ ਮਗਰ-ਮਗਰ ਤੁਰ ਪਈ। ਉਹ ਪਾਣੀ ਦੀਆਂ ਟੂਟੀਆਂ ਕੋਲ ਜਾ ਕੇ ਮੈਨੂੰ ਕਹਿਣ ਲੱਗੇ, "ਤੂੰ ਇੱਥੇ ਆਪਣਾ ਮੂੰਹ-ਹੱਥ ਧੋ ਲੈ।"

ਮੈਂ ਉੱਥੇ ਮੂੰਹ-ਹੱਥ ਧੋ ਲਿਆ ਤੇ ਬਾਬਾ ਜੀ ਨੂੰ ਪੁੱਛਿਆ, "ਹੁਣ ਦੱਸੋ ਬਾਬਾ ਜੀ ਕੀ ਕਰਨੈ?"

ਉਹ ਮੈਨੂੰ ਉੱਥੇ ਲੈ ਗਏ ਜਿੱਥੇ ਪਾਠ ਪਰਕਾਸ਼ ਹੋਏ ਸਨ। ਉੱਥੇ ਜਾ ਕੇ ਕਹਿਣ ਲੱਗੇ, "ਰੌਲ਼ ਲਾਉਣੀ ਹੈ।"

ਰੌਲ਼ ਦਾ ਨਾਂ ਸੁਣ ਕੇ ਮੈਂ ਡਰ ਗਈ ਕਿਉਂਕਿ, ਮੈਂ ਪਹਿਲਾਂ ਕਦੇ ਗੁਰੂ ਗਰੰਥ ਸਾਹਿਬ ਦਾ ਪਾਠ ਨਹੀਂ ਸੀ ਕੀਤਾ। ਮੈਂ ਬਾਬਾ ਜੀ ਨੂੰ ਕਹਿਣ ਲੱਗੀ "ਬਾਬਾ ਜੀ ਮੈਂ ਕਦੇ ਗੁਰੂ ਗਰੰਥ ਸਾਹਿਬ ਦਾ ਪਾਠ ਕੀਤਾ ਨਹੀਂ।"

ਉਹ ਮੈਨੂੰ ਕਹਿਣ ਲੱਗੇ, "ਪੰਜਾਬੀ ਤਾਂ ਪੜ੍ਹੀ ਹੈ ਨਾ ਤੂੰ?"

"ਹਾਂ ਜੀ।"

"ਫੇਰ ਕੀ ਹੈ। ਪਾਠ ਕਰਨਾ ਕੋਈ ਔਖਾ ਨਹੀਂ ਹੈ। ਔਹ ਵੇਖ ਜੋ ਭਾਈ ਪਾਠ ਕਰ ਰਿਹਾ ਹੈ। ਬੱਸ ਤੂੰ ਇਹਦੇ ਨਾਲ਼-ਨਾਲ਼ ਹੀ ਪਾਠ ਕਰਨਾ ਹੈ"।

ਮੈਂ ਜਦ ਵੇਖਿਆ ਭਾਈ ਜੀ ਬਹੁਤ ਹੀ ਤੇਜ਼-ਤੇਜ਼ ਪਾਠ ਕਰ ਰਹੇ ਸਨ। ਮੈਂ ਬਾਬਾ ਜੀ ਨੂੰ ਕਿਹਾ, "ਬਾਬਾ ਜੀ ਮੇਰੇ ਕੋਲੋਂ ਨਹੀਂ ਏਨਾ ਤੇਜ਼ ਪਾਠ ਹੋ ਸਕਦਾ।"

ਅੱਗੋਂ ਬਾਬਾ ਜੀ ਬੋਲੇ, "ਤੈਨੂੰ ਤੇਜ਼ ਪਾਠ ਕਰਨ ਨੂੰ ਕੌਣ ਕਹਿੰਦਾ ਹੈ। ਤੂੰ ਆਪਣੀ ਮਰਜੀ ਨਾਲ਼ ਕਰੀਂ ਜਾਈਂ। ਜੇਕਰ ਤੇਜ਼ ਹੋਊ ਤੇਜ਼ ਨਹੀਂ ਤਾਂ ਜਿਵੇਂ ਹੋਊ ਉਵੇਂ ਕਰੀਂ ਜਾਈਂ। ਅਰਾਮ ਦੇ ਨਾਲ਼ ਕਰੀ ਜਾਂਈ ਭਾਵੇਂ।" ਮੈਂ ਬਾਬੇ ਨੂੰ ਵਧੇਰਾ ਕਿਹਾ ਪਰ ਬਾਬੇ ਨੇ ਧੱਕੇ ਦੇ ਨਾਲ਼ ਮੈਨੂੰ ਪਾਠ ਕਰਨ ਬਿਠਾ ਦਿੱਤਾ।

"ਲੈ ਹੋਰ ਸੁਣ, ਉੱਚੀ ਪਾਠ ਕਰਨ ਵਾਲਾ ਭਾਈ ਵੀਹ-ਪੱਚੀ ਪੱਤਰੇ ਅੱਗੇ ਸੀ ਤੇ ਬਾਬੇ ਨੇ ਬਿਨਾ ਪੜ੍ਹੇ ਹੀ ਵੀਹ-ਪੱਚੀ ਪੱਤਰੇ ਅੱਗੇ ਕਰਕੇ ਮੈਨੂੰ ਉੱਚੀ ਪਾਠ ਪੜ੍ਹਨ ਵਾਲੇ ਦੇ ਨਾਲ਼ ਰਲ਼ਾ ਦਿੱਤਾ। ਉਸ ਦਿਨ ਸੱਚ ਦੱਸਾਂ ਮਨਦੀਪ ਮੇਰਾ ਮਨ ਬਹੁਤ ਹੀ ਦੁਖੀ ਹੋਇਆ। ਮੈਂ ਹੁਣ ਸੋਚਦੀ ਹਾਂ ਕਿ ਜੇਕਰ ਮੈਨੂੰ ਕੋਈ ਸਿਆਣਾ ਬੰਦਾ ਮਿਲੇ ਮੈਂ ਉਸਨੂੰ ਪੁੱਛਾਂ ਕਿ ਇਸ ਧੋਖੇ ਦਾ ਭਾਰ ਕਿਸ 'ਤੇ ਹੈ।"

•

ਢਿੱਡ ਦਾ ਦਰਦ

ਅੱਜ ਸਵੇਰ ਦੀ ਤਾਂ ਚੰਨਣ ਕੌਰ ਚੰਗੀ ਭਲੀ ਸੀ। ਪਰ ਜਦੋਂ ਦੀ ਦੁਪਿਹਰ ਤੋਂ ਬਾਅਦ ਉਹਦੀ ਵਿਚਕਾਰਲੀ ਕੁੜੀ ਮਿੰਦ੍ਹੀ ਆ ਕੇ ਉਹਨੂੰ ਮਿਲ ਕੇ ਗਈ ਸੀ ਉਦੋਂ ਦੀ ਹੀ ਉਹ ਸਿਰ ਸੁੱਟੀ ਬੈਠੀ ਸੀ। ਚੰਨਣ ਕੌਰ ਦਾ ਮੁੰਡਾ ਰਾਜਾ, ਜਿਹੜਾ ਆਪ ਵੀ ਵ੍ਹੀਲਚੇਅਰ 'ਤੇ ਸੀ ਉਹਨੇ ਕਿੰਨੀ ਵਾਰੀ ਮਾਂ ਨੂੰ ਖਾਣ ਨੂੰ ਪੁੱਛਿਆ, ਪਰ ਹਰ ਵਾਰ ਚੰਨਣ ਕੌਰ ਦਾ ਜੁਆਬ ਨਾਂਹ ਹੀ ਸੀ। ਹਾਰ ਕੇ ਉਹਨੇ ਆਪਣੀ ਛੋਟੀ ਭੈਣ ਬੇਬੀ ਨੂੰ ਫ਼ੋਨ ਲਾਇਆ ਤੇ ਪੁੱਛਣ ਲੱਗਾ, "ਬੇਬੀ ਕੀ ਤੂੰ ਇਧਰ ਨੂੰ ਆ ਸਕਦੀ ਐਂ?"

"ਹਾਂ, ਕੀ ਗੱਲ ਹੋ ਗਈ।"

"ਬੀਬੀ ਅੱਜ ਮੈਨੂੰ ਠੀਕ ਨਹੀਂ ਲਗਦੀ।"

"ਅੱਛਾ!"

"ਕੀ ਹੋ ਗਿਆ?"

"ਪਤਾ ਨਹੀਂ ਕਿਉਂ, ਉਦਾਸ ਜਿਹੀ ਲਗਦੀ ਐ। ਕੁੱਝ ਖਾਧਾ ਪੀਤਾ ਵੀ ਨਹੀਂ। ਕਿੰਨੀ ਵਾਰੀ ਮੈਂ ਉਹਨੂੰ ਪੁੱਛ ਚੁੱਕਿਆਂ ਹਾਂ।"

"ਉਹ! ਅੱਛਾ।"

"ਮੈਂ ਵੀਹ ਕੁ ਮਿੰਟਾਂ ਤੱਕ ਪਹੁੰਚਦੀ ਹਾਂ ਅਜੇ ਉਹਦੇ ਦੋ ਕੁ ਕੱਪੜੇ ਪ੍ਰੈੱਸ ਕਰਨ ਵਾਲੇ ਰਹਿੰਦੇ ਹਨ, ਉਹ ਵੀ ਲਈ ਆਉਂ। ਤੂੰ ਫਿਕਰ ਨਾ ਕਰੀਂ।" ਬੇਬੀ ਨੇ ਆਪਣੇ ਭਰਾ ਨੂੰ ਹੌਸਲਾ ਦੇ ਕੇ ਫ਼ੋਨ ਰੱਖ ਦਿੱਤਾ।

ਉਹ ਫਟਾ-ਫਟ ਬੀਬੀ ਦੇ ਕੱਪੜੇ ਪ੍ਰੈੱਸ ਕਰਨ ਲੱਗ ਪਈ। ਪੂਰੇ ਦਸ ਸੂਟ ਸਿਲਵਾਏ ਸਨ ਬੀਬੀ ਨੇ, ਦੋਹਤੀ ਦੇ ਵਿਆਹ ਦੀ ਖੁਸ਼ੀ ਵਿੱਚ। ਆਖਿਰ ਉਹ ਦਿਨ ਆ ਹੀ ਗਿਆ, ਜਿਸ ਦਿਨ ਦੀ ਬੀਬੀ ਨੂੰ ਉਡੀਕ ਸੀ। ਬੇਬੀ ਕਾਹਲ਼ੀ-ਕਾਹਲ਼ੀ ਨਾਲ਼ ਬੀਬੀ ਦੇ ਕੱਪੜੇ ਪ੍ਰੈੱਸ ਕਰਨ ਲੱਗ ਪਈ।

ਪ੍ਰੈੱਸ ਕਰਦੀ ਬੇਬੀ ਬੀਬੀ ਬਾਰੇ ਸੋਚਣ ਲੱਗੀ। ਪੂਰੇ ਅਠਾਸੀ ਸਾਲਾਂ ਦੀ ਹੋ ਗਈ ਸੀ ਬੀਬੀ। ਰੱਬ ਸੁੱਖ ਰੱਖੇ, ਕਿਤੇ ਵਿਆਹ 'ਚ ਹੀ ਨਾ...। ਨਹੀਂ ਨਹੀਂ ਇਸ ਤਰ੍ਹਾਂ ਨਹੀਂ ਸੋਚਣਾ ਚਾਹੀਦਾ। ਬੀਬੀ ਨੂੰ ਕੁੱਝ ਨਹੀਂ ਹੁੰਦਾ। ਸੋਚਦੀ-ਸੋਚਦੀ ਬੇਬੀ ਨੇ ਕਦ ਬੀਬੀ ਦੇ ਕੱਪੜੇ ਪ੍ਰੈੱਸ ਕਰਕੇ ਲਿਫਾਫੇ ਵਿੱਚ ਪਾ ਲਏ ਉਸਨੂੰ ਪਤਾ ਵੀ ਨਹੀਂ ਲੱਗਾ। ਉਹ ਫਟਾ-ਫਟ ਕਾਰ ਚੁੱਕ ਬੀਬੀ ਦੇ ਘਰ ਪਹੁੰਚ ਗਈ।

ਬੀਬੀ ਉਸੇ ਤਰ੍ਹਾਂ ਹੀ ਵ੍ਹੀਲਚੇਅਰ ਉੱਤੇ ਸਿਰ ਸੁੱਟੀ ਉਦਾਸ ਬੈਠੀ ਸੀ।

"ਹਾਏ ਮਾਂ।"

ਕਨੇਡਾ ਦੀ ਜੰਮੀ-ਪਲ਼ੀ ਬੇਬੀ ਨੇ ਮਾਂ ਨੂੰ ਸਤਿ ਸ੍ਰੀ ਅਕਾਲ ਬਲਾਉਣ ਦੀ ਬਜਾਏ ਹਾਏ ਆਖ ਬੁਲਾਇਆ।

"ਕਿਵੇਂ ਐਂ ਮਾਮ?"

"ਠੀਕ ਆਂ।" ਚੰਨਣ ਕੌਰ ਨੇ ਧੀ ਨੂੰ ਮਸੋਸੀ ਜਿਹੀ ਅਵਾਜ਼ ਵਿੱਚ ਜੁਆਬ ਦਿੱਤਾ।

"ਕੁੱਝ ਖਾਧਾ ਪੀਤਾ?"

"ਨਹੀਂ ਬੇਬੀ, ਅੱਜ ਮੇਰਾ ਦਿਲ ਨਹੀਂ ਕਰਦਾ।"

"ਕੀ ਗੱਲ?"

"ਢਿੱਡ ਦੁਖਦਾ।"

"ਢਿੱਡ ਦੁਖਦਾ ਤਾਂ ਹਸਪਤਾਲ ਲੈ ਜਾਂਦੇ ਹਾਂ।"

"ਕਰਾਂ ਐਂਬੂਲੈਂਸ ਨੂੰ ਫ਼ੋਨ?"

"ਨਹੀਂ, ਐਥੋਂ ਟਾਇਨਲ ਦੇ-ਦੇ ਆਪੇ ਹਟ ਜਾਵੇਗਾ।"

ਬੇਬੀ ਨੇ ਟਾਇਨਲ ਦੇਣ ਤੋਂ ਪਹਿਲਾਂ ਮਾਂ ਨੂੰ ਇੱਕ ਬਰੈਂਡ ਦਾ ਸੈਂਡਵਿਚ ਬਣਾ ਕੇ ਇੱਕ ਕੱਪ ਚਾਹ ਦੇ ਨਾਲ਼ ਖੁਆ ਦਿੱਤਾ ਤੇ ਫਿਰ ਨਾਲ਼ ਹੀ ਇੱਕ ਗੋਲ਼ੀ ਟਾਇਨਲ ਦੀ ਦੇ ਦਿੱਤੀ। ਕੁੱਝ ਸਮੇਂ ਬਾਅਦ ਚੰਨਣ ਕੌਰ ਥੋੜ੍ਹੀ ਜਿਹੀ ਟਹਿਰਕ ਵਿੱਚ ਆ ਗਈ। ਬੇਬੀ ਨੂੰ ਵੀ ਮਾਂ ਬਿਲਕੁਲ ਠੀਕ ਲੱਗਣ ਲੱਗੀ। ਉਹਨੇ ਬੈਗਾਂ ਵਿੱਚੋਂ ਚੰਨਣ ਕੌਰ ਦੇ ਸਾਰੇ ਪ੍ਰੈੱਸ ਕੀਤੇ ਕੱਪੜੇ ਕੱਢ ਹੈਂਗਰਾਂ ਵਿੱਚ ਲਟਕਾ ਦਿੱਤੇ। ਉਹ ਸਾਰੇ ਸੂਟ ਮਾਂ ਨੂੰ ਵਿਖਾਉਂਦੀ ਹੋਈ ਬੋਲੀ, "ਆਹ ਵੇਖ ਮਾਂ, ਮੈਂ ਐਦਾਂ ਹੀ ਤੇਰੇ ਸਾਰੇ ਸੂਟ ਅਲਮਾਰੀ ਵਿੱਚ ਟੰਗ ਜਾਣੈ ਨੇ। ਪਹਿਲੇ ਦਿਨ ਮਾਈਆਂ 'ਤੇ ਤੂੰ ਆਹ ਸੂਟ ਪਾਉਣਾ, ਮਹਿੰਦੀ 'ਤੇ ਆਹ, ਚੂੜਾ ਝੜ੍ਹਾਉਣ ਵੇਲੇ ਆਹ, ਅਨੰਦਾਂ 'ਤੇ ਆਹ ਅਤੇ ਰਿਸੇਪਸ਼ਨ 'ਤੇ ਆਹ।"

ਬੇਬੀ ਨੇ ਮਾਂ ਨੂੰ ਹਰੇਕ ਪ੍ਰੋਗਰਾਮ ਤੇ ਨਵਾਂ ਸੂਟ ਪਾਉਣ ਬਾਰੇ ਦੱਸ ਦਿੱਤਾ ਅਤੇ ਪਿਆਰ ਨਾਲ਼ ਹੋਰ ਵੀ ਕਿੰਨੀਆਂ ਸਾਰੀਆਂ ਨਸੀਹਤਾਂ ਦੇ ਦਿੱਤੀਆਂ ਤੇ ਫਿਰ ਵਾਪਸ ਆਪਣੇ ਘਰ ਚਲੀ ਗਈ।

ਬੇਬੀ ਦੇ ਜਾਣ ਤੋਂ ਬਾਅਦ ਚੰਨਣ ਕੌਰ ਵੀ ਫਿਰ ਉਹੀ ਆਪਣੀਆਂ ਪੁਰਾਣੀਆਂ ਸੋਚਾਂ ਵਿੱਚ ਡੁੱਬ ਗਈ। ਉਹਨੂੰ ਆਪਣੀ ਮਿੰਦ੍ਹੀ ਦਾ ਚਿਹਰਾ ਵਾਰ-ਵਾਰ ਯਾਦ ਆਉਂਦਾ। ਦੋਹਤੀ ਦੇ ਵਿਆਹ ਦੀਆਂ ਖੁਸ਼ੀਆਂ ਤਾਂ ਉਸ ਲਈ ਕਿਧਰੇ ਉੱਡ-ਪੁੱਡ ਹੀ ਗਈਆਂ ਸਨ। ਕਦੇ ਉਹਨੂੰ ਆਪਣੇ ਮਰ ਚੁੱਕੇ ਪਤੀ ਦੀ ਯਾਦ ਆਉਂਦੀ ਕਿ ਜੇਕਰ ਉਹ ਇਸ ਦੁਨੀਆ ਤੇ ਹੁੰਦਾ ਤਾਂ ਸ਼ਾਇਦ ਉਸਨੂੰ ਇਹ ਦਿਨ

ਨਾਂ ਦੇਖਣੇ ਪੈਂਦੇ। ਸਗੋਂ ਉਸਨੇ ਤਾਂ ਗੀਤ ਗਾ-ਗਾ ਕੇ ਖੂਬ ਰੌਣਕਾਂ ਲਾ ਦੇਣੀਆਂ ਸਨ। ਪਰ ਹੁਣ ਉਹ ਇਸ ਸਮੇਂ ਇਕੱਲੀ ਸੀ। ਉਸ ਦੀ ਕਿਸੇ ਨੇ ਨਹੀਂ ਸੁਣੀ। ਸੋਚਾਂ-ਸੋਚਦੀ ਚੰਨਣ ਕੌਰ ਨੇ ਸਾਰੀ ਰਾਤ ਜਗਰਾਤੇ ਵਾਂਗ ਕੱਟੀ। ਇੱਕ ਅਜੀਬ ਜਿਹੀ ਉਦਾਸੀ ਨੇ ਉਸਨੂੰ ਘੇਰ ਲਿਆ ਸੀ। ਪੂਰੀ ਰਾਤ ਜਾਗਦੀ ਦਾ ਉਹਦਾ ਅਗਲਾ ਦਿਨ ਚੜ੍ਹ ਗਿਆ ਸੀ।

ਅਖੀਰ ਵਿਆਹ ਦਾ ਦਿਨ ਆ ਗਿਆ ਸੀ। ਕੁੜੀ ਨੂੰ ਅੱਜ ਮਾਈਆਂ ਲੱਗਣਾ ਸੀ। ਚੰਨਣ ਕੌਰ ਦੇ ਤਾਂ ਹੱਥਾਂ-ਪੈਰਾਂ ਨੂੰ ਪਈਆਂ ਹੋਈਆਂ ਸਨ। ਸੋਚਾਂ ਸੋਚ ਕੇ ਉਸਨੇ ਆਪਣਾ ਬੁਰਾ ਹਾਲ ਕਰ ਲਿਆ ਸੀ। ਉਹਨੂੰ ਕੁੱਝ ਸੁੱਝ ਨਹੀਂ ਸੀ ਰਿਹਾ ਕਿ ਉਹ ਕੀ ਕਰੇ?

ਸਭ ਤਰ੍ਹਾਂ ਦੇ ਤਰੀਕੇ ਉਸਨੇ ਵਰਤ ਕੇ ਵੇਖ ਲਏ ਸਨ। ਕੋਈ ਵੀ ਉਸਦੀ ਗੱਲ ਮੰਨਣ ਨੂੰ ਤਿਆਰ ਨਹੀਂ ਸੀ। ਲੋਕਾਂ ਦੇ ਧੰਦੇ ਸੁਆਰਨ ਵਾਲ਼ੀ ਚੰਨਣ ਕੌਰ ਅੱਜ ਆਪਣੇ ਘਰ ਬੇਵੱਸ ਹੋਈ ਪਈ ਸੀ। ਉਸ ਦੀ ਸੁਣਨ ਅਤੇ ਮੰਨਣ ਵਾਲ਼ਾ ਕੋਈ ਨਹੀਂ ਸੀ। ਇਹ ਸੋਚ-ਸੋਚ ਉਹ ਆਪਣੇ ਢਿੱਡ ਵਿੱਚ ਦਰਦ ਹੁੰਦਾ ਮਹਿਸੂਸ ਕਰਨ ਲੱਗੀ। ਵਿਆਹ ਵਾਲੀ ਕੁੜੀ ਦੇ ਘਰ ਉਸਨੇ ਫ਼ੋਨ ਕਰਨਾ ਠੀਕ ਨਾ ਸਮਝਿਆ। ਉਸਨੇ ਬੇਬੀ ਨੂੰ ਫ਼ੋਨ ਲਾ ਲਿਆ ਤੇ ਕੰਬਦੀ ਅਵਾਜ਼ 'ਚ ਕਿਹਾ,

"ਬੇਬੀ ਮੈਂ ਅੱਜ ਠੀਕ ਨਹੀਂ ਹਾਂ।"

"ਕਿਉਂ ਮਾਂ?"

"ਕੀ ਹੋਇਆ?"

"ਕੁੱਝ ਦੁਖ਼ਦਾ?"

ਬੇਬੀ ਨੇ ਇੱਕੋ ਹੀ ਸਾਹ ਵਿੱਚ ਕਿੰਨੇ ਸੁਆਲ ਮਾਂ ਨੂੰ ਪੁੱਛ ਲਏ।

"ਹਾਂ, ਧੀਏ, ਮੇਰੇ ਢਿੱਡ ਵਿੱਚ ਬਹੁਤ ਦਰਦ ਹੋ ਰਿਹਾ ਹੈ।"

"ਅੱਛਾ ਮਾਂ, ਮੈਂ ਹੁਣੇ ਹੀ ਆਉਂਦੀ ਹਾਂ। ਜਾਂ ਆਪ ਤੈਨੂੰ ਹਸਪਤਾਲ ਲੈ ਕੇ ਜਾਂਦੀ ਹਾਂ ਜਾਂ ਐਂਬੂਲੈਂਸ ਨੂੰ ਫ਼ੋਨ ਕਰਦੀ ਹਾਂ। ਬੇਬੀ ਮਾਂ ਦਾ ਫ਼ੋਨ ਰੱਖ ਦਸ-ਪੰਦਰਾਂ ਮਿੰਟਾਂ ਵਿੱਚ ਹੀ ਮਾਂ ਦੇ ਕੋਲ਼ ਪਹੁੰਚ ਗਈ।"

ਚੰਨਣ ਕੌਰ ਵੇਖਣ ਨੂੰ ਡਾਢੀ ਪ੍ਰੇਸ਼ਾਨ ਲਗਦੀ ਸੀ। ਬੇਬੀ ਨੇ ਝੱਟ ਐਂਬੂਲੈਂਸ ਮੰਗਵਾ ਲਈ ਅਤੇ ਆਪ ਵੀ ਮਾਂ ਦੇ ਪਿੱਛੇ ਆਪਣੀ ਕਾਰ 'ਚ ਹਸਪਤਾਲ ਪਹੁੰਚ ਗਈ।

ਹਸਪਤਾਲ ਵਿੱਚ ਚੰਨਣ ਕੌਰ ਦੀ ਤਿੰਨ-ਚਾਰ ਘੰਟੇ ਲਗਾ ਕੇ ਚੰਗੀ ਤਰ੍ਹਾਂ ਚੈੱਕਅੱਪ ਕੀਤੀ ਗਈ। ਅਲਟਰਾ ਸਾਊਂਡ ਅਤੇ ਬਲੱਡ ਟੈਸਟ ਕੀਤੇ ਗਏ। ਸਭ ਰਿਪੋਰਟਾਂ ਆ ਗਈਆਂ। ਡਾਕਟਰ ਨੇ ਸਭ-ਕੁੱਝ ਠੀਕ-ਠਾਕ ਦੱਸ ਕੁੱਝ ਕੁ ਦਰਦ ਦੀਆਂ ਦੁਆਈਆਂ ਦੇ ਕੇ ਘਰ ਵਾਪਸ ਜਾਣ ਲਈ ਆਖ ਦਿੱਤਾ। ਬੇਬੀ ਵੀ ਮਾਂ

ਦੇ ਨਾਲ਼ ਹੀ ਸੀ। ਉਹ ਮਾਂ ਨੂੰ ਘਰ ਲਿਜਾਣ ਲਈ ਟੈਕਸੀ ਨੂੰ ਫ਼ੋਨ ਕਰਨ ਲੱਗੀ ਹੀ ਸੀ ਪਰ ਚੰਨਣ ਕੌਰ ਦਾ ਤਾਂ ਦਰਦ ਵਧ ਗਿਆ ਸੀ। ਉਸਨੇ ਉੱਚੀ-ਉੱਚੀ ਰੋਣਾ ਸ਼ੁਰੂ ਕਰ ਦਿੱਤਾ। ਉਸਦਾ ਰੋਣਾ ਉਸਦੀ ਧੀ ਤੋਂ ਜ਼ਰਿਆ ਨਹੀਂ ਸੀ ਜਾ ਰਿਹਾ। ਉਹ ਭੱਜ ਕੇ ਡਾਕਟਰ ਨੂੰ ਬੁਲਾ ਆਪ ਇੱਕ ਪਾਸੇ ਹੋ ਕੇ ਬੈਠ ਗਈ ਅਤੇ ਦੂਜੇ ਭੈਣ-ਭਰਾਵਾਂ ਨੂੰ ਬੀਬੀ ਦਾ ਹਾਲ ਦੱਸਣ ਦੇ ਲਈ ਫ਼ੋਨ ਕਰਨ ਲੱਗ ਪਈ।

ਡਾਕਟਰ ਪੰਜਾਬੀ ਮੁੰਡਾ ਸੀ। ਉਹ ਚੰਨਣ ਕੌਰ ਨੂੰ ਦੁਵਾਰਾ ਚੈੱਕਅੱਪ ਲਈ ਇੱਕ ਕਮਰੇ 'ਚ ਲੈ ਗਿਆ। ਚੰਨਣ ਕੌਰ ਨੇ ਕਮਰੇ ਵਿੱਚ ਇਕੱਲਾ ਡਾਕਟਰ ਵੇਖ ਮੌਕੇ ਦਾ ਫਾਇਦਾ ਉਠਾਇਆ ਅਤੇ ਉਹ ਡਾਕਟਰ ਦੀ ਬਾਂਹ ਫੜ ਆਖਣ ਲੱਗੀ, "ਵੇ ਪੁੱਤ, ਮੈਂ ਤੇਰੀ ਮਾਂ ਵਰਗੀ ਹਾਂ। ਮੈਨੂੰ ਤੇਰੀ ਹੈਲਪ ਦੀ ਲੋੜ ਹੈ। ਪੁੱਤ ਬਣਕੇ ਮੈਨੂੰ ਤੂੰ ਜੁਆਬ ਨਾ ਦੇਵੀਂ। ਰੱਬ ਤੇਰਾ ਭਲਾ ਕਰੂ।"

"ਹਾਂ ਜੀ, ਮਾਤਾ ਜੀ, ਦੱਸੋ।" ਡਾਕਟਰ ਨੇ ਚੰਨਣ ਕੌਰ ਦੇ ਮੋਢੇ 'ਤੇ ਹੱਥ ਰੱਖਦਿਆਂ ਕਿਹਾ।

"ਪੁੱਤ ਮੈਨੂੰ ਤੂੰ ਮਾਫ ਕਰੀਂ ਤੇ ਬਾਹਰ ਕਿਸੇ ਨੂੰ ਨਾ ਦੱਸੀਂ।"

"ਠੀਕ ਹੈ, ਮਾਂ ਜੀ।"

"ਤੁਸੀਂ ਛੇਤੀ ਦੱਸੋ ਕੀ ਗੱਲ ਹੈ?"

"ਪੁੱਤ ਮੈਨੂੰ ਡਰ ਵੀ ਬਹੁਤ ਲੱਗਦੈ।"

"ਕੋਈ ਨੀ ਮਾਂ ਜੀ, ਤੁਸੀਂ ਬੇਫਿਕਰ ਰਹੋ। ਡਰਨ ਦੀ ਤੁਹਾਨੂੰ ਕੋਈ ਲੋੜ ਨਹੀਂ। ਮੇਰੇ 'ਤੇ ਭਰੋਸਾ ਰੱਖੋ।" ਨਰਮ ਦਿਲ ਡਾਕਟਰ ਨੇ ਚੰਨਣ ਕੌਰ ਨੂੰ ਹੌਸਲਾ ਦਿੰਦਿਆਂ ਕਿਹਾ।

ਡਾਕਟਰ ਦੇ ਨਰਮ ਸ਼ਬਦਾਂ ਨੇ ਚੰਨਣ ਕੌਰ ਦੇ ਦਿਲ ਨੂੰ ਕਰਾਰ ਦਿੱਤਾ। ਉਹ ਉਸ ਅੱਗੇ ਆਪਣਾ ਦਿਲ ਖੋਲ੍ਹ ਆਖਣ ਲੱਗੀ, "ਡਾਕਟਰ ਸਾਹਿਬ ਮੇਰੇ ਪੰਜ ਬੱਚੇ ਹਨ। ਤਿੰਨ ਕੁੜੀਆਂ ਅਤੇ ਦੋ ਮੁੰਡੇ। ਹੁਣ ਮੇਰੀ ਦੋਹਤੀ ਦਾ ਵਿਆਹ ਹੈ। ਵੱਡੀ ਕੁੜੀ ਸ਼ਿੰਦਰ ਦੀ ਕੁੜੀ ਦਾ। ਇਹ ਚਾਰੇ ਭੈਣ-ਭਰਾ ਮੇਰੀ ਵਿਚਕਾਰਲੀ ਕੁੜੀ ਮਿੰਦ੍ਰੀ ਦੇ ਨਾਲ਼ ਨਹੀਂ ਬੋਲਦੇ। ਉਹਨੂੰ ਵਿਚਾਰੀ ਇਕੱਲੀ ਨੂੰ ਇਹਨਾਂ ਤਿੰਨਾਂ ਨੇ ਅਲੱਗ ਕੱਢਿਆ ਹੋਇਆ ਹੈ। ਸੌ ਵਾਰ ਸਮਝਾ ਚੁੱਕੀ ਹਾਂ ਕਿ ਭੈਣ-ਭਰਾਵਾਂ ਵਰਗੀ ਰੀਸ ਨਹੀਂ ਹੈ। ਭੈਣ-ਭਰਾ ਸੱਜੀਆਂ-ਖੱਬੀਆਂ ਬਾਹਾਂ ਹੁੰਦੇ ਨੇ। ਪਰ ਮੇਰੀ ਕੋਈ ਗੱਲ ਹੀ ਨਹੀਂ ਮੰਨਦਾ। ਉਹਨੂੰ ਇਕੱਲੀ ਨੂੰ ਵਿਆਹ ਨਹੀਂ ਸੱਦਿਆ। ਹੁਣ ਭਲਾ ਜੇਕਰ ਮੇਰੀ ਇੱਕ ਧੀ ਘਰ ਬੈਠੀ ਹੋਊ, ਮੇਰਾ ਵਿਆਹ ਵਿੱਚ ਕਿਵੇਂ ਝੱਟ ਲੰਘੂ"। ਚੰਨਣ ਕੌਰ ਦੀ ਕਹਾਣੀ ਭਾਵੇਂ ਅਜੇ ਪੂਰੀ ਨਹੀਂ ਸੀ ਹੋਈ ਪਰ ਡਾਕਟਰ ਸਾਹਿਬ ਦੀ ਸਮਝ ਵਿੱਚ ਸਾਰੀ ਬਿਮਾਰੀ ਆ ਗਈ ਸੀ।

ਉਸਨੇ ਮਾਤਾ ਦੇ ਦਰਦ ਨੂੰ ਸਮਝ ਲਿਆ ਸੀ। ਬਾਹਰ ਆ ਕੇ ਉਹ ਬੇਬੀ ਨੂੰ ਆਖਣ ਲੱਗਾ, "ਮਾਤਾ ਜੀ ਦੇ ਢਿੱਡ ਦੀ ਪੀੜ ਬਹੁਤ ਗਹਿਰੀ ਹੈ। ਇਸ ਕਰਕੇ ਇਹਨਾਂ ਨੂੰ ਕੁੱਝ ਦਿਨਾਂ ਲਈ ਇੱਥੇ ਦਾਖਲ ਕਰਨਾ ਪਵੇਗਾ ਤੇ ਇਹਨਾਂ ਦਾ ਇਲਾਜ਼ ਕਰਨਾ ਪਵੇਗਾ। ਜ਼ਿਆਦਾ ਵੱਡੀ ਉਮਰ ਅਤੇ ਕਮਜ਼ੋਰ ਸਿਹਤ ਕਾਰਨ ਇਹਨਾਂ ਤੋਂ ਇਹ ਦਰਦ ਬਰਦਾਸ਼ਤ ਨਹੀਂ ਹੋ ਰਿਹਾ। ਅਸੀਂ ਵੱਧ ਤੋਂ ਵੱਧ ਕੋਸ਼ਿਸ਼ ਕਰਾਂਗੇ ਕਿ ਮਾਤਾ ਜੀ ਠੀਕ ਹੋ ਜਾਣ। ਬਾਕੀ ਪਰਮਾਤਮਾ ਦੀ ਮਰਜ਼ੀ।"

"ਪਰਮਾਤਮਾ ਦੀ ਮਰਜ਼ੀ!" ਬੇਬੀ ਨੇ ਡਾਕਟਰ ਨੂੰ ਪੁੱਛਿਆ।

"ਜੀ, ਬਿਲਕੁਲ। ਅਸੀਂ ਤਾਂ ਸਿਰਫ ਕੋਸ਼ਿਸ਼ ਹੀ ਕਰ ਸਕਦੇ ਹਾਂ।"

ਡਾਕਟਰ ਦੀ ਗੱਲ ਸੁਣ ਕੇ ਬੇਬੀ ਇਕਦਮ ਘਬਰਾ ਗਈ। ਉਸਨੇ ਮਿੰਟਾਂ ਵਿੱਚ ਹੀ ਸਾਰੇ ਭੈਣ-ਭਰਾਵਾਂ ਨੂੰ ਫ਼ੋਨ ਕਰਕੇ ਬੁਲਾ ਲਿਆ। ਇੱਥੋਂ ਤੱਕ ਕਿ ਉਸਨੇ ਮਿੰਦੀ ਨੂੰ ਵੀ ਫ਼ੋਨ ਕਰਕੇ ਸੱਦ ਲਿਆ। ਸਾਰੇ ਭੈਣ-ਭਰਾ ਹਸਪਤਾਲ ਵਿੱਚ ਇਕੱਠੇ ਹੋ ਗਏ ਸਨ। ਇੰਜ ਜਾਪਦਾ ਸੀ ਕਿ ਜਿਵੇਂ ਚੰਨਣ ਕੌਰ ਦਾ ਢਿੱਡ ਦੇ ਦਰਦ ਦਾ ਫਾਰਮੂਲਾ ਕੰਮ ਕਰ ਗਿਆ ਹੋਵੇ।

•

ਧਰਮ ਦੀ ਧੀ

ਰਾਣੀ ਗੁਰਦੁਵਾਰਾ ਸਾਹਿਬ ਦੀ ਬਾਹਰਲੀ ਕੰਧ ਉੱਪਰ ਲੱਗੇ ਬੁਲਿਟਨ ਬੋਰਡ ਉੱਪਰ ਆਪਣੀ ਖਾਲੀ ਪਈ ਬੇਸਮੈਂਟ ਅਜੇ ਲਗਾ ਕੇ ਹੀ ਹਟੀ ਸੀ ਕਿ ਉਸ ਨੂੰ ਪਿੱਛੋਂ ਦੀ ਅਵਾਜ਼ ਸੁਣੀ-

"ਬੇਟਾ ਏਥੇ ਕੋਈ ਆਸੇ-ਪਾਸੇ ਖਾਲੀ ਬੇਸਮੈਂਟ ਹੈਗੀ ਐ"।

ਜਦ ਰਾਣੀ ਨੇ ਆਪਣਾ ਮੂੰਹ ਪਿੱਛੇ ਵੱਲ ਭੁਆਂ ਕੇ ਵੇਖਿਆ ਤਾਂ ਇੱਕ ਚੰਗੀ ਉਮਰ ਦਾ ਚਿੱਟੀ ਦਾਹੜੀ ਵਾਲਾ ਬਜ਼ੁਰਗ ਖੜ੍ਹਾ ਪੁੱਛ ਰਿਹਾ ਸੀ।ਜਿਸ ਦੇ ਹੱਥ ਵਿੱਚ ਕਾਲ਼ੇ ਰੰਗ ਦੀ ਛਤਰੀ ਫੜੀ ਹੋਈ ਸੀ।

"ਹਾਂ ਜੀ..ਅੰਕਲ ਜੀ.. ਬੇਸਮੈਂਟ ਲੱਭਦੇ ਹੋ? ਕਿੰਨੇ ਬੈੱਡਰੂਮ ਦੀ, ਇੱਕ ਦੀ ਜਾਂ ਦੋ ਦੀ?" ਰਾਣੀ ਨੇ ਬਜ਼ੁਰਗ ਵੱਲ ਵੇਖ ਕੇ ਪੁੱਛਿਆ।

"ਇੱਕ ਰੂਮ ਦੀ ਚਾਹੀਦੀ ਹੈ ਬੇਟਾ। ਬੱਸ ਅਸੀਂ ਦੋਵੇਂ ਜੀਅ ਹਾਂ। ਮੈਂ ਤੇ ਮੇਰੀ ਘਰਵਾਲੀ। ਕੋਈ ਹੈ ਗੀ ਨਿਗਾਹ 'ਚ।" ਬਜ਼ੁਰਗ ਨੇ ਤਰਲਾ ਜਿਹਾ ਪਾਉਣ ਵਾਲੀ ਅਵਾਜ਼ ਵਿੱਚ ਪੁੱਛਿਆ।

ਹਾਂ ਜੀ, ਅੰਕਲ ਜੀ। ਮੈਂ ਅਜੇ ਹੁਣੇ ਹੀ ਇੱਥੇ ਲਗਾ ਕੇ ਹਟੀ ਹਾਂ। ਆਹ ਵੇਖੋ। ਮੇਰੀ ਬੇਸਮੈਂਟ ਖਾਲੀ ਹੀ ਹੈ। ਜੋ ਕਿ ਇੱਕ ਬੈੱਡਰੂਮ ਦੀ ਹੀ ਹੈ। ਜੇਕਰ ਤੁਸੀਂ ਚਾਹੁੰਦੇ ਹੋ ਤਾਂ ਤੁਸੀਂ ਵੇਖ ਸਕਦੇ ਹੋ"।

"ਕਿੱਥੇ ਹੈ? ਇੱਥੋਂ ਕਿੰਨੀ ਦੂਰ ਹੈ? ਕਿੰਨਾ ਕਿਰਾਇਆ ਹੈ?" ਬਜ਼ੁਰਗ ਨੇ ਉਤਸੁਕਤਾ ਜ਼ਾਹਰ ਕਰਦਿਆਂ ਹੋਇਆ ਰਾਣੀ ਤੋਂ ਇੱਕ ਦਮ ਹੀ ਕਿੰਨੇ ਸਾਰੇ ਸੁਆਲ ਪੁੱਛੇ।

"ਆਹ ਨਾਲ਼ ਹੀ ਹੈ। ਪੈਦਲ ਚੱਲ ਕੇ ਮਸਾਂ ਦਸ-ਪੰਦਰਾਂ ਮਿੰਟ ਹੀ ਲਗਦੇ ਹਨ। ਕਿਰਾਇਆ ਪੰਜ ਸੌ ਡਾਲਰ ਹੈ। ਮੈਂ ਤੁਹਾਨੂੰ ਲਾਂਡਰੀ ਤੇ ਕੇਬਲ ਦੀ ਤਾਰ ਵੀ ਵਿੱਚੇ ਹੀ ਦੇ ਦਿਆਂਗੀ।"

ਰਾਣੀ ਦੀ ਗੱਲ ਸੁਣ ਕੇ ਬਜ਼ੁਰਗ ਇੱਕ ਦਮ ਹੀ ਉਸਦੇ ਨਾਲ਼ ਜਾਣ ਲਈ ਤਿਆਰ ਹੋ ਗਿਆ। ਰਾਣੀ ਆਪ ਵੀ ਪੈਦਲ ਹੀ ਆਈ ਸੀ। ਉਹ ਉਸੇ ਵਕਤ ਹੀ ਬਜ਼ੁਰਗ ਨੂੰ ਆਪਣੇ ਨਾਲ਼ ਲੈ ਕੇ ਆਪਣੇ ਘਰ ਪਹੁੰਚ ਗਈ। ਘਰ ਦੇ ਮੁੱਖ ਦਰਵਾਜ਼ੇ ਨੂੰ ਖੋਲ੍ਹਕੇ ਉਹ ਅੰਦਰ ਚਲੀ ਗਈ। ਅੰਦਰ ਜਾ ਕੇ ਉਸਨੇ ਬੇਸਮੈਂਟ

ਦਾ ਦਰਵਾਜ਼ਾ ਵੀ ਬਜੁਰਗ ਲਈ ਅੰਦਰੋਂ ਹੀ ਖੋਲ ਦਿੱਤਾ। ਬਜ਼ੁਰਗ ਅੰਦਰ ਆ ਗਿਆ।

ਬੇਸਮੈਂਟ ਵਾਹਵਾ ਖੁੱਲ੍ਹੀ-ਡੁੱਲ੍ਹੀ, ਸਾਫ-ਸੁਥਰੀ ਤੇ ਹਵਾਦਾਰ ਸੀ। ਜਿਸਨੂੰ ਵੇਖ ਕੇ ਬਜ਼ੁਰਗ ਬਹੁਤ ਖੁਸ਼ ਹੋਇਆ। ਉਹ ਆਸੇ-ਪਾਸੇ ਬਾਹਰ ਵੱਲ ਨੂੰ ਵੇਖਦਾ ਹੋਇਆ ਰਾਣੀ ਨੂੰ ਕਿਰਾਏ ਬਾਰੇ ਪੁੱਛਣ ਲੱਗਾ। ਭਾਵੇਂ ਰਾਣੀ ਕਿਰਾਇਆ ਪਹਿਲਾਂ ਵੀ ਉਸਨੂੰ ਦੱਸ ਚੁੱਕੀ ਸੀ ਪਰ ਫਿਰ ਵੀ ਉਸਨੇ ਕਿਰਾਇਆ ਪੰਜ ਸੌ ਡਾਲਰ ਤੇ ਵਿੱਚੇ ਹੀ ਲਾਂਡਰੀ ਤੇ ਕੇਬਲ ਬਜ਼ੁਰਗ ਨੂੰ ਦੁਬਾਰਾ ਦੱਸ ਦਿੱਤਾ। ਬਜ਼ੁਰਗ ਕਿਰਾਇਆ ਸੁਣ ਕੇ ਥੋੜ੍ਹਾ ਜਿਹਾ ਚੁੱਪ ਕਰ ਗਿਆ। ਉਹ ਆਪਣੇ ਮੂੰਹ 'ਚ ਕੋਈ ਹਿਸਾਬ-ਕਿਤਾਬ ਜਿਹਾ ਲਾਉਣ ਲੱਗਾ। ਫਿਰ ਉਸਨੇ ਆਪਣੇ ਬਟੂਏ ਵਿੱਚੋਂ ਸੌ ਡਾਲਰ ਕੱਢਿਆ ਤੇ ਰਾਣੀ ਨੂੰ ਫੜਾਉਂਦਿਆਂ ਕਹਿਣ ਲੱਗਾ, "ਬੇਟਾ ਆਹ ਫੜ ਤੂੰ ਸੌ ਡਾਲਰ ਤੇ ਬਾਕੀ ਦੇ ਕੱਲ੍ਹ ਨੂੰ ਦੇ ਜਾਵਾਂਗਾ। ਕੱਲ੍ਹ ਨੂੰ ਹੀ ਤੇਰੀ ਅੰਟੀ ਨੂੰ ਲਿਆ ਕੇ ਬੇਸਮੈਂਟ ਵੀ ਦਿਖਾ ਜਾਵਾਂਗਾ"।

ਰਾਣੀ ਬਜ਼ੁਰਗ ਤੋਂ ਸੌ ਡਾਲਰ ਲੈਣ ਤੋਂ ਇਨਕਾਰ ਕਰਦੀ ਹੋਈ ਕਹਿਣ ਲੱਗੀ, "ਕੋਈ ਗੱਲ ਨਹੀਂ ਅੰਕਲ ਜੀ ਤੁਸੀਂ ਕੱਲ੍ਹ ਨੂੰ ਹੀ ਦੇ ਜਾਇਓ ਅਤੇ ਨਾਲ਼ ਹੀ ਅੰਟੀ ਜੀ ਨੂੰ ਵੀ ਬੇਸਮੈਂਟ ਦਿਖਾ ਜਾਇਓ। ਜੇਕਰ ਉਹਨਾਂ ਨੂੰ ਪਸੰਦ ਹੋਈ ਤਾਂ..."।

"ਨਹੀਂ-ਨਹੀਂ ਬੇਟਾ, ਪਸੰਦ ਨੂੰ ਕੀ ਹੈ ਪਸੰਦ ਹੀ ਹੋਣੀ ਐ। ਉਸ ਜੇਲ੍ਹ ਖਾਨੇ ਨਾਲੋਂ ਤਾਂ ਚੰਗਾ ਹੈ ਕਿ ਅਸੀਂ ਇੱਥੇ ਅਰਾਮ ਦੇ ਨਾਲ਼ ਰਹਾਂਗੇ। ਕੋਲ਼ੇ ਗੁਰੂ ਘਰ ਹੈ ਜਦ ਜੀਅ ਕੀਤਾ ਜਾ ਕੇ ਮੱਥਾ ਵੀ ਟੇਕ ਆਇਆ ਕਰਾਂਗੇ"।

"ਹਾਂ ਜੀ ਅੰਕਲ ਜੀ ਗੁਰੂ ਘਰ ਦੇ ਨਾਲ਼-ਨਾਲ਼ ਇੱਥੇ ਸਾਰੇ ਗਰੌਸਰੀ ਸਟੋਰ ਫਰੂਟੀਕੈਨਾ ਅਤੇ ਵਾਲਮਾਰਟ ਵੀ ਲਾਗੇ ਹੀ ਹਨ। ਜੋ ਵੀ ਚੀਜ਼ ਇੱਥੋਂ ਲੈਣੀ ਹੋਵੇ ਸਾਰੀ ਹੀ ਮਿਲ਼ ਜਾਂਦੀ ਹੈ। ਪੈਦਲ ਵੀ ਜਾ ਸਕਦੇ ਹਾਂ ਤੇ ਜੇਕਰ ਬੱਸ ਤੇ ਜਾਣਾ ਹੋਵੇ ਤਾਂ ਆਹ ਬੱਸ ਸਟਾਪ ਵੀ ਲਾਗੇ ਹੀ ਹੈ। ਹਰੇਕ ਅੱਧੇ ਘੰਟੇ ਬਾਅਦ ਇੱਥੇ ਬੱਸ ਰੁਕਦੀ ਹੈ। ਸਭ ਸਹੂਲਤਾਂ ਨੇੜੇ ਹੀ ਹਨ। ਤੁਹਾਨੂੰ ਇੱਥੇ ਕੋਈ ਸਮੱਸਿਆ ਨਹੀਂ ਆਵੇਗੀ"।

ਰਾਣੀ ਜਿਵੇਂ-ਜਿਵੇਂ ਬਜ਼ੁਰਗ ਨੂੰ ਸਾਰੀਆਂ ਸਹੂਲਤਾਂ ਦੇ ਬਾਰੇ ਦੱਸਦੀ ਗਈ ਤਿਵੇਂ-ਤਿਵੇਂ ਬਜ਼ੁਰਗ ਦੇ ਮੂੰਹ 'ਤੇ ਖੇੜਾ ਆਉਂਦਾ ਗਿਆ। ਉਹ ਆਪਣੀ ਛਤਰੀ ਚੁੱਕ ਕੇ ਕੱਲ੍ਹ ਨੂੰ ਆਉਣ ਦਾ ਵਾਅਦਾ ਕਰਕੇ ਅਜੇ ਜਾਣ ਹੀ ਲੱਗਾ ਸੀ ਕਿ ਰਾਣੀ ਨੇ ਉਸਨੂੰ ਨਾਲ਼ ਹੀ ਪੁੱਛ ਲਿਆ,

"ਅੰਕਲ ਜੀ ਹੁਣ ਤੁਸੀਂ ਕਿੱਥੇ ਰਹਿੰਦੇ ਹੋ? ਘਰ ਵਿੱਚ ਜਾਂ ਫਿਰ ਬੇਸਮੈਂਟ ਵਿੱਚ? ਬੇਟੇ ਨਾਲ਼ ਜਾਂ ਫਿਰ ਬੇਟੀ ਨਾਲ਼?"

"ਨਾ ਬੇਟੀ ਨਾ ਬੇਟਾ ਪੁੱਤ। ਨਾ ਘਰ ਨਾ ਬੇਸਮੈਂਟ। ਬੱਸ ਕੰਜਰਖਾਨਾ ਹੈ ਧੀਏ"। ਇੱਕ ਲੰਮਾ ਸਾਰਾ ਹਉਕਾ ਲੈ ਕੇ ਬਜ਼ੁਰਗ ਬੋਲਿਆ।

ਕੰਜਰਖਾਨੇ ਦਾ ਨਾਂ ਸੁਣ ਕੇ ਰਾਣੀ ਨੇ ਆਪਣੇ ਭਰਵੱਟੇ ਇੱਕ ਦਮ ਉਤਾਂਹ ਚੁੱਕ ਲਏ। ਆਪਣਾ ਹੱਥ ਆਪਣੇ ਮੂੰਹ 'ਤੇ ਰੱਖਦੀ ਹੋਈ ਇੱਕ ਦਮ ਬੋਲੀ,

"ਕੰਜਰਖਾਨਾ!"

"ਕੰਜਰਖਾਨਾ ਅੰਕਲ ਜੀ।"

"ਧੀਏ ਕੰਜਰਖਾਨਾ ਹੀ ਹੋਇਆ ਨਾ। ਜਿੱਥੇ ਬਜ਼ੁਰਗਾਂ ਦੀ ਕੋਈ ਲਹੁ-ਲਿਹਾਜ਼ ਨਾ ਹੋਵੇ, ਕੋਈ ਇੱਜ਼ਤ ਮਾਣ ਨਾ ਹੋਵੇ। ਹਰ ਸਮੇਂ ਉਹਨਾਂ ਨੂੰ ਨੀਵਾਂ ਦਿਖਾਉਣ ਦੀ ਹੀ ਠਾਣ ਰੱਖੀ ਹੋਵੇ"।

ਉਸ ਦੀ ਗੱਲ ਅਜੇ ਪੂਰੀ ਹੀ ਨਹੀਂ ਸੀ ਹੋਈ ਕਿ ਰਾਣੀ ਵਿੱਚੇ ਹੀ ਬੋਲ ਪਈ।

"ਅੰਕਲ ਜੀ ਫਿਰ ਤਾਂ ਤੁਸੀਂ ਬਹੁਤ ਹੀ ਔਖੇ ਲੱਗਦੇ ਹੋ"।

ਉਸ ਨੂੰ ਇਹ ਗੱਲ ਪੁੱਛ ਕੇ ਜਿਸ ਤਰ੍ਹਾਂ ਰਾਣੀ ਨੇ ਉਸ ਦੀ ਦੁਖਦੀ ਰਗ ਤੇ ਹੱਥ ਧਰ ਦਿੱਤਾ ਹੋਵੇ। ਫਿਰ ਕੀ ਸੀ ਉਹ ਛਿੜ ਪਿਆ। ਇਸ ਤਰ੍ਹਾਂ ਜਿਸ ਤਰ੍ਹਾਂ ਉਸ ਦਾ ਅੰਦਰਲਾ ਕੜ ਪਾਟ ਗਿਆ ਹੋਵੇ।

"ਹਾਂ ਧੀਏ ਦੁਖੀ ਏਨਾ ਜਿਸ ਦਾ ਹਿਸਾਬ ਕੋਈ ਨਾ। ਸਾਰੀ ਜ਼ਿੰਦਗੀ ਹਲ਼ ਵਾਹਿਆ ਤੇ ਬਹੁਤ ਹੀ ਸਖਤ ਮਿਹਨਤ ਕੀਤੀ। ਅੱਠ ਭੈਣ-ਭਰਾ ਸਾਂ। ਜਦ ਸਾਡਾ ਬਾਪ ਸਾਨੂੰ ਇਸ ਦੁਨੀਆ ਤੋਂ ਛੱਡ ਕੇ ਤੁਰ ਗਿਆ ਸੀ। ਚਾਰ ਭੈਣਾਂ ਸੀ ਤੇ ਚਾਰ ਭਰਾ। ਮੈਂ ਸਭ ਤੋਂ ਵੱਡਾ ਸੀ ਤੇ ਫਿਰ ਕੀ ਸੀ ਮੇਰੇ ਪਿਓ ਦੀ ਸਾਰੀ ਜ਼ੁੰਮੇਵਾਰੀ ਮੇਰੇ ਸਿਰ 'ਤੇ ਆ ਗਈ। ਮੈਂ ਉੱਦੋਂ ਮਸਾਂ ਸਤਾਰਾਂ-ਠਾਰਾਂ ਵਰ੍ਹਿਆਂ ਦਾ ਹੋਵਾਂਗਾ। ਚਾਰ ਘੁਮਾਂ ਜ਼ਮੀਨ ਸੀ ਬਾਪ ਮੇਰੇ ਦੀ। ਉਸ ਵਿੱਚੋਂ ਹੀ ਸਾਰਾ ਟੱਬਰ ਪਾਲ਼ਿਆ। ਸਾਰਾ-ਸਾਰਾ ਦਿਨ ਹਲ਼ ਵਾਹੁਣਾ, ਗੱਡਾ ਜੋੜਨਾ ਤੇ ਕੁਇੰਟਲ-ਕੁਇੰਟਲ ਦੀ ਬੋਰੀ ਸਬੂਤੀ ਹੀ ਮੋਢਿਆਂ ਤੇ ਚੁੱਕੀ ਫਿਰਨਾ। ਸਵੇਰੇ ਸ਼ਾਮ ਮਿੱਟੀ ਨਾਲ਼ ਮਿੱਟੀ ਤੇ ਗੋਹੇ ਨਾਲ਼ ਗੋਹਾ ਹੋਏ ਰਹਿਣਾ। ਫਿਰ ਸਾਰੇ ਭੈਣ-ਭਰਾਵਾਂ ਦੇ ਵਿਆਹ ਕੀਤੇ ਤੇ ਫਿਰ ਆਵਦਾ ਕਰਵਾਇਆ ਤੇ ਫਿਰ ਆਹ ਨਿਆਣੇ ਹੋਏ।ਜਿਹੜੇ ਕੱਲ੍ਹ ਦੇ ਛੋਕਰੇ ਨੇ ਤੇ ਅੱਜ ਮੈਨੂੰ ਦੱਸਦੇ ਨੇ ਕੇ ਤੂੰ ਕੀਤਾ ਹੀ ਕੀ ਹੈ"।

"ਇਹਨਾ ਦੋਹਾਂ ਨੂੰ ਪੜ੍ਹਾਇਆ, ਕਨੇਡਾ ਭੇਜਿਆ ਤੇ ਫਿਰ ਦੋਹਾਂ ਦੇ ਵਿਆਹ ਕੀਤੇ। ਹੋਰ ਦੱਸ ਧੀਏ ਕਿ ਬੰਦਾ ਹੋਰ ਕੀ ਕਰ ਦੇਵੇ। ਦੋਹਾਂ ਨੂੰ ਦਸ-ਦਸ ਕਰਵਾਈਆਂ। ਵੱਡਾ ਤਾਂ ਚੱਲਦਾ ਹੀ ਨਹੀਂ ਸੀ। ਅੱਠਵੀਂ ਤੋਂ ਬਾਅਦ ਕਹਿੰਦਾ ਮੈਂ ਨਹੀਂ ਪੜ੍ਹਨਾ। ਮੈਂ ਕਿਹਾ ਓਏ, ਤੂੰ ਪੜ੍ਹ ਲੈ ਚੰਗਾ ਰਹੇਂਗਾ। ਨਹੀਂ ਤਾਂ ਆਹ ਮੇਰੇ ਵਾਂਗੂੰ ਔਖੇ ਕੰਮ ਕਰਨੇ ਪੈਣਗੇ। ਇਹ ਨਹੀਂ ਤੇਰੇ ਕੋਲੋਂ ਹੋਣੇ। ਖਿੱਚ ਧੂਹ

ਕੇ ਮਸਾਂ ਦਸਵੀਂ ਕੀਤੀ। ਫਿਰ ਆਹ ਬਾਹਰ ਆਉਣ ਦਾ ਚੱਕਰ ਪਾ ਬੈਠਾ। ਇਹਦੇ ਹਿੱਸੇ ਆਉਂਦੇ ਚਾਰ ਸਿਆੜ ਵੀ ਗਹਿਣੇ ਧਰ ਤੇ...। ਅਖੇ ਬਾਹਰ ਜਾ ਕੇ ਥੋਡੇ ਸਭ ਰੋਣੇ-ਧੋਣੇ ਧੋ ਦੇਊਂ। ਮੁੜ ਕੇ ਕੰਜਰ ਭੁੱਲ ਹੀ ਗਿਆ ਕਿ ਕੀ ਵਾਅਦਾ ਕਰਕੇ ਆਇਆ ਸੀ। ਪੰਜੀਂ ਸਾਲੀਂ ਵਿਆਹ ਕਰਵਾਉਣ ਚਲਿਆ ਗਿਆ। ਉਹ ਵੀ ਖਾਲੀ ਹੱਥ ਲੈ ਕੇ। ਫਿਰ ਇਹਦਾ ਵਿਆਹ ਕੀਤਾ।"

"ਇਸ ਤੋਂ ਬਾਅਦ ਛੋਟਾ ਮਗਰ ਪੈ ਗਿਆ। ਉਹਦੇ ਸਿਰ 'ਤੇ ਕਨੇਡਾ ਦਾ ਭੂਤ ਸਵਾਰ ਹੋ ਗਿਆ। ਜੋ ਕੁੱਝ ਕੋਲ਼ੇ ਸੀ ਧੀਏ ਉਹ ਵੀ ਉਹਨੂੰ ਕੁੰਲਜ ਕੇ ਦੇ ਦਿੱਤਾ। ਕੰਜਰਾਂ ਨੇ ਇਹ ਨੀ ਸੋਚਿਆ ਕਿ ਇਹ ਦੋਵੇਂ ਜਾਣੇ ਕੀ ਖਾਣਗੇ? ਜਿਵੇਂ ਸਿਆਣੇ ਕਹਿੰਦੇ ਨੇ ਪੁੱਤ ਕਪੁੱਤ ਹੋ ਸਕਦੇ ਹਨ ਪਰ ਮਾਪੇ ਕੁਮਾਪੇ ਨਹੀਂ ਹੋ ਸਕਦੇ। ਇਵੇਂ ਧੀਏ ਆਪਣੇ ਬਾਰੇ ਕੁੱਝ ਨਹੀਂ ਸੋਚਿਆ। ਇਹਨਾਂ ਦੋਹਾਂ ਤੋਂ ਬਗੈਰ। ਪਰ ਸਾਨੂੰ ਕੀ ਪਤਾ ਸੀ ਕਿ ਇਹਨਾਂ ਨੇ ਸਾਡਾ ਬੁਢੇਪਾ ਰੋਲਣਾ। ਧੀਏ ਜੇਕਰ ਕੋਈ ਚੰਗਾ ਹੋਵੇ ਤਾਂ ਕਦੇ ਵੀ ਆਪਣੇ ਹੱਥ ਵੱਢ ਕੇ ਨਾ ਦੇਵੇ। ਬਜ਼ੁਰਗ ਨੇ ਇਹ ਗੱਲ ਇੱਕ ਲੰਮਾ ਹਉਕਾ ਲੈ ਕੇ ਆਖੀ।"

ਉਹ ਨਾਲ਼ ਹੀ ਆਪਣੀ ਕਹਾਣੀ ਨੂੰ ਅੱਗੇ ਤੋਰਦਿਆਂ ਹੋਇਆਂ ਦੱਸਣ ਲੱਗਾ, "ਸਾਨੂੰ ਛੋਟਾ ਮੁੰਡਾ ਕਹਿੰਦਾ ਕਿ ਮੈਂ ਤੁਹਾਨੂੰ ਕਨੇਡਾ ਸੱਦਣਾ। ਕਨੇਡਾ ਕਾਹਦਾ ਸੱਦਿਆ ਨਿਆਣੇ ਸਾਂਭਣ ਲਈ ਸੱਦ ਲਿਆ। ਚਾਰ ਸਾਲ ਹੋ ਗਏ ਸਾਨੂੰ ਆਇਆਂ ਨੂੰ, ਇੱਕ ਦਿਨ ਵੀ ਸੁਖ ਦਾ ਸਾਹ ਨਹੀਂ ਲੈਣ ਦਿੱਤਾ। ਛੋਟੇ ਨੇ ਸੱਦਿਆ ਸੀ ਸਾਨੂੰ। ਸਾਡੀ ਐਸੀ ਹਾਲਤ ਕੀਤੀ ਕਿ ਕਿਸੇ ਦੁਸ਼ਮਣ ਨਾਲ਼ ਨਾ ਹੋਵੇ। ਉਹਦੇ ਘਰਵਾਲੀ ਏਨੀ ਕੁਪੱਤੀ ਹੈ ਕਿ ਨੱਕ ਤੇ ਮੱਖੀ ਨਹੀਂ ਬਹਿਣ ਦਿੰਦੀ। ਏਹੋ ਜਿਹੇ ਕੱਪੜੇ ਪਾਉਂਦੀ ਹੈ ਧੀਏ ਕਿ ਕੋਲ ਬੈਠਿਆਂ ਨੂੰ ਸ਼ਰਮ ਆਉਂਦੀ ਹੈ। ਤੂੰ ਸਾਡੀਆਂ ਧੀਆਂ ਵਰਗੀ ਹੈਂ ਪੁੱਤ। ਤੂੰ ਹੀ ਦੱਸ ਸਾਡੀਆਂ ਨੂੰਹਾਂ-ਧੀਆਂ ਨੂੰ ਨੰਗੇਜ ਸ਼ੋਭਦਾ ਹੈ ਭਲਾ? ਸ਼ਰਮ ਦੇ ਮਾਰਿਆਂ ਨੇ ਜਦ ਅਸੀਂ ਦੂਜੇ ਬੈਠਣ ਵਾਲੇ ਕਮਰੇ ਵਿੱਚ ਜਾ ਕੇ ਬਹਿਣਾ ਉਹਨਾਂ ਦੋਹਾਂ ਨੇ ਕਹਿਣਾ ਤੁਸੀਂ ਉੱਥੇ ਨਹੀਂ ਬੈਠ ਸਕਦੇ। ਇਹ ਆਏ ਗਏ ਲਈ ਹੈ। ਸੋਫੇ ਗੰਦੇ ਹੁੰਦੇ ਨੇ। ਜੇ ਦੂਜੇ 'ਚ ਬਹਿਣਾ ਤਾਂ ਕਹਿਣਾ ਉੱਥੇ ਨਹੀਂ ਬਹਿਣਾ। ਕੀ ਬੰਦਾ ਸਾਰੀ ਦਿਹਾੜੀ ਕਮਰੇ ਵਿੱਚ ਹੀ ਤੜਿਆ ਰਹੇ। ਹਾਰ ਕੇ ਮੈਂ ਵੱਡੇ ਮੁੰਡੇ ਨੂੰ ਕਹਿ ਤਾ ਤੂੰ ਸਾਨੂੰ ਲਿਜਾ ਸਕਦਾਂ ਹੈ ਤਾਂ ਲੈ ਜਾਹ ਨਹੀਂ ਤਾਂ ਸਾਨੂੰ ਇੰਡੀਆ ਭੇਜ ਦੇ।ਦਿਹਾੜੀ ਕਰਕੇ ਖਾ ਲਵਾਂਗੇ ਆਪਣੇ ਨਗਰ ਵਿੱਚ ਕੋਈ ਮਿਹਣਾ ਨਹੀਂ। ਪਹਿਲਾਂ ਤਾਂ ਉਹ ਵੀ ਨਾਂਹ-ਨੁੱਕਰ ਜਿਹੀ ਕਰਨ ਲੱਗਾ ਫਿਰ ਆ ਕੇ ਲੈ ਗਿਆ।"

"ਉਹ ਵੀ ਲਿਜਾ ਕੇ ਸਾਨੂੰ ਉੱਥੇ, ਮੈਨੂੰ ਆਪਣੀ ਘਰਵਾਲੀ ਦੇ ਨਾਲ਼ ਕਲੀਨਅਪ ਕਰਨ ਲਈ ਭੇਜ ਦਿਆ ਕਰੇ। ਸਾਰੀ-ਸਾਰੀ ਰਾਤ ਮੇਰੇ ਤੋਂ ਉੱਥੇ ਕੰਮ ਕਰਵਾਏ ਤੇ ਪੈਸੇ ਸਾਰੇ ਆਪਣੀ ਜੇਬ ਵਿੱਚ ਪਾ ਲਿਆ ਕਰੇ। ਮੇਰੇ ਘਰਵਾਲੀ

ਵੀ ਨਾਲ਼ੇ ਸਾਰਾ ਦਿਨ ਨਿਆਣੇ ਸਾਂਭੇ ਤੇ ਨਾਲ਼ੇ ਘਰ ਦਾ ਕੰਮ ਕਰਿਆ ਕਰੇ। ਨੂੰਹ ਬੱਸ ਦਾਲ਼ ਦਾ ਇੱਕ ਵੱਡਾ ਸਾਰਾ ਪਤੀਲਾ ਧਰ ਦਿਆ ਕਰੇ ਤੇ ਆਖੇ ਖਾਈ ਚੱਲੋ ਉੱਨਾ ਚਿਰ ਜਿੰਨਾ ਚਿਰ ਮੁੱਕਦੀ ਨਹੀਂ।ਆਪ ਬਾਹਰੋਂ ਰੋਜ਼ ਖਾਣਾ ਆਡਰ ਕਰਨ।"

"ਸਾਲ ਬਾਅਦ ਬੇਟਾ ਰੱਖੜੀਆਂ ਆਈਆਂ। ਮੈਂ ਆਪਣੇ ਮੁੰਡੇ ਨੂੰ ਕਿਹਾ। ਮੇਰੀਆਂ ਭੈਣਾਂ ਇੰਡੀਆ ਹਨ ਉਹਨਾਂ ਵਿਚਾਰੀਆਂ ਨੂੰ ਕੁੱਝ ਪੈਸੇ ਪਾ ਦਿਓ।" ਅੱਗੋਂ ਮੇਰੀ ਨੂੰਹ ਬੋਲੀ, "ਇੱਕ ਅੱਧੀ ਹੁੰਦੀ ਤਾਂ ਅਸੀਂ ਪੈਸੇ ਪਾ ਦਿੰਦੇ, ਏਨੀਆਂ ਨੂੰ ਪਾ ਕੇ ਅਸੀਂ ਲੁੱਟ ਹੋਣਾ"?

ਮੈਂ ਉਹਨਾਂ ਨੂੰ ਕਿਹਾ, "ਓਏ ਮੈਂ ਥੋਡੇ ਕੋਲੋਂ ਕੁੱਝ ਨਹੀਂ ਲਿਆ ਤੇ ਮੈਂ ਥੋਡੇ ਬਰਾਬਰ ਕੰਮ ਕਰਦਾਂ ਹਾਂ। ਮੇਰੇ ਉਹਨਾਂ ਪੈਸਿਆਂ ਵਿੱਚੋਂ ਹੀ ਪਾ ਦਿਓ। ਬੱਸ ਬੇਟਾ ਭੇਜੇ ਹੀ ਨਾ। ਪੈਸੇ ਕੀਹਨੇ ਭੇਜਣਾ ਸੀ। ਟਾਲਮਟੋਲ ਹੀ ਕਰ ਦਿੱਤਾ।"

"ਫੇਰ ਕੀ ਸੀ ਧੀਏ ਮੈਂ ਤਾਂ ਕਹਿ ਤਾ ਮੈਂ ਤਾਂ ਅੱਧੇ ਪੈਸੇ ਲੈਣੇ ਨੇ, ਨਹੀਂ ਤਾਂ ਮੈਂ ਨੀ ਜਾਣਾ ਕੰਮ 'ਤੇ।" ਅੱਗੋਂ ਸਾਡੀ ਨੂੰਹ ਕਹਿੰਦੀ ਤੁਸੀਂ ਰੋਟੀ ਨੀ ਖਾਂਦੇ ਦੋਵੇਂ ਜਾਣੇ। ਮੈਂ ਕਿਹਾ, "ਤੁਸੀਂ ਅਜੇ ਸਾਡੀ ਰੋਟੀ ਨੌਲਦੇ ਹੋ। ਕੋਹਲੂ ਦੇ ਬੈਲ ਵਾਂਗੂੰ ਸਾਡੇ ਕੋਲੋਂ ਕੰਮ ਕਰਵਾਉਂਦੇ ਹੋ। ਅਜੇ ਸਾਡੀ ਰੋਟੀ ਦੁਖਦੀ ਹੈ ਥੋਨੂੰ। ਬੱਸ ਧੀਏ, ਫਿਰ ਮੈਂ ਆਪਣੇ ਹਿੱਸੇ ਦੇ ਪੈਸੇ ਲੈਣੇ ਸ਼ੁਰੂ ਕਰ ਦਿੱਤੇ ਤੇ ਸਾਡੀ ਨੂੰਹ ਨੇ ਸਾਡੇ ਨਾਲ਼ ਆਢਾ ਲਾਉਣਾ ਸ਼ੁਰੂ ਕਰ ਦਿੱਤਾ। ਕੰਮ ਤੇ ਲਿਜਾ ਕੇ ਆਪ ਇੱਕ ਲੀਰ ਜਿਹੀ ਚੁੱਕੀ ਫਿਰਨਾਂ। ਅਖੇ ਮੇਰੀ ਤਾਂ ਬੈਕ ਦੁਖਦੀ ਹੈ। ਸਾਰਾ ਵੈਕੂਮ ਮੈਂ ਲਾਉਣਾ, ਸਾਰਾ ਝਾੜੂ-ਪੋਚਾ ਮੈਂ ਲਾਉਣਾ ਤੇ ਸਾਰਾ ਕੂੜਾ ਮੈਂ ਕੱਢਣਾ। ਜਦ ਪੈਸੇ ਦੇਣ ਦੀ ਵਾਰੀ ਆਉਣੀ ਤਾਂ ਛੱਤੀ ਸੌ ਨੁਕਸ ਕੱਢਣੇ। ਅਖੇ ਡੈਡੀ ਚੰਗੀ ਤਰ੍ਹਾਂ ਪੋਚਾ ਨਹੀਂ ਲਾਉਂਦਾ ਅਤੇ ਨਾ ਹੀ ਕੂੜਾ ਚੰਗੀ ਤਰ੍ਹਾਂ ਕੱਢਦਾ ਹੈ। ਹਾਰ ਕੇ ਮੈਂ ਤਾਂ ਕਹਿ ਤਾ ਸਾਂਭੋ ਆਪਣਾ ਕੰਮ ਮੈਂ ਨਹੀਂ ਕਰਨਾ ਹੁਣ। ਦੂਜੇ ਦਿਨ ਮੈਂ ਠੇਕੇਦਾਰ ਨਾਲ਼ ਗੱਲ ਕਰਕੇ ਫਾਰਮਾਂ ਦਾ ਕੰਮ ਲੈ ਲਿਆ। ਤੇਰੀ ਅੰਟੀ ਵੀ ਕਦੇ-ਕਦੇ ਮੇਰੇ ਨਾਲ਼ ਚਲੀ ਜਾਂਦੀ ਹੈ। ਚੱਲ ਦੋਹਾਂ ਦੀਆਂ ਵੀਕਾਂ ਬਣ ਜਾਣਗੀਆਂ। ਬੱਸ ਉੱਦਣ ਦੀ ਹੀ ਘਰ ਵਿੱਚ ਲੜਾਈ ਪਈ ਹੋਈ ਹੈ। ਨੂੰਹ ਸਾਡੀ ਏਨਾ ਬੋਲਦੀ ਹੈ ਕਿ ਜਿਹੜਾ ਰਹੇ ਰੱਬ ਦਾ ਨਾ।ਮੁੰਡਾ ਵੀ ਉਹਦੇ ਮਗਰ ਲੱਗ ਕੇ ਘੋਗੜ ਕਾਂ ਬਣਿਆ ਹੋਇਆ ਹੈ। ਉਹ ਵੀ ਕਹਿੰਦਾ ਮੈਥੋਂ ਨੀ ਖਵਾਇਆ ਜਾਂਦਾ ਥੋਨੂੰ। ਅਖੇ ਮੇਰੇ ਤਾਂ ਆਪਣੇ ਖਰਚੇ ਹੀ ਬਹੁਤ ਨੇ ਜਾਂ ਤਾਂ ਫਿਰ ਪੈਸੇ ਦਿਓ ਜਾਂ ਫਿਰ ਆਪਣੀ ਕੋਈ ਬੇਸਮੈਂਟ ਲੱਭ ਲਵੋ। ਤੇਰੀ ਆਂਟੀ ਤਾਂ ਅਜੇ ਮੰਨਦੀ ਨਹੀਂ। ਔਖੀ ਭਾਵੇਂ ਜਿੰਨੀ ਮਰਜੀ ਹੋ ਜਾਵੇ। ਪਰ ਮੈਂ ਤਾਂ ਕਹਿ ਤਾ ਬਈ ਮੈਥੋਂ ਨਹੀਂ ਹੁਣ ਇਹਨਾ 'ਚ ਰਿਹਾ ਜਾਣਾ। ਹੁਣ ਤਾਂ ਸਿਰ ਚੋਂ ਪਾਣੀ ਲੰਘ ਚੁੱਕਾ ਹੈ।"

ਬਜ਼ੁਰਗ ਦੀ ਕਹਾਣੀ ਅਜੇ ਖਤਮ ਨਹੀਂ ਸੀ ਹੋਈ ਪਰ ਉਸ ਦੀਆਂ ਅੱਖਾਂ ਵਿੱਚੋਂ ਹੰਝੂ ਅਤੇ ਗਲ਼ ਭਰ ਆਇਆ ਸੀ। ਉਸ ਦਾ ਹੋਰ ਬੋਲਣਾ ਔਖਾ ਹੋ ਗਿਆ ਸੀ। ਰਾਣੀ ਉਸ ਨੂੰ ਦਿਲਾਸੇ ਦਿੰਦੀ-ਦਿੰਦੀ ਭੱਜ ਕੇ ਉੱਪਰੋਂ ਪਾਣੀ ਦਾ ਗਲਾਸ ਤੇ ਗਰਾਜ ਵਿੱਚੋਂ ਉਸਦੇ ਬੈਠਣ ਲਈ ਕੁਰਸੀ ਚੁੱਕ ਕੇ ਲਿਆਈ। ਬਜ਼ੁਰਗ ਕੁਰਸੀ ਤੇ ਬੈਠ ਕੇ ਪਾਣੀ ਪੀਣ ਲੱਗਾ। ਪਾਣੀ ਪੀ ਕੇ ਗਲਾਸ ਨੂੰ ਥੱਲੇ ਫਰਸ਼ ਤੇ ਰੱਖ ਕੇ ਉਸ ਨੇ ਆਪਣੀ ਜੈਕਟ ਦੀ ਜੇਬ ਵਿੱਚੋਂ ਇੱਕ ਪਤਲੀ ਜਿਹੀ ਡਾਇਰੀ ਕੱਢੀ। ਉਹ ਰਾਣੀ ਨੂੰ ਫੜਾਉਂਦਿਆਂ ਕਹਿਣ ਲੱਗਾ, "ਬੇਟਾ ਇਸ ਡਾਇਰੀ ਵਿੱਚੋਂ ਉਹ ਨੰਬਰ ਕੱਢ ਜਿਸ ਦੇ ਪਿੱਛੇ ਵਾਲੇ ਨੰਬਰ ਇੱਕ ਪਾਂਜਾ, ਇੱਕ ਏਕਾ ਤੇ ਦੋ ਦੂਏ ਹਨ। ਲੱਭ ਕੇ ਮੈਨੂੰ ਫੂਨ ਮਿਲ਼ਾ ਦੇ। ਮੈਂ ਕੁੜੀ ਨੂੰ ਫੂਨ ਕਰ ਲਵਾਂ। ਉਹ ਮੈਨੂੰ ਗੁਰਦੁਵਾਰਾ ਸਾਹਿਬ ਤੋਂ ਆ ਕੇ ਲੈ ਜਾਵੇਗੀ"।

ਰਾਣੀ ਬਜ਼ੁਰਗ ਦੀ ਅਜੀਬ ਜਿਹੀ ਫ਼ੋਨ ਨੰਬਰਾਂ ਵਾਲੀ ਡਾਇਰੀ ਨੂੰ ਵੇਖ ਕੇ ਬਹੁਤ ਹੈਰਾਨ ਹੋਈ। ਜਿਸ ਵਿੱਚ ਕਿਸੇ ਦਾ ਨਾਂ ਨਹੀਂ ਸੀ ਸਿਰਫ ਨੰਬਰ ਹੀ ਲਿਖੇ ਹੋਏ ਸਨ। ਉਸਨੇ ਬਜ਼ੁਰਗ ਨੂੰ ਪੁੱਛਿਆ, "ਅੰਕਲ ਏਥੇ ਕਿਸੇ ਦਾ ਨਾਂ ਤਾਂ ਨਹੀਂ ਲਿਖਿਆ। ਸਿਰਫ ਨੰਬਰ ਹੀ ਲਿਖੇ ਹੋਏ ਨੇ। ਕੀ ਤੁਹਾਨੂੰ ਪਤਾ ਹੈ ਕਿ ਇਹ ਨੰਬਰ ਕਿਸਦੇ ਨੇ?"

"ਹਾਂ, ਬੇਟਾ ਮੈਂ ਤਾਂ ਅਨਪੜ ਹਾਂ। ਮੈਨੂੰ ਕਿਹੜਾ ਪੜ੍ਹਨਾ-ਲਿਖਣਾ ਆਉਂਦਾ ਹੈ। ਪਰ ਮੈਨੂੰ ਨੰਬਰਾਂ ਦੀ ਪਛਾਣ ਹੈ। ਇਹ ਨੰਬਰ ਮੇਰੇ ਸਾਲ਼ੇ ਦੀ ਪੋਤੀ ਦਾ ਹੈ। ਉਹ ਕਹਿੰਦੀ ਸੀ ਕੋਈ ਨੀ ਫੁੱਫੜ ਜੀ ਮੈਂ ਥੋਨੂੰ ਰੈਡ ਦੇ ਦੇਵਾਂਗੀ। ਮੈਨੂੰ ਫ਼ੋਨ ਕਰ ਦਿਓ।"

ਰਾਣੀ ਉਸ ਬਜ਼ੁਰਗ 'ਤੇ ਬਹੁਤ ਹੀ ਖੁਸ਼ ਹੋਈ। ਉਸ ਨੇ ਫ਼ੋਨ ਮਿਲ਼ਾ ਕੇ ਉਸ ਨੂੰ ਦੇ ਦਿੱਤਾ। ਉਹ ਫ਼ੋਨ 'ਤੇ ਗੱਲ ਕਰਕੇ ਗੁਰਦੁਵਾਰਾ ਸਾਹਿਬ ਵੱਲ ਨੂੰ ਤੁਰ ਪਿਆ। ਰਾਣੀ ਤੁਰੇ ਜਾਂਦੇ ਬਜ਼ੁਰਗ ਨੂੰ ਦੂਰ ਤੱਕ ਵੇਂਹਦੀ ਰਹੀ। ਜਦ ਉਹ ਨਜ਼ਰੋਂ ਉਹਲੇ ਹੋ ਗਿਆ ਤਾਂ ਬੇਸਮੈਂਟ ਦਾ ਦਰਵਾਜ਼ਾ ਬੰਦ ਕਰਕੇ ਉਹ ਉਸਦੇ ਕੱਲ੍ਹ ਨੂੰ ਆਉਣ ਦਾ ਇੰਤਜ਼ਾਰ ਕਰਨ ਲੱਗੀ।

ਅਗਲੇ ਦਿਨ ਮਿਥੇ ਹੋਏ ਸਮੇਂ ਅਨੁਸਾਰ ਬਜ਼ੁਰਗ ਆਪਣੀ ਘਰਵਾਲ਼ੀ ਨੂੰ ਨਾਲ਼ ਲੈ ਕੇ ਆ ਗਿਆ। ਉਸ ਦੇ ਨਾਲ਼ ਉਸ ਦਾ ਵੱਡਾ ਮੁੰਡਾ ਸੀ। ਉਸਨੇ ਆਪਣੀ ਜੇਬ ਵਿੱਚੋਂ ਕਿਰਾਇਆ ਕੱਢ ਕੇ ਰਾਣੀ ਨੂੰ ਦੇ ਦਿੱਤਾ। ਰਾਣੀ ਨੇ ਵੀ ਉਸੇ ਵਕਤ ਹੀ ਬੇਸਮੈਂਟ ਦੀ ਚਾਬੀ ਲਿਆ ਕੇ ਉਸਦੇ ਹੱਥ ਤੇ ਧਰ ਦਿੱਤੀ। ਬਜ਼ੁਰਗ ਦੀ ਪਤਨੀ ਥੋੜੀ ਉਦਾਸ ਲਗਦੀ ਸੀ ਪਰ ਬਜ਼ੁਰਗ ਤੇ ਉਸਦਾ ਪੁੱਤਰ ਬਹੁਤ ਖੁਸ਼ ਜਾਪਦੇ ਸਨ।

ਅਗਲੇ ਦਿਨ ਦੁਪਹਿਰ ਵੇਲ਼ੇ ਉਹੀ ਮੁੰਡਾ ਪਿੱਕਅਪ ਵਿੱਚ ਉਹਨਾਂ ਦਾ ਸਮਾਨ

ਛੱਡ ਗਿਆ ਤੇ ਨਾਲ਼ ਹੀ ਉਹਨਾਂ ਦੋਹਾਂ ਨੂੰ ਵੀ। ਉਹ ਦੋਵੇਂ ਪੂਰੇ ਦਸ ਸਾਲ ਰਾਣੀ ਦੀ ਬੇਸਮੈਂਟ ਵਿੱਚ ਰਹੇ। ਪਰ ਰਾਣੀ ਨੇ ਉਹਨਾਂ ਦੇ ਦੋਵੇਂ ਪੁੱਤਰਾਂ ਵਿੱਚੋਂ ਕਿਸੇ ਨੂੰ ਵੀ ਆਉਂਦਿਆਂ-ਜਾਂਦਿਆਂ ਨਹੀਂ ਸੀ ਵੇਖਿਆ। ਪਰ ਕਦੇ-ਕਦੇ ਬਜ਼ੁਰਗ ਦੇ ਸਾਲ਼ੇ ਦੀ ਕੁੜੀ ਜ਼ਰੂਰ ਗੇੜਾ ਮਾਰ ਜਾਇਆ ਕਰਦੀ ਸੀ। ਉਹ ਉਹਨਾਂ ਨੂੰ ਕੁੱਝ ਲੋੜੀਂਦੀਆਂ ਚੀਜ਼ਾਂ ਵੀ ਲੈ ਕੇ ਦੇ ਜਾਇਆ ਕਰਦੀ ਸੀ। ਉਹ ਦੋਵੇਂ ਪਤੀ-ਪਤਨੀ ਫਾਰਮਾਂ ਵਿੱਚ ਸਾਲ ਦੇ ਛੇ ਮਹੀਨੇ ਕੰਮ ਕਰਦੇ। ਅੰਕਲ ਤਾਂ ਹਮੇਸ਼ਾਂ ਚੁਸਤ-ਫੁਰਤ ਤੇ ਠੀਕ-ਠਾਕ ਰਹਿੰਦਾ। ਉਸ ਦੀ ਪਤਨੀ ਅੰਟੀ ਹਰ ਸਮੇਂ ਆਪਣੇ ਗੋਡਿਆਂ ਤੇ ਬੈਕ ਦਰਦ ਦੀ ਸ਼ਕਾਇਤ ਕਰਦੀ। ਕਈ ਵਾਰੀ ਬੈਰੀ ਦੇ ਸੀਜਨ ਵਿੱਚ ਉਸ ਦੀਆਂ ਚਾਘਾਂ ਵੀ ਰਾਣੀ ਨੂੰ ਸੁਣਾਈ ਦਿੰਦੀਆਂ। ਉਹ ਰਾਣੀ ਨੂੰ ਆਖਦੀ ਸੀ ਕਿ ਉਹ ਕਿੰਨੀ ਔਖੀ ਹੋ ਕੇ ਬੈਰੀ ਤੋੜਦੀ ਹੈ। ਸਵੇਰ ਵੇਲ਼ੇ ਤਾਂ ਉਸਦਾ ਸਰੀਰ ਆਕੜਿਆ ਹੁੰਦਾ ਹੈ। ਪਰ ਅੰਕਲ ਉਸ ਦੀ ਮਦਦ ਕਰਨ ਲਈ ਹਰ ਵੇਲੇ ਤਿਆਰ ਰਹਿੰਦਾ। ਪਹਿਲਾਂ ਉਹ ਉਸ ਲਈ ਚਾਹ ਬਣਾ ਕੇ ਦਿੰਦਾ ਤੇ ਫਿਰ ਉਹ ਦੋਵੇਂ ਬੈਰੀ ਤੇ ਲਿਜਾਣ ਲਈ ਲੰਚ ਤਿਆਰ ਕਰਦੇ। ਕਦੇ-ਕਦੇ ਰਾਣੀ ਵੀ ਉਹਨਾਂ ਲਈ ਖਾਣਾ ਬਣਾ ਦਿਆ ਕਰਦੀ ਸੀ।

ਜਿਵੇਂ-ਜਿਵੇਂ ਸਮਾਂ ਲੰਘਦਾ ਗਿਆ ਤਿਵੇਂ-ਤਿਵੇਂ ਉਸ ਬਜ਼ੁਰਗ ਜੋੜੇ ਨੇ ਵੀ ਕਨੇਡਾ ਦੀ ਧਰਤੀ ਤੇ ਆਪਣੇ ਦਸ ਸਾਲ ਪੂਰੇ ਕਰ ਲਏ ਸਨ। ਉਹ ਪੈਨਸ਼ਨ ਦੇ ਹੱਕਦਾਰ ਹੋ ਗਏ ਸਨ। ਰਾਣੀ ਨੇ ਉਹਨਾਂ ਦੀ ਪੈਨਸ਼ਨ ਦੇ ਫਾਰਮ ਵੀ ਭਰਵਾ ਦਿੱਤੇ ਸਨ। ਅਖੀਰ ਉਹ ਸਮਾਂ ਆ ਗਿਆ ਜਦ ਉਹਨਾਂ ਨੂੰ ਪੈਨਸ਼ਨ ਲੱਗ ਗਈ। ਉਹ ਹੁਣ ਦੋਵੇਂ ਅਰਾਮ ਦੇ ਨਾਲ਼ ਘਰ ਹੀ ਰਹਿੰਦੇ। ਸਰੀਰ ਵਿੱਚ ਭਾਵੇਂ ਪਹਿਲਾਂ ਜਿੰਨੀ ਤਾਕਤ ਨਹੀਂ ਸੀ ਰਹੀ ਪਰ ਫਿਰ ਵੀ ਸੁਖੀ ਜੀਵਨ ਬਤੀਤ ਕਰਦੇ ਸਨ। ਹੁਣ ਰਾਣੀ ਹੀ ਉਹਨਾਂ ਲਈ ਖਾਣਾ ਬਣਾਉਂਦੀ, ਲ਼ਾਂਡਰੀ ਕਰਦੀ ਤੇ ਉਹਨਾਂ ਦੀ ਬੇਸਮੈਂਟ ਦੀ ਸਫਾਈ ਕਰਦੀ ਸੀ। ਜਦ ਕਿਤੇ ਵੀ ਉਹਨਾਂ ਦੀ ਅਪਾਇੰਟਮੈਂਟ ਹੁੰਦੀ ਤਾਂ ਰਾਣੀ ਹੀ ਉਹਨਾਂ ਨੂੰ ਨਾਲ਼ ਲੈ ਕੇ ਜਾਂਦੀ ਸੀ। ਜਿੱਥੇ ਕਿਤੇ ਵੀ ਉਹਨਾਂ ਦੇ ਦਸਤਖਤਾਂ ਦੀ ਲੋੜ ਹੁੰਦੀ ਤਾਂ ਰਾਣੀ ਹੀ ਕਰ ਦਿੰਦੀ ਸੀ। ਇੱਥੋਂ ਤੱਕ ਕੇ ਉਹਨਾਂ ਦੇ ਬੈਂਕ ਅਕਾਊਂਟ ਵਿੱਚ ਜਿੱਥੇ ਉਹਨਾਂ ਦੀ ਪੈਨਸ਼ਨ ਆਉਂਦੀ ਸੀ ਰਾਣੀ ਦਾ ਨਾਂ ਨਾਲ਼ ਸੀ। ਰਾਣੀ ਨੇ ਉਦੋਂ ਭਾਵੇਂ ਬੈਂਕ ਅਕਾਊਂਟ ਵਿੱਚ ਆਪਣਾ ਨਾਂ ਪਵਾਉਣ ਤੋਂ ਨਾਂਹ ਕਰ ਦਿੱਤੀ ਸੀ ਪਰ ਅੰਕਲ ਦੇ ਕਹਿਣ ਤੇ ਪੁੱਤ ਕਰ ਦੇ ਦਸਖਤ ਸਾਨੂੰ ਤੇਰੇ ਤੇ ਵਿਸ਼ਵਾਸ ਹੈ। ਤੂੰ ਸਾਡੀ ਧਰਮ ਦੀ ਧੀ ਹੈ। ਰਾਣੀ ਨੇ ਦਸਖਤ ਕਰਕੇ ਉਹਨਾਂ ਦੇ ਅਕਾਊਂਟ ਵਿੱਚ ਆਪਣਾ ਨਾਂ ਨਾਲ਼ ਪੁਆ ਲਿਆ ਸੀ।

ਜਿਵੇਂ-ਜਿਵੇਂ ਬੁਢੇਪਾ ਵਧਦਾ ਗਿਆ ਆਂਟੀ ਅੰਕਲ ਦੇ ਨਾਲੋਂ ਛੇਤੀ ਹੰਭ ਗਈ ਸੀ। ਉਹ ਬਹੁਤ ਹੀ ਕਮਜ਼ੋਰ ਦਿਸਦੀ ਸੀ। ਉਂਜ ਉਸਦੇ ਕਾਫੀ ਅਪਰੇਸ਼ਨ

ਵੀ ਹੋ ਚੁੱਕੇ ਸਨ। ਜਿਵੇਂ ਕਿ ਗੋਡਿਆਂ ਦੇ, ਅੱਖਾਂ ਦੇ ਅਤੇ ਹਰਨੀਆਂ ਦੇ। ਰਾਣੀ ਤੇ ਅੰਕਲ ਹਮੇਸ਼ਾਂ ਉਸਦਾ ਸਾਥ ਦਿੰਦੇ। ਕਦੇ ਵੀ ਉਸਨੂੰ ਢਹਿੰਦੀਆਂ ਕਲਾਂ ਵਿੱਚ ਨਾ ਜਾਣ ਦਿੰਦੇ। ਪਰ ਇਸ ਵਾਰ ਉਹ ਵਾਸ਼ਰੂਮ ਵਿੱਚ ਡਿਗ ਪਈ। ਡਿਗਣ ਦੇ ਕਾਰਨ ਉਸ ਦਾ ਚੂਕਣਾ ਟੁੱਟ ਗਿਆ। ਡਾਕਟਰਾਂ ਨੇ ਉਸਨੂੰ ਤੁਰਨ-ਫਿਰਨ ਤੋਂ ਮਨ੍ਹਾਂ ਕਰ ਦਿੱਤਾ। ਉਹ ਮੰਜੇ 'ਤੇ ਹੀ ਪਈ ਰਹਿੰਦੀ। ਨਰਸ ਘਰ ਆ ਕੇ ਸ਼ਾਮ ਨੂੰ ਉਸਨੂੰ ਐਕਸਰਸਾਈਜ਼ ਕਰਵਾ ਜਾਂਦੀ। ਪਰ ਫਿਰ ਵੀ ਉਸ ਵਿੱਚ ਪਹਿਲਾਂ ਵਾਲ਼ੀ ਤਾਕਤ ਨਾ ਰਹੀ। ਉਹ ਮੰਜੇ 'ਤੇ ਪਈ ਹਰ ਸਮੇਂ ਆਪਣੇ ਮੁੰਡਿਆਂ ਨੂੰ ਮਿਲਣ ਲਈ ਤਾਂਘਦੀ। ਉਹਨਾਂ ਨੂੰ ਫ਼ੋਨ ਕਰਨ ਦੇ ਲਈ ਰਾਣੀ ਨੂੰ ਵਾਰ-ਵਾਰ ਆਖਦੀ।

ਇੱਕ ਦਿਨ ਅੰਕਲ ਨੇ ਹਾਰ ਕੇ ਰਾਣੀ ਨੂੰ ਆਖ ਹੀ ਦਿੱਤਾ, "ਜਾਹ ਧੀਏ ਕਰ ਦੇ ਤੂੰ ਇਹਦੇ ਮੁੰਡਿਆਂ ਨੂੰ ਫ਼ੋਨ। ਕਰ ਦੇ ਇਹਦੀ ਇਹ ਵੀ ਰੀਝ ਪੂਰੀ। ਕਿਤੇ ਉਹਨਾਂ ਨੂੰ ਮਿਲਿਆਂ ਬਗੈਰ ਹੀ ਨਾ ਨਿਕਲ਼ ਜਾਣ ਇਹਦੇ ਪ੍ਰਾਣ। ਉੱਦਾਂ ਤਾਂ ਉਹਨਾਂ ਨੇ ਸਾਡੀ ਏਨੀ ਦੇਰ ਦੀ ਸਾਰ ਨੀ ਲਈ। ਏਨੇ ਏਹਦੇ ਅਪ੍ਰੇਸ਼ਨ ਹੋਏ। ਮੈਂ ਏਨਾ ਬਿਮਾਰ ਰਿਹਾ। ਕੋਈ ਆਇਆ? ਬੱਸ ਤੇਰਾ ਹੀ ਪੁੱਤ, ਸਾਡੇ ਨਾਲ਼ ਕੋਈ ਪਿਛਲਾ ਹਿਸਾਬ-ਕਿਤਾਬ ਹੈ"।

ਰਾਣੀ ਨੇ ਅੰਕਲ ਦੀ ਗੱਲ ਮੰਨ ਕੇ ਉਹਨਾਂ ਦੇ ਵੱਡੇ ਮੁੰਡੇ ਨੂੰ ਫ਼ੋਨ ਕਰ ਦਿੱਤਾ। ਉਹ ਉਸੇ ਦਿਨ ਆਉਣ ਦਾ ਵਾਅਦਾ ਕਰਕੇ ਚੌਥੇ ਦਿਨ ਆਪਣੇ ਛੋਟੇ ਭਰਾ ਨੂੰ ਨਾਲ਼ ਲੈ ਕੇ ਆਇਆ। ਅੰਟੀ ਆਪਣੇ ਪੁੱਤਰਾਂ ਨੂੰ ਵੇਖ ਕੇ ਬਹੁਤ ਖੁਸ਼ ਹੋਈ। ਉਹ ਵਾਰ-ਵਾਰ ਉਹਨਾਂ ਕੋਲੋਂ ਉਹਨਾਂ ਦੀਆਂ ਪਤਨੀਆਂ ਅਤੇ ਬੱਚਿਆਂ ਦੀ ਸੁੱਖ-ਸਾਂਦ ਪੁੱਛਦੀ ਰਹੀ। ਉਹਨਾਂ ਨੂੰ ਮਿਲਣ ਦੀ ਇੱਛਾ ਪ੍ਰਗਟ ਕਰਦੀ ਰਹੀ। ਪਰ ਅੰਕਲ ਟੱਸ ਤੋਂ ਮੱਸ ਨਾ ਹੋਇਆ। ਉਸਨੇ ਦੋਹਾਂ ਮੁੰਡਿਆਂ ਵਿੱਚੋਂ ਕਿਸੇ ਨੂੰ ਨਾ ਬੁਲਾਇਆ। ਚੁੱਪ-ਚਾਪ ਬੈਠਾ ਟੈਲੀਵੀਜ਼ਨ ਵੇਖਦਾ ਰਿਹਾ। ਦੋਵੇਂ ਮੁੰਡੇ ਮਸਾਂ ਅੱਧਾ ਕੁ ਘੰਟਾ ਬੈਠੇ। ਉਹ ਆਪਣੇ ਪਰਿਵਾਰਾਂ ਨੂੰ ਨਾਲ਼ ਲੈ ਕੇ ਆਉਣ ਦਾ, ਆਪਣੀ ਮਾਂ ਦੇ ਨਾਲ਼ ਵਾਅਦਾ ਕਰਕੇ ਚਲੇ ਗਏ।

ਮੁੰਡਿਆਂ ਦੇ ਜਾਣ ਦੀ ਦੇਰ ਹੀ ਸੀ ਕਿ ਅੰਕਲ ਗੁੱਸੇ ਵਿੱਚ ਭਟਕ ਉੱਠਿਆ। ਉਹ ਅੰਟੀ ਨੂੰ ਇਸ ਤਰ੍ਹਾਂ ਤਾਅਨੇ-ਮਿਹਣੇ ਦੇਣ ਲੱਗਾ ਜਿਸ ਤਰ੍ਹਾਂ ਉਸਨੇ ਕੋਈ ਬਹੁਤ ਵੱਡਾ ਗੁਨਾਹ ਕਰ ਦਿੱਤਾ ਹੋਵੇ। ਉਸਦਾ ਉੱਚੀ-ਉੱਚੀ ਬੋਲਦੇ ਦਾ ਮੂੰਹ- ਲਾਲ ਸੂਹਾ ਹੋ ਰਿਹਾ ਸੀ। ਉਹ ਇਸ ਤਰ੍ਹਾਂ ਜਾਪ ਰਿਹਾ ਸੀ ਜਿਸ ਤਰ੍ਹਾਂ ਉਹ ਕੋਈ ਬੰਬ ਹੋਵੇ ਤੇ ਹੁਣੇ ਹੀ ਫਟ ਜਾਵੇਗਾ ਤੇ ਸਭ ਕੁੱਝ ਚਕਨਾਚੂਰ ਕਰ ਜਾਵੇਗਾ।

ਜਦ ਉਹ ਬੋਲਦਾ-ਬੋਲਦਾ ਆਪੇ ਤੋਂ ਬਾਹਰ ਹੋਣ ਲੱਗਾ ਤਾਂ ਰਾਣੀ ਉਸਨੂੰ ਮੋਢਿਆਂ ਤੋਂ ਫੜ ਕੇ ਉਸਦੇ ਕਮਰੇ ਵਿੱਚ ਲੈ ਗਈ। ਉਹ ਉਸਨੂੰ ਮੰਜੇ 'ਤੇ ਬਿਠਾ

ਕੇ ਕਹਿਣ ਲੱਗੀ, "ਅੰਕਲ ਤੁਸੀਂ ਹੁਣ ਇੱਥੇ ਬੈਠੋ। ਤੁਸੀਂ ਹੁਣ ਬਾਹਰ ਨਹੀਂ ਆ ਸਕਦੇ ਅਤੇ ਨਾ ਹੀ ਅੰਟੀ ਨੂੰ ਕੁੱਝ ਕਹਿ ਸਕਦੇ ਹੋ। ਤੁਹਾਨੂੰ ਮੇਰੀ ਕਸਮ ਹੈ"।

"ਹਾਂ ਬੇਟਾ, ਮੈਂ ਹੁਣ ਉਸਨੂੰ ਕੁੱਝ ਨਹੀਂ ਕਹਿੰਦਾ। ਮੈਂ ਤੇਰੀ ਗੱਲ ਮੰਨਦਾਂ ਹਾਂ। ਪਰ ਮੈਂ ਵੀ ਤੈਨੂੰ ਇੱਕ ਕਸਮ ਦਿੰਦਾ ਹਾਂ ਕਿ ਤੂੰ ਹੁਣ ਕਦੇ ਵੀ ਉਹਨਾਂ ਨੂੰ ਫੂਨ ਨਹੀਂ ਕਰੇਂਗੀ, ਭਾਵੇਂ ਅਸੀਂ ਦੋਵੇਂ ਮਰੇ ਪਏ ਹੋਈਏ"। ਸਾਹੋ-ਸਾਹ ਹੋਏ ਅੰਕਲ ਨੇ ਰਾਣੀ ਨੂੰ ਕਿਹਾ।

ਹਾਂ ਠੀਕ ਹੈ, ਆਖ ਕੇ ਰਾਣੀ ਨੇ ਉਸਨੂੰ ਮੰਜੇ 'ਤੇ ਪਾ ਦਿੱਤਾ। ਜਦ ਉਹ ਆਪਣਾ ਮੂੰਹ ਸਿਰ ਢਕ ਕੇ ਪੈ ਗਿਆ ਤਾਂ ਰਾਣੀ ਬਾਹਰ ਆ ਗਈ। ਥੋੜ੍ਹਾ ਚਿਰ ਆਂਟੀ ਕੋਲ਼ ਬੈਠੀ। ਕੁੱਝ ਗੱਲਾਂ-ਬਾਤਾਂ ਕਰਕੇ ਉਹ ਖਾਣਾ ਬਣਾਉਣ ਦੇ ਲਈ ਉੱਪਰ ਚਲੀ ਗਈ।

ਤਕਰੀਬਨ ਦੋ ਕੁ ਘੰਟਿਆਂ ਬਾਅਦ ਰਾਣੀ ਖਾਣਾ ਬਣਾ ਕੇ ਥੱਲੇ ਵਾਪਸ ਆਈ। ਉਸਨੇ ਸੋਫੇ 'ਤੇ ਬੈਠੀ ਅੰਟੀ ਨੂੰ ਪਹਿਲਾਂ ਪਲੇਟ ਵਿੱਚ ਖਾਣਾ ਪਾ ਕੇ ਦੇ ਦਿੱਤਾ। ਫਿਰ ਅੰਕਲ ਨੂੰ ਬੁਲਾਉਣ ਲਈ ਉਹ ਅੰਦਰ ਗਈ। ਅੰਦਰ ਜਾ ਕੇ ਵੇਖਿਆ ਅੰਕਲ ਫਰਸ਼ ਤੇ ਮੂਧੇ-ਮੂੰਹ ਡਿੱਗਿਆ ਪਿਆ ਸੀ। ਰਾਣੀ ਨੂੰ ਹੱਥਾਂ-ਪੈਰਾਂ ਦੀ ਪੈ ਗਈ। ਉਸਨੇ ਫਟਾ-ਫਟ ਐਂਬੂਲੈਂਸ ਨੂੰ ਫ਼ੋਨ ਕਰਕੇ ਸੱਦਿਆ। ਉਹ ਅੰਕਲ ਦੀ ਚੈੱਕਅਪ ਕਰਨ ਤੋਂ ਬਾਅਦ ਉਸਨੂੰ ਹਸਪਤਾਲ ਲੈ ਗਏ। ਰਾਣੀ ਵੀ ਆਪਣੀ ਕਾਰ ਲੈ ਕੇ ਉਹਨਾਂ ਦੇ ਪਿੱਛੇ ਚਲੀ ਗਈ। ਉੱਥੇ ਪਹੁੰਚਣ ਸਾਰ ਡਾਕਟਰ ਨੇ ਉਸਨੂੰ ਦੱਸਿਆ ਕਿ ਮਰੀਜ਼ ਦੀ ਹਾਲਤ ਬਹੁਤ ਖਰਾਬ ਹੈ। ਡਿਗਣ ਦੇ ਕਾਰਨ ਉਸਦੇ ਸਿਰ ਵਿੱਚ ਸੱਟ ਵੱਜੀ ਹੈ ਤੇ ਖ਼ੂਨ ਉਸਦੇ ਅੰਦਰ ਵਹਿ ਗਿਆ ਹੈ। ਬਲੱਡ ਪ੍ਰੈਸ਼ਰ ਵੀ ਬਹੁਤ ਹਾਈ ਹੈ। ਕੰਟਰੋਲ ਕਰਨ ਦੇ ਲਈ ਦਵਾਈਆਂ ਦਿੱਤੀਆਂ ਗਈਆਂ ਹਨ। ਉਹਨਾਂ ਦੀ ਉਮਰ ਵੀ ਨੱਬੇ ਪਲੱਸ ਹੋ ਗਈ ਹੈ। ਇਸ ਕਰਕੇ ਇਹਨਾਂ ਦੇ ਸਰੀਰ ਵਿੱਚ ਏਨਾ ਕੁੱਝ ਸਹਿਣ ਦੀ ਤਾਕਤ ਨਹੀਂ ਹੈ। ਇਸ ਕਰਕੇ ਮਰੀਜ਼ ਦੇ ਬਚ ਜਾਣ ਦੀ ਉਮੀਦ ਦੇਣੀ ਬਹੁਤ ਹੀ ਮੁਸ਼ਕਲ ਹੈ।

ਰਾਣੀ ਡਾਕਟਰ ਦੇ ਮੂੰਹੋਂ ਇਹ ਗੱਲ ਸੁਣ ਕੇ ਬਹੁਤ ਹੀ ਉਦਾਸ ਹੋ ਗਈ। ਉਹ ਭਰੇ ਮਨ ਨਾਲ਼ ਡਾਕਟਰ ਕੋਲ਼ ਅੰਕਲ ਨੂੰ ਬਚਾਉਣ ਦੀ ਪੂਰੀ ਕੋਸ਼ਿਸ਼ ਕਰਨ ਬਾਰੇ ਆਖਣ ਲੱਗੀ। ਘਰ ਵਾਪਸ ਆਉਂਦਿਆਂ ਸਾਰ ਹੀ ਉਸਨੇ ਆਪਣਾ ਪਰਸ ਪੌੜੀਆਂ ਵਿੱਚ ਰੱਖਿਆ ਤੇ ਸਿੱਧੀ ਬੇਸਮੈਂਟ ਵਿੱਚ ਅੰਟੀ ਨੂੰ ਵੇਖਣ ਚਲੀ ਗਈ। ਅੰਟੀ ਦੀ ਰੋਟੀ ਉਵੇਂ ਹੀ ਅੱਧ-ਪਚੱਧੀ ਮੇਜ਼ ਤੇ ਪਈ ਸੀ। ਅੰਟੀ ਅਜੇ ਜਾਗਦੀ ਸੀ। ਉਹ ਸੋਫੇ ਤੇ ਹੀ ਪਈ ਸੀ। ਉਸਨੇ ਰਾਣੀ ਆਈ ਨੂੰ ਵੇਖ ਕੇ ਉੱਠਣਾ ਚਾਹਿਆ ਪਰ ਉਸ ਤੋਂ ਉਠਿਆ ਨਾ ਗਿਆ। ਰਾਣੀ ਨੇ ਸਹਾਰਾ ਦੇ ਕੇ ਉਸ ਨੂੰ ਉਠਾ ਦਿੱਤਾ ਤੇ ਸੋਫੇ ਨਾਲ਼ ਢੋ ਲਵਾ ਕੇ ਬਿਠਾ ਦਿੱਤਾ। ਕੋਲ਼ ਪਈ ਅੱਧ-ਪਚੱਧੀ

ਰੋਟੀ ਨੂੰ ਵੇਖ ਕੇ ਰਾਣੀ ਨੇ ਉਸਨੂੰ ਪੁਛਿਆ, "ਅੰਟੀ ਆਹ ਰੋਟੀ ਉਂਜ ਹੀ ਬਚੀ ਪਈ ਹੈ। ਕੀ ਗੱਲ ਖਾਧੀ ਕਿਉਂ ਨਹੀਂ?"

ਅੱਗੋਂ ਆਂਟੀ ਨੇ ਆਪਣੀ ਛਾਤੀ ਵਿੱਚ ਹੋ ਰਹੇ ਮੱਠੇ-ਮੱਠੇ ਦਰਦ ਬਾਰੇ ਰਾਣੀ ਨੂੰ ਦੱਸਿਆ। ਰਾਣੀ ਫਟਾ-ਫਟ ਲੌਂਗ-ਲੈਚੀਆਂ ਵਾਲੀ ਚਾਹ ਅੰਟੀ ਲਈ ਬਣਾਉਣ ਲੱਗੀ। ਉਸਨੇ ਅੰਟੀ ਨੂੰ ਅੰਕਲ ਬਾਰੇ ਕੁੱਝ ਨਾ ਦੱਸਿਆ। ਉਹ ਵਾਰ-ਵਾਰ ਰਾਣੀ ਤੋਂ ਅੰਕਲ ਬਾਰੇ ਪੁੱਛਦੀ ਰਹੀ ਪਰ ਰਾਣੀ ਅੰਕਲ ਠੀਕ ਹੈ ਇੰਜ ਹੀ ਜੁਆਬ ਦਿੰਦੀ ਰਹੀ। ਉਹ ਚਾਹ ਬਣਾ ਕੇ ਖੁਦ ਹੀ ਅੰਟੀ ਨੂੰ ਪਿਲਾਉਣ ਲੱਗੀ। ਦੋ ਘੁੱਟਾਂ ਭਰਨ ਤੋਂ ਬਾਅਦ ਅੰਟੀ ਨੂੰ ਹੁੱਬੂ ਆ ਗਿਆ। ਉਹ ਰਾਣੀ ਦੀ ਗੋਦੀ ਵਿੱਚ ਹੀ ਲੁਟਕ ਗਈ। ਰਾਣੀ ਘਬਰਾ ਗਈ। ਘਾਬਰੀ ਹੋਈ ਰਾਣੀ ਕਦੇ ਅੰਟੀ ਦੀਆਂ ਗੱਲ੍ਹਾਂ 'ਤੇ ਹੱਥ ਮਾਰੇ ਤੇ ਕਦੇ ਛਾਤੀ 'ਤੇ। ਉਹ ਉੱਚੀ-ਉੱਚੀ ਅੰਟੀ-ਅੰਟੀ ਆਖ ਕੇ ਉਸਨੂੰ ਬੁਲਾਉਣ ਲੱਗੀ। ਪਰ ਅੰਟੀ ਤਾਂ ਬੇਹੋਸ਼ ਹੋ ਗਈ ਸੀ। ਉਸ ਦੀਆਂ ਅੱਖਾਂ ਉੱਪਰ ਚੜ੍ਹ ਗਈਆਂ ਸਨ। ਰਾਣੀ ਨੇ ਫਿਰ 911 ਕਾਲ ਕਰ ਕੇ ਐਂਬੂਲੈਂਸ ਮੰਗਵਾਈ। ਉਹ ਅੰਟੀ ਨੂੰ ਹਸਪਤਾਲ ਲੈ ਗਏ। ਰਾਣੀ ਵੀ ਉਹਨਾਂ ਦੇ ਮਗਰ ਆਪਣੀ ਕਾਰ ਵਿੱਚ ਹਸਪਤਾਲ਼ ਪਹੁੰਚ ਗਈ। ਉੱਥੇ ਪਹੁੰਚਦਿਆਂ ਸਾਰ ਹੀ ਡਾਕਟਰਾਂ ਨੇ ਉਸਨੂੰ ਦੱਸਿਆ ਕਿ ਸ੍ਰੀਮਤੀ ਢਿੱਲੋਂ ਸਾਡੇ ਵਿਚਕਾਰ ਹੁਣ ਨਹੀਂ ਰਹੇ। ਇਹ ਸੁਣਦਿਆਂ ਸਾਰ ਹੀ ਰਾਣੀ ਦੀਆਂ ਭੁੱਬਾਂ ਨਿਕਲ਼ ਗਈਆਂ।

ਉਹ ਰੋਂਦੀ-ਰੋਂਦੀ ਉਸ ਕਮਰੇ ਵੱਲ ਨੂੰ ਚਲੀ ਗਈ ਜਿੱਥੇ ਅੰਕਲ ਜ਼ਿੰਦਗੀ ਤੇ ਮੌਤ ਵਿਚਕਾਰ ਲਟਕ ਰਿਹਾ ਸੀ। ਅੰਕਲ ਕੋਲ਼ ਜਾ ਕੇ ਉਸ ਦੀਆਂ ਭੁੱਬਾਂ ਨਿਕਲ ਗਈਆਂ। ਉਹ ਅੰਕਲ ਦੇ ਹੱਥ ਫੜ ਉੱਚੀ-ਉੱਚੀ ਰੋਣ ਲੱਗੀ। ਉਸ ਦੀ ਹਾਲਤ ਪਾਗਲਾਂ ਵਰਗੀ ਹੋ ਰਹੀ ਸੀ। ਉਸ ਨੂੰ ਕੁੱਝ ਨਹੀਂ ਸੀ ਸੁੱਝ ਰਿਹਾ ਕਿ ਉਹ ਕੀ ਕਰੇ। ਉਸ ਨੂੰ ਜਾਪਦਾ ਸੀ ਕਿ ਜਿਸ ਤਰ੍ਹਾਂ ਉਸ 'ਤੇ ਅੱਜ ਦੁੱਖਾਂ ਦਾ ਪਹਾੜ ਟੁੱਟ ਗਿਆ ਹੋਵੇ। ਅੱਜ ਦੀ ਘਟਨਾ ਨੇ ਉਸ ਨੂੰ ਸਿਰ ਤੋਂ ਪੈਰਾਂ ਤੱਕ ਹਿਲਾ ਦਿੱਤਾ ਸੀ। ਉਸ ਨੂੰ ਜਾਪ ਰਿਹਾ ਸੀ ਕਿ ਅੱਜ ਉਸਨੂੰ ਜ਼ਰੂਰ ਕੁੱਝ ਹੋ ਜਾਵੇਗਾ। ਉਸਦਾ ਸਿਰ ਫਟ ਰਿਹਾ ਸੀ। ਉਹ ਉੱਚੀ-ਉੱਚੀ ਰੋਣ ਲੱਗੀ। ਅਚਾਨਕ ਇੱਕ ਨਰਸ ਨੇ ਉਸ ਕੋਲ਼ ਆ ਕੇ ਕਿਹਾ, "ਦੀਦੀ ਤੁਹਾਨੂੰ ਡਾਕਟਰ ਸਾਹਿਬ ਨੇ ਨਰਸਿੰਗ ਸਟੇਸ਼ਨ 'ਤੇ ਬੁਲਾਇਆ ਹੈ"।

ਰਾਣੀ ਆਪਣਾ ਮੂੰਹ ਪੂੰਝ ਕੇ ਨਰਸ ਦੇ ਪਿੱਛੇ ਹੀ ਤੁਰ ਪਈ। ਗੋਰਾ ਡਾਕਟਰ ਹੱਥ ਵਿੱਚ ਕੁੱਝ ਪੇਪਰ ਲਈ ਖੜ੍ਹਾ ਰਾਣੀ ਦੀ ਉਡੀਕ ਕਰ ਰਿਹਾ ਸੀ। ਜਦ ਰਾਣੀ ਉਸ ਕੋਲ ਪਹੁੰਚੀ ਤਾਂ ਉਸ ਨੇ ਕਿਹਾ, "ਰਾਣੀ ਜੀ ਮੈਨੂੰ ਬੜੇ ਹੀ ਦੁੱਖ ਨਾ਼ਲ ਕਹਿਣਾ ਪੈ ਰਿਹਾ ਹੈ ਕਿ ਮਿਸਟਰ ਢਿੱਲੋਂ ਦੇ ਬਚਣ ਦੀ ਹੁਣ ਕੋਈ ਉਮੀਦ ਨਹੀਂ ਰਹੀ। ਇੰਜ ਜਾਪਦਾ ਹੈ ਕਿ ਉਹਨਾਂ ਦਾ ਹੁਣ ਇਸ ਸੰਸਾਰ ਤੋਂ ਜਾਣ ਦਾ

ਸਮਾਂ ਆ ਗਿਆ ਹੈ। ਇਸ ਕਰਕੇ ਮੈਂ ਚਾਹੁੰਦਾ ਹਾਂ ਕਿ ਜੇਕਰ ਤੁਸੀਂ ਚਾਹੋਂ ਤਾਂ ਇਹਨਾਂ ਪੇਪਰਾਂ 'ਤੇ ਤੁਸੀਂ ਦਸਤਖਤ ਕਰ ਦੇਵੋਂ, ਤਾਂ ਕਿ, ਜੋ ਲਾਈਫ ਸਪੋਰਟ ਲਈ ਨਾਲ਼ੀਆਂ ਉਹਨਾਂ ਦੇ ਲੱਗੀਆਂ ਹਨ, ਅਸੀਂ ਉਹਨਾਂ ਨੂੰ ਲਾਹ ਦੇਈਏ ਤਾਂ ਕਿ ਉਹ ਕੁਦਰਤੀ ਢੰਗ ਦੇ ਨਾਲ਼ ਆਪਣੇ ਬਚਦੇ ਸਾਹ ਪੂਰੇ ਕਰ ਸਕਣ"।

ਡਾਕਟਰ ਦੇ ਮੂੰਹੋਂ ਇਹ ਗੱਲ ਸੁਣ ਕੇ ਰਾਣੀ ਦੀਆਂ ਭੁੱਬਾਂ ਨਿਕਲ਼ ਗਈਆਂ। ਉਹ ਉੱਚੀ-ਉੱਚੀ ਰੋਣ ਲੱਗੀ ਤੇ ਕਹਿਣ ਲੱਗੀ, "ਨਹੀਂ-ਨਹੀਂ ਮੈਂ ਇਹਨਾਂ ਪੇਪਰਾਂ 'ਤੇ ਦਸਤਖਤ ਨਹੀਂ ਕਰ ਸਕਦੀ ਕਿਉਂਕਿ ਮੇਰੇ ਕੋਲ ਇਹ ਹੱਕ ਨਹੀਂ ਹੈ"।

ਡਾਕਟਰ ਤੇ ਨਰਸਾਂ ਸਾਰੇ ਉਸਦੇ ਮੂੰਹ ਵੱਲ ਵੇਖਣ ਲੱਗੇ। ਸਾਰੇ ਉਸਨੂੰ ਸਮਝਾਉਣ ਲੱਗੇ ਤੇ ਹੌਸਲਾ ਦੇ ਕੇ ਰੋਂਦੀ ਨੂੰ ਚੁੱਪ ਕਰਾਉਣ ਲੱਗੇ। ਰੋਂਦੀ-ਰੋਂਦੀ ਰਾਣੀ ਨੇ ਆਪਣੇ ਫ਼ੋਨ ਵਿੱਚੋਂ ਇੱਕ ਨੰਬਰ ਕੱਢਿਆ। ਉਹ ਉਸ ਨੂੰ ਮਿਲਾਉਣ ਲੱਗੀ। ਅਜੇ ਉਸਨੇ ਉਹ ਨੰਬਰ ਮਿਲਾਇਆ ਹੀ ਨਹੀਂ ਸੀ ਕਿ ਉਸਨੂੰ ਅੰਕਲ ਦੇ ਨਾਲ਼ ਕੀਤਾ ਵਾਅਦਾ ਯਾਦ ਆਇਆ। ਉਸਨੇ ਬਗੈਰ ਕਿਸੇ ਨੂੰ ਫ਼ੋਨ ਕੀਤਿਆਂ ਹੀ ਆਪਣਾ ਫ਼ੋਨ ਬੰਦ ਕਰ ਦਿੱਤਾ। ਉਹ ਨਰਸਿੰਗ ਸਟੇਸ਼ਨ 'ਤੇ ਲੱਗੇ ਵੱਡੇ ਕਾਊਂਟਰ ਉੱਪਰ ਆਪਣਾ ਸਿਰ ਰੱਖ ਕਿ ਰੋਣ ਲੱਗੀ। ਅਚਾਨਕ ਉਸਨੂੰ ਇੰਜ ਮਹਿਸੂਸ ਹੋਇਆ ਕਿ ਜਿਵੇਂ ਅੰਕਲ ਉਸਦੇ ਪਿੱਛੇ ਉਸਦੇ ਮੋਢੇ 'ਤੇ ਹੱਥ ਰੱਖੀ ਖੜ੍ਹਾ ਹੋਵੇ ਤੇ ਆਖ ਰਿਹਾ ਹੋਵੇ, "ਕਰ ਦੇ ਪੁੱਤ ਦਸਖ਼ਤ ਤੂੰ। ਤੂੰ ਸਾਡੀ ਧਰਮ ਦੀ ਧੀ ਹੈਂ। ਸਾਨੂੰ ਤੇਰੇ ਤੇ ਪੂਰਾ ਵਿਸ਼ਵਾਸ ਹੈ"।

•

ਆਖਰੀ ਹਉਕਾ

ਮੈਂ ਅਜੇ ਆਪਣੀ ਮੌਰਨਿੰਗ ਸ਼ਿਫਟ ਸ਼ੁਰੂ ਕਰਨੀ ਸੀ।ਸੈਂਡੀ ਆਪਣੀ ਨਾਈਟ ਸ਼ਿਫਟ ਖਤਮ ਕਰ ਚੁੱਕੀ ਸੀ।ਉਹ ਕਮਰੇ ਵਿੱਚੋਂ ਤੂਫਾਨ ਵਾਂਗ ਨਿਕ਼ਲੀ ਤੇ ਯੁਟਿਲਟੀ ਰੂਮ ਦੀਆਂ ਚਾਬੀਆਂ ਦਾ ਗੁੱਛਾ ਜ਼ੋਰ ਦੇਣੇ ਮੇਰੀ ਹਥੇਲੀ ਉੱਤੇ ਧਰ ਬੋਲੀ, "ਉਹ ਬਹੁਤ ਟਫ... ਹੈ...ਤੇਰੀ ਅੰਮਾ... ਬਹੁਤ... ਟਫ ਹੈ।"

ਉਂਜ ਤਾਂ ਉਹ ਹਰ ਰੋਜ਼ ਹੀ ਏਨੀ ਕਾਹ਼ਲੀ ਵਿੱਚ ਹੋਇਆ ਕਰਦੀ ਸੀ ਕਿਉਂਕਿ ਉਹ ਲਗਾਤਾਰ ਦੋ ਸ਼ਿਫਟਾਂ ਲਗਾਉਂਦੀ ਸੀ।ਇਸ ਸ਼ਿਫਟ ਤੋਂ ਬਾਅਦ ਵੀ ਉਸਨੇ ਕਿਸੇ ਹੋਰ ਪਾਸੇ ਕੰਮ ਤੇ ਲੱਗਣਾ ਹੁੰਦਾ ਸੀ।ਪਰ ਅੱਜ ਤਾਂ ਉਸਦਾ ਮੈਨੂੰ ਇੱਕ ਵੱਖਰਾ ਜਿਹਾ ਹੀ ਰੂਪ ਦਿਖਾਈ ਦਿੱਤਾ।

ਉਹ ਗੁੱਸੇ ਭਰੀ ਅਵਾਜ਼ ਵਿੱਚ ਆਹ ਮੈਨੂੰ ਕੀ ਆਖ ਗਈ!

"ਉਹ ਬਹੁਤ ...ਟਫ...ਹੈ..ਤੇਰੀ ਅੰਮਾ..ਬਹੁਤ..ਟਫ..ਹੈ।"

ਮੇਰੀ ਅੰਮਾ ਯਾਨੀ ਮੇਰੀ ਮਾਂ।ਮੇਰੀ ਮਾਂ ਨੇ ਇਹਨੂੰ ਕੀ ਕਹਿ ਦਿੱਤਾ?ਇਹਨੇ ਤਾਂ ਫੋਟੋ ਵੀ ਨਹੀਂ ਵੇਖੀ ਹੋਣੀ ਮੇਰੀ ਮਾਂ ਦੀ..।ਮੈਂ ਅਜੇ ਇਹਨਾ ਸੋਚਾਂ ਵਿੱਚ ਡੁੱਬੀ ਹੀ ਸੀ ਤੇ ਮੈਨੂੰ ਰਜਿਸਟਰਡ ਨਰਸ ਲੀਟਾ ਨੇ ਬੁਲਾ ਲਿਆ।ਜੋ ਨਰਸਿੰਗ ਸਟੇਸ਼ਨ ਤੇ ਬੈਠੀ ਰਿਪੋਰਟ ਦੇਣ ਲਈ ਮੇਰਾ ਇੰਤਜ਼ਾਰ ਕਰ ਰਹੀ ਸੀ।ਉਸ ਨੇ ਵੀ ਸੈਂਡੀ ਦਾ ਇਹ ਰਵੱਈਆ ਵੇਖ ਲਿਆ ਸੀ ਕਿਉਂਕਿ ਮੈਂ ਨਰਸਿੰਗ ਸਟੇਸ਼ਨ ਦੇ ਨਜ਼ਦੀਕ ਹੀ ਖੜ੍ਹੀ ਸੀ।

"ਯੈੱਸ ਕੱਲ੍ਹ ਸਾਡੇ ਕੋ਼ਲ ਇੱਕ ਨਵੀਂ ਰੈਜ਼ੀਡੈਂਟ ਆਈ ਹੈ।ਉਸਦਾ ਨਾਂ ਅਮਰਜੀਤ ਕੌਰ ਸਿੱਧੂ ਹੈ।"ਆਰ. ਐਨ. ਲੀਟਾ ਮੇਰੇ ਵੱਲ ਵੇਖ ਕੇ ਆਖਣ ਲੱਗੀ।ਉਹ ਮੇਰੇ ਚਿਹਰੇ ਦੇ ਹਾਵ-ਭਾਵ ਵੇਖ ਕੇ ਜਾਣ ਗਈ ਸੀ ਕਿ ਮੈਨੂੰ ਪਤਾ ਲੱਗ ਗਿਆ ਕਿ ਉਹ ਰੈਜ਼ੀਡੈਂਟ ਪੰਜਾਬੀ ਔਰਤ ਹੈ।

'ਰੈਜ਼ੀਡੈਂਟਸ' ਨਰਸਿੰਗ ਹੋਮ ਵਿੱਚ ਉਹਨਾਂ ਨੂੰ ਆਖਿਆ ਜਾਂਦਾ ਹੈ ਜੋ ਬਜ਼ੁਰਗ ਆਪਣਾ ਘਰ- ਵਾਰ ਛੱਡ ਕੇ ਇਥੋਂ ਦੇ ਬਸ਼ਿੰਦੇ ਹੋ ਜਾਂਦੇ ਹਨ ਜਾਂ ਫਿਰ ਪਰਿਵਾਰ ਵੱਲੋਂ ਉਹਨਾਂ ਨੂੰ ਇੱਥੇ ਛੱਡ ਦਿੱਤਾ ਜਾਂਦਾ ਹੈ ਤਾਂ ਕਿ ਉਹ ਜ਼ਿੰਦਗੀ ਦੇ ਆਖਰੀ ਪੜਾਅ ਵਿੱਚ ਪੂਰੀਆਂ ਸਹੂਲਤਾਂ ਨੂੰ ਮਾਣ ਸਕਣ। ਜਿਹੜੀਆਂ ਕਿ ਘਰੇ ਕਈ ਵਾਰੀ ਅਸੰਭਵ ਹੁੰਦੀਆਂ ਹਨ।

"ਓਹ! ਅੱਛਾ, ਇਸੇ ਕਰਕੇ ਹੀ ਸੈਂਡੀ ਮੈਨੂੰ ਆਖ ਰਹੀ ਸੀ ਤੇਰੀ...ਅੰਮਾ। ਤੇਰੀ ਅੰਮਾ ਬਹੁਤ ਟਫ ਹੈ। ਉਹਦੀ ਭਾਸ਼ਾ ਸੈਂਡੀ ਨੂੰ ਸਮਝ ਨਹੀਂ ਆਈ ਹੋਵੇਗੀ।" ਮੈਂ ਹੱਸਦੀ ਹੋਈ ਨੇ ਲੀਟਾ ਨੂੰ ਆਖਿਆ।

"ਹਾਂ, ਜੈਸ ਸੱਚਮੁੱਚ ਹੀ ਉਹ ਔਰਤ ਬਹੁਤ ਹੀ ਟਫ ਹੈ। ਸਾਨੂੰ ਸਾਰੀ ਰਾਤ ਉਸਨੇ ਟਿਕਣ ਨਹੀਂ ਦਿੱਤਾ। ਕੱਲ੍ਹ ਦੀ ਨੇ ਕੁੱਝ ਖਾਧਾ-ਪੀਤਾ ਵੀ ਨਹੀਂ। ਦਵਾਈ ਵੀ ਮੇਰੇ ਹੱਥੋਂ ਆਪਣਾ ਹੱਥ ਮਾਰ ਕੇ ਸਾਰੀ ਡੁਲ੍ਹਾ ਦਿੱਤੀ। ਉੱਚੀ-ਉੱਚੀ ਚੀਕਾਂ ਮਾਰਦੀ ਹੈ। ਰੋਂਦੀ ਹੈ। ਬਾਹਰ ਨਿਕਲਣ ਲਈ ਦਰਵਾਜ਼ੇ ਭੰਨਦੀ ਹੈ। ਫਿਰ ਸਿਰ ਦਰਵਾਜ਼ੇ ਵਿੱਚ ਮਾਰਦੀ ਹੈ। ਮੱਥਾ ਵੇਖੀਂ ਜਾ ਕੇ ਉਸਦਾ, ਕਿੰਜ ਜ਼ਖਮੀ ਹੋਇਆ ਪਿਆ ਹੈ। ਮੈਨੇਜਮੈਂਟ ਨੂੰ ਵੀ ਰਿਪੋਰਟ ਕਰ ਦਿੱਤੀ ਹੈ। ਦੂਸਰੇ ਰੈਜ਼ੀਡੈਂਟ ਵੀ ਵਿਚਾਰੇ ਉਸ ਤੋਂ ਬਹੁਤ ਪਰੇਸ਼ਾਨ ਹੋਏ ਪਏ ਹਨ। ਅੱਜ ਫੈਮਿਲੀ ਮੈਂਬਰਜ਼ ਨੂੰ ਬੁਲਾਉਣਾ ਹੈ। ਤੈਨੂੰ ਵੀ ਉਹਨਾਂ ਨਾਲ਼ ਗੱਲਬਾਤ ਕਰਨੀ ਪਵੇਗੀ। ਕਿਉਂਕਿ ਇੱਥੇ ਤੇਰੇ ਤੋਂ ਬਗੈਰ ਪੰਜਾਬੀ ਬੋਲਣ ਵਾਲ਼ਾ ਹੋਰ ਕੋਈ ਨਹੀਂ ਹੈ।" ਲੀਟਾ ਨੇ ਸ਼ਿਫਟ ਸ਼ੁਰੂ ਕਰਨ ਤੋਂ ਪਹਿਲਾਂ ਮੈਨੂੰ ਪੂਰੀ ਰਿਪੋਰਟ ਦੇ ਦਿੱਤੀ ਸੀ।

ਲੀਟਾ ਦੀ ਗੱਲ ਸੁਣ ਕੇ ਪ੍ਰੇਸ਼ਾਨੀ ਮੇਰੇ ਚਿਹਰੇ ਤੇ ਝਲਕਣ ਲੱਗੀ ਸੀ। ਮੈਂ ਉਸ ਰੈਜ਼ੀਡੈਂਟ ਬਾਰੇ ਸੋਚਾਂ ਵਿੱਚ ਪੈ ਗਈ। ਕਰਿਸਟਾ ਮੇਰੀ ਪਾਰਟਨਰ ਜੋ ਸਭ ਕੁੱਝ ਮੇਰੇ ਪਿੱਛੇ ਖੜ੍ਹੀ ਸੁਣ ਰਹੀ ਸੀ, ਨੇ ਮੇਰੇ ਮੋਢੇ 'ਤੇ ਹੱਥ ਰੱਖਿਆ ਤੇ ਹੌਸਲਾ ਦਿੰਦੀ ਹੋਈ ਨੇ ਮੈਨੂੰ ਕਿਹਾ, "ਜੈਸ ਤੂੰ ਚਿੰਤਾ ਨਾ ਕਰ। ਤੂੰ ਅੱਜ ਸਿਰਫ ਉਸਨੂੰ ਹੀ ਵੇਖ। ਮੈਂ ਦੂਸਰੇ ਸਾਰੇ ਰੈਜ਼ੀਡੈਂਟਸ ਖੁਦ ਹੀ ਸੰਭਾਲ਼ ਲਵਾਂਗੀ।"

"ਧੰਨਵਾਦ ਕਰਿਸਟਾ। ਤੂੰ ਬਹੁਤ ਹੀ ਚੰਗੀ ਹੈਂ। ਚੱਲ ਕੰਮ ਸ਼ੁਰੂ ਕਰਨ ਤੋਂ ਪਹਿਲਾਂ ਆਪਾਂ ਉਸਦੇ ਕਮਰੇ ਵਿੱਚ ਉਸਨੂੰ ਵੇਖਣ ਚੱਲੀਏ।" ਮੈਂ ਕਰਿਸਟਾ ਦਾ ਸੱਜਾ ਹੱਥ ਫੜ ਉਸਨੂੰ ਘੁੱਟਦੀ ਹੋਈ ਨੇ ਕਿਹਾ। ਲੀਟਾ ਵੀ ਸਾਡੇ ਨਾਲ਼ ਤੁਰ ਪਈ।

"ਸਤਿ ਸ਼੍ਰੀ ਅਕਾਲ ਅੰਟੀ।"

ਮੈਂ ਉਸ ਨਵੀਂ ਰੈਜ਼ੀਡੈਂਟ ਦੇ ਕਮਰੇ ਦਾ ਦਰਵਾਜ਼ਾ ਖੋਲ੍ਹਦੀ ਹੋਈ ਨੇ ਉੱਚੀ ਅਵਾਜ਼ 'ਚ ਕਿਹਾ।

ਉਹ ਬੈੱਡ ਤੇ ਪੈਰਾਂ ਵਾਲੇ ਪਾਸੇ ਸਿਰ ਰੱਖੀ ਪਈ ਸੀ ਤੇ ਰੋਂਦੀ ਅਵਾਜ਼ ਵਿੱਚ ਛੱਤ ਵੱਲ ਤੱਕ, ਕੁੱਝ ਬੋਲ ਰਹੀ ਸੀ। ਮੇਰੀ ਅਵਾਜ਼ ਸੁਣ ਉਹ ਇਕਦਮ ਤ੍ਰਭਕ ਕੇ ਉੱਠੀ। ਉਸਨੇ ਮੇਰੇ ਮੂੰਹ ਵੱਲ ਵੇਖ ਕੇ ਉੱਚੀ-ਉੱਚੀ ਰੋਣਾ ਸ਼ੁਰੂ ਕਰ ਦਿੱਤਾ। ਉਸ ਸਮੇਂ ਮੈਨੂੰ ਇੰਜ ਮਹਿਸੂਸ ਹੋਇਆ ਜਿਵੇਂ ਉਹ ਮੇਰੀ ਆਪਣੀ ਮਾਂ ਹੋਵੇ। ਮੈਂ ਉਸ ਨੂੰ ਆਪਣੇ ਕਲਾਵੇ ਵਿੱਚ ਇੰਜ ਲੈ ਲਿਆ ਜਿਵੇਂ ਮੈਂ ਉਸਨੂੰ ਜਨਮ ਤੋਂ ਜਾਣਦੀ ਹੋਵਾਂ। ਮੈਂ ਉਸ ਦੇ ਸਿਰ 'ਤੇ ਹੱਥ ਫੇਰਨ ਲੱਗੀ।ਉਸ ਵਿੱਚੋਂ ਪਸੀਨੇ

ਤੇ ਪਿਸ਼ਾਬ ਦੀ ਬੋਅ ਆ ਰਹੀ ਸੀ। ਉਹ ਮੈਨੂੰ ਚੁੰਬੜ ਕੇ ਹਉਕੇ ਲੈ ਕੇ ਰੋਂਦੀ ਹੋਈ ਪੁੱਛਣ ਲੱਗੀ।

"ਮੇਰੀ ਰਾਜੀ... ਮੇਰੀ ਰਾਜੀ.. ਕਿੱਥੇ ਹੈ? ਮੇਰਾ... ਰਾਣਾ... ਉਹ... ਕਦ ਆਵੇਗਾ? ਮੈਂ ਉਹਨਾਂ ਕੋਲ਼ ਘਰ ਜਾਣਾ ਹੈ।"

ਉਹਦਾ ਰੋਣਾ ਰੁਕਣ ਦਾ ਨਾ ਹੀ ਨਹੀਂ ਸੀ ਲੈ ਰਿਹਾ। ਪਰਲ-ਪਰਲ ਵਹਿੰਦੇ ਹੰਝੂਆਂ ਨੇ ਉਹਨੂੰ ਗੱਚ ਕਰ ਦਿੱਤਾ ਸੀ। ਉਹ ਵਾਰ-ਵਾਰ ਇਹੋ ਹੀ ਦੁਹਰਾਈ ਜਾ ਰਹੀ ਸੀ।

"ਮੇਰੀ ਰਾਜੀ... ਕਿੱਥੇ ਹੈ? ਮੇਰਾ ਰਾਣਾ... ਕਦ ਆਵੇਗਾ?"

"ਰਾਜੀ ਵੀ ਆਵੇਗੀ। ਰਾਣਾ ਵੀ ਆਵੇਗਾ। ਮੈਂ ਉਹਨਾਂ ਨੂੰ ਜ਼ਰੂਰ ਲੈ ਕੇ ਆਵਾਂਗੀ। ਮੈਂ ਹੁਣੇ ਹੀ ਉਹਨਾਂ ਨੂੰ ਫ਼ੋਨ ਕਰਦੀ ਹਾਂ।" ਇਸ ਤਰ੍ਹਾਂ ਆਖ ਕਿ ਮੈਂ ਉਸ ਨੂੰ ਧਰਵਾਸ ਦਿੰਦੀ ਤੇ ਉਸ ਨੂੰ ਰੋਣੋ ਚੁੱਪ ਕਰਵਾਉਂਦੀ। ਉਹ ਘੜੀ ਦੀ ਘੜੀ ਤਾਂ ਚੁੱਪ ਹੋ ਜਾਂਦੀ ਪਰ ਫਿਰ ਉਹੀ ਹਟਕੋਰੇ ਲੈ-ਲੈ ਕੇ ਰੋਣ ਲਗਦੀ। ਲੀਟਾ ਤੇ ਕਰਿਸਟਾ ਵੀ ਉੱਥੇ ਖੜ੍ਹੀਆਂ ਉਸ ਨੂੰ ਤਰਸ ਭਰੀਆਂ ਨਜ਼ਰਾਂ ਨਾਲ਼ ਚੁੱਪ-ਚਾਪ ਵੇਖ ਰਹੀਆਂ ਸਨ। ਉਹਨਾਂ ਨੇ ਵੀ ਸ਼ਾਇਦ ਇਸ ਤਰ੍ਹਾਂ ਦਾ ਰੈਜ਼ੀਡੈਂਟ ਇਸ ਫੇਸਿਲਟੀ ਵਿੱਚ ਪਹਿਲੀ ਵਾਰੀ ਵੇਖਿਆ ਹੋਣਾ। ਕਿਉਂਕਿ ਇਹ ਇੱਕ ਅਸਿਸਟਿਡ ਲਿਵਿੰਗ ਫੇਸਿਲਟੀ ਸੀ। ਇੱਥੇ ਬਹੁਤੇ ਰੈਜ਼ੀਡੈਂਟ ਆਪਣੀ ਮਰਜ਼ੀ ਨਾਲ਼ ਆਉਂਦੇ ਹਨ। ਉਹਨਾਂ ਦੀ ਕੋਈ ਸਮੱਸਿਆ ਨਹੀਂ ਹੁੰਦੀ। ਉਹ ਇੱਥੇ ਆ ਕਿ ਬਹੁਤ ਖੁਸ਼ ਹੁੰਦੇ ਹਨ ਤੇ ਜਿਹੜੇ ਡਮੈਨਸ਼ੀਆ ਵਾਲ਼ੇ ਹੁੰਦੇ ਹਨ, ਉਹਨਾਂ ਨੂੰ ਕੋਈ ਬਹੁਤਾ ਪਤਾ ਨਹੀਂ ਲਗਦਾ ਕਿ ਉਹ ਕਿੱਥੇ ਹਨ। ਘਰੇ ਹਨ ਜਾਂ ਫਿਰ ਏਥੇ ਹਨ।

ਭੁੱਖ, ਉਨੀਂਦਰੇ ਤੇ ਰੋਣ ਕਾਰਨ ਉਸਦੀ ਸ਼ਕਲ ਵਿਗੜੀ ਪਈ ਸੀ। ਉਂਜ ਉਹ ਕੋਈ ਜ਼ਿਆਦਾ ਬੁੱਢੀ ਨਹੀ ਸੀ। ਮਸਾਂ ਸੱਤਰ ਕੁ ਸਾਲ ਦੀ ਹੀ ਉਹਦੀ ਉਮਰ ਸੀ। ਕਿਸੇ ਗਹਿਰੇ ਦੁੱਖ ਦੀ ਝੰਬੀ ਹੋਈ ਜਾਪਦੀ ਸੀ ਪਰ ਰਿਪੋਰਟ ਵਿੱਚ ਡਾਕਟਰ ਡਮੈਨਸ਼ੀਆ ਦੱਸ ਰਹੇ ਸਨ। ਉਹ ਗੋਰੀ ਚਿੱਟੀ ਪਤਲੀ ਉੱਚੀ ਲੰਮੀ ਸੀ। ਉਹਦੀ ਬਣਤਰ ਵੀ ਕਿਸੇ ਗੋਰੀ ਤੋਂ ਘੱਟ ਨਹੀਂ ਸੀ। ਪਰ ਪਰੇਸ਼ਾਨੀ ਜਾਂ ਬਿਮਾਰੀ ਨੇ ਉਸ ਦੀ ਦਿੱਖ ਨੂੰ ਪੂਰੀ ਤਰ੍ਹਾਂ ਬਦਲ ਦਿੱਤਾ ਸੀ।

ਉਸ ਨੂੰ ਥੋੜ੍ਹਾ ਜਿਹਾ ਸ਼ਾਂਤ ਹੋਈ ਨੂੰ ਵੇਖ ਲੀਟਾ ਉਸ ਲਈ ਦਵਾਈ ਅਤੇ ਜੂਸ ਲੈ ਆਈ। ਰਾਜੀ ਅਤੇ ਰਾਣੇ ਦੇ ਆਉਣ ਦਾ ਭਰੋਸਾ ਦੇ ਅਸੀਂ ਉਸ ਨੂੰ ਸਾਰਾ ਜੂਸ ਤੇ ਦਵਾਈ ਪਿਲ਼ਾ ਦਿੱਤੀ। ਕਰਿਸਟਾ ਆਪਣੇ ਕੰਮ ਲੱਗ ਗਈ ਸੀ ਕਿਉਂਕਿ ਅੱਜ ਉਸਨੇ ਮੇਰੇ ਵਾਲ਼ੇ ਰੈਜ਼ੀਡੈਂਟਸ ਦੀ ਸੰਭਾਲ਼ ਵੀ ਕਰਨੀ ਸੀ।

ਲੀਟਾ ਆਪਣੀ ਸ਼ਿਫਟ ਖਤਮ ਕਰ ਕੇ ਘਰ ਨੂੰ ਚਲੀ ਗਈ ਸੀ। ਉਸ ਦੀ ਥਾਂ ਤੇ ਦੂਸਰੀ ਰਜਿਸਟਰਡ ਨਰਸ ਮਾਰੀਆ ਆ ਗਈ ਸੀ। ਮਾਰੀਆ ਨੇ

ਵੀ ਲੀਟਾ ਤੋਂ ਪੂਰੀ ਰਿਪੋਰਟ ਲੈ ਕੇ ਅੱਜ ਮੇਰੀ ਪੂਰੀ ਡਿਊਟੀ ਉਸ ਇਕੱਲੀ 'ਤੇ ਲਾ ਦਿੱਤੀ ਸੀ।

ਮੈਨੂੰ ਵੀ ਉਹ ਉਸ ਦਿਨ ਫੇਸਿਲਟੀ ਵਿੱਚ ਦੂਸਰੇ ਰੈਜ਼ੀਡੈਂਟਸ ਦੇ ਮੁਕਾਬਲੇ ਵਿੱਚ ਬਹੁਤ ਟਫ ਲੱਗ ਰਹੀ ਸੀ। ਕਦੇ-ਕਦੇ ਉਸ ਤੇ ਗੁੱਸਾ ਆਉਂਦਾ। ਕਦੇ ਉਸ 'ਤੇ ਤਰਸ ਆਉਂਦਾ। ਇੰਜ ਹੀ ਲੋਲੋ-ਪੋਪੋ ਕਰਕੇ ਮੈਂ ਉਸ ਨੂੰ ਖਾਣਾ ਖੁਵਾ ਦਿੱਤਾ ਸੀ ਤੇ ਨਹਾਉਣ ਦੇ ਲਈ ਵੀ ਰਾਜ਼ੀ ਕਰ ਲਿਆ ਸੀ। ਮੇਰੀ ਪਾਰਟਨਰ ਕਰਿਸਟਾ ਤੇ ਆਰ. ਐਨ. ਮਾਰੀਆ ਮੇਰੇ ਕੋਲੋਂ ਵਾਰ-ਵਾਰ ਉਸ ਦੀ ਰਿਪੋਰਟ ਪੁੱਛ ਰਹੀਆਂ ਸਨ। ਉਸਦੇ ਵਾਰ-ਵਾਰ ਬਦਲਦੇ ਵਿਹਾਰ ਨੂੰ ਵੇਖ ਕੇ ਕਦੇ ਤਾਂ ਮੈਂ ਉਹਨਾਂ ਨੂੰ ਖੁਸ਼ ਹੋ ਕਿ ਦੱਸਦੀ ਕਿ ਉਹ ਹੁਣ ਠੀਕ ਹੈ, ਅੰਡਰ ਕੰਟਰੋਲ ਹੈ ਤੇ ਕਦੇ ਦੱਸਦੀ ਕਿ ਉਹ ਸੱਚਮੁੱਚ ਹੀ ਬਹੁਤ ਟਫ ਹੈ। ਅਖੀਰ ਮੈਂ ਉਸ ਦਿਨ ਉਸਨੂੰ ਨਵ੍ਹਾਉਣ ਤੇ ਖਵਾਣ-ਪਿਲਾਉਣ ਵਿੱਚ ਕਾਮਯਾਬ ਹੋ ਗਈ ਸੀ। ਉਹ ਨਹਾਉਣ ਪਿੱਛੋ ਸੌਂ ਗਈ ਸੀ। ਉਸ ਸਮੇਂ ਮੈਨੂੰ ਵੀ ਥੋੜ੍ਹਾ ਆਰਾਮ ਮਿਲ਼ਿਆ ਸੀ।

ਇੰਜ ਹੀ ਉਸਨੂੰ ਇੱਥੇ ਆਇਆਂ ਕਈ ਦਿਨ ਲੰਘ ਗਏ ਸਨ। ਪਰ ਉਸ ਦੇ ਵਿਹਾਰ ਵਿੱਚ ਕੋਈ ਖਾਸ ਤਬਦੀਲੀ ਨਹੀਂ ਸੀ ਆਈ। ਉਹ ਰਾਜੀ ਅਤੇ ਰਾਣੇ ਨੂੰ ਚੌਵੀ ਘੰਟੇ ਯਾਦ ਕਰਦੀ। ਉੱਚੀ-ਉੱਚੀ ਰੋਂਦੀ। ਆਪਣਾ ਸਿਰ ਭੰਨਦੀ। ਆਪਣਾ ਢਿੱਡ ਭੰਨਦੀ। ਯਾਨੀ ਪੂਰਾ ਚੀਕ-ਚਿਹਾੜਾ ਪਾਉਂਦੀ। ਸਾਰਾ ਸਟਾਫ ਅਤੇ ਦੂਜੇ ਰੈਜ਼ੀਡੈਂਟਸ ਉਸ ਤੋਂ ਅੱਕੇ ਪਏ ਸਨ। ਉਸ ਦੇ ਨੇੜੇ ਜਾਣ ਨੂੰ ਕੋਈ ਵੀ ਤਿਆਰ ਨਹੀਂ ਸੀ ਹੁੰਦਾ। ਕਿਉਂਕਿ ਜਦ ਕੋਈ ਉਸ ਨਾਲ਼ ਥੋੜ੍ਹਾ ਜਿਹਾ ਵੀ ਧੱਕਾ ਕਰਦਾ ਤਾਂ ਉਹ ਮਾਰਦੀ ਵੀ ਸੀ। ਪੂਰੀ ਫੇਸਿਲਟੀ ਵਿੱਚ ਉਹ ਇੱਕ ਹਊਆ ਸੀ। ਉੱਥੇ ਉਸ ਲਈ ਇੱਕ ਮੈਂ ਹੀ ਸੀ ਜੋ ਉਸਨੂੰ ਮਨਾ ਸਕਦੀ ਸੀ, ਖਿਲ਼ਾ-ਪਿਲ਼ਾ ਸਕਦੀ ਸੀ ਤੇ ਨਵ੍ਹਾ ਸਕਦੀ ਸੀ।

ਫਿਰ ਇੱਕ ਦਿਨ ਇੱਕ ਔਰਤ ਜਿਸ ਦਾ ਨਾਂ ਸ਼ਰਨਜੀਤ ਸੀ, ਉਸਨੂੰ ਨਰਸਿੰਗ ਹੋਮ ਵਿੱਚ ਵੇਖਣ ਲਈ ਆਈ। ਉਸਦੇ ਨਾਲ਼ ਉਸਦੀ ਕੋਈ ਦੂਰ ਦੀ ਰਿਸ਼ਤੇਦਾਰੀ ਸੀ। ਬੜੀ ਦਰਦ ਭਰੀ ਕਹਾਣੀ ਸੁਣਾਈ ਸੀ ਉਸ ਨੇ ਉਸਦੀ।

"ਸਰਕਾਰੀ ਸਕੂਲ ਵਿੱਚ ਇਹ ਦੋਵੇਂ ਪਤੀ-ਪਤਨੀ ਅਧਿਆਪਕ ਸਨ। ਬੜੀ ਸੁਹਣੀ ਸਰਕਾਰੀ ਨੌਕਰੀ ਸੀ ਇਹਨਾਂ ਦੋਹਾਂ ਦੀ। ਦੋ ਹੀ ਬੱਚੇ ਸਨ। ਦੋਵੇਂ ਹੀ ਵਧੀਆ ਸਕੂਲ ਵਿੱਚ ਪੜ੍ਹਦੇ ਸਨ। ਬੱਸ ਬੈਠਿਆਂ-ਬੈਠਿਆਂ ਦੇ ਪਤਾ ਨਹੀਂ ਕੀ ਦਿਮਾਗ ਵਿੱਚ ਆਈ ਕਿ ਪੋਆਇੰਟ ਸਿਸਟਮ ਤੇ ਅਪਲਾਈ ਕਰ ਦਿੱਤਾ। ਬਣ ਵੀ ਝੱਟ ਹੀ ਗਿਆ। ਸਾਰੀ ਫੈਮਲੀ ਕਨੇਡਾ ਆ ਗਈ। ਦੋ-ਚਾਰ ਸਾਲ ਤਾਂ ਵਧੀਆ ਲੰਘੇ। ਆਪ ਵੀ ਦੋਵੇਂ ਜਾਣੇ ਕੰਮ ਕਰਦੇ ਸਨ। ਬੱਚੇ ਵੀ ਵੱਡੇ ਸਨ ਉਹ ਵੀ ਕੰਮਾਂ ਤੇ ਲੱਗ ਗਏ। ਘਰ ਵੀ ਲੈ ਲਿਆ। ਫਿਰ ਅਚਾਨਕ ਇਹਨਾਂ ਦਾ ਇੱਕ

ਪੇਂਡੂ ਮੁੰਡਾ ਇੰਡੀਆ ਤੋਂ ਵਿਜ਼ਟਰ ਵੀਜ਼ੇ 'ਤੇ ਆ ਗਿਆ।"

ਸ਼ਰਨਜੀਤ ਨੇ ਇੱਕ ਲੰਮਾ ਹੌਕਾ ਲੈ ਕੇ ਕਹਾਣੀ ਨੂੰ ਅੱਗੇ ਤੋਰਦਿਆਂ ਕਿਹਾ, "ਉਸ ਕਲਮੂੰਹੇਂ ਦੇ ਐਸੇ ਚੰਦਰੇ ਪੈਰ ਇਹਨਾਂ ਦੇ ਘਰ 'ਚ ਪਏ ਕਿ ਘਰ ਹੀ ਪੱਟਿਆ ਗਿਆ।"

"ਘਰ ਹੀ ਪੱਟਿਆ ਗਿਆ! ਉਹ ਕਿਵੇਂ?" ਮੇਰੇ ਅੰਦਰੋਂ ਜਾਨਣ ਦੀ ਉਤਸੁਕਤਾ ਪੈਦਾ ਹੋਈ।

"ਉਹ ਇੰਜ"

ਸ਼ਰਨਜੀਤ ਅੱਗੇ ਦੱਸਣ ਲੱਗੀ, "ਉਹ ਮੁੰਡਾ ਇੰਡੀਆ ਤੋਂ ਕੱਚਾ ਆਇਆ ਸੀ। ਇੱਥੋਂ ਦੇ ਰਹਿਣ ਦੇ ਰੰਗ-ਢੰਗ ਤੇ ਸ਼ਾਨ-ਸ਼ੌਕਤ ਨੂੰ ਵੇਖ ਕੇ ਉਹਦਾ ਮਨ ਬਦਲ ਗਿਆ। ਉਹਨੇ ਕਈ ਤਰ੍ਹਾਂ ਦੇ ਹੱਥਕੰਡੇ ਵਰਤਣੇ ਸ਼ੁਰੂ ਕਰ ਦਿੱਤੇ ਕਿ ਕਿਵੇਂ ਨਾ ਕਿਵੇਂ ਮੈਂ ਇੱਥੇ ਪੱਕਾ ਹੋ ਜਾਵਾਂ। ਪੱਕੇ ਹੋਣ ਲਈ ਅਖੀਰ ਉਸਨੇ ਇਹਨਾਂ ਦੀ ਕੁੜੀ ਨੂੰ ਆਪਣੇ ਜਾਲ਼ ਵਿੱਚ ਫਸਾ ਲਿਆ। ਕੁੜੀ ਅਜੇ ਨਿਆਣੀ ਸੀ। ਮਸਾਂ ਵੀਹਾਂ ਕੁ ਵਰ੍ਹਿਆਂ ਦੀ ਹੀ ਸੀ। ਉਹ ਵੀ ਕਮਲ਼ੀ ਉਸ ਦੇ ਮਗਰ ਲੱਗ ਗਈ। ਇੱਕ ਦਿਨ ਜਦੋਂ ਇਹਨਾਂ ਨੂੰ ਇਸ ਗੱਲ ਦੀ ਭਿਣਕ ਪਈ ਤਾਂ ਇਹਨਾਂ ਨੇ ਕੁੜੀ ਨੂੰ ਬਹੁਤ ਸਮਝਾਇਆ ਤੇ ਉਸ ਮੁੰਡੇ ਤੋਂ ਦੂਰ ਰਹਿਣ ਲਈ ਕਿਹਾ ਤਾਂ ਕੁੜੀ ਨੇ ਸਭ-ਕੁੱਝ ਉਸ ਮੁੰਡੇ ਨੂੰ ਦੱਸ ਦਿੱਤਾ। ਉਹ ਉਸੇ ਰਾਤ ਹੀ ਕੁੜੀ ਨੂੰ ਮਗਰ ਲਾ, ਆਪਣੇ ਨਾਲ਼ ਲੈ ਗਿਆ। ਉਸ ਨਾਲ਼ ਕੋਰਟ ਮੈਰਿਜ਼ ਕਰਵਾ ਲਈ। ਇਸ ਗੱਲ ਦੀ ਖਬਰ ਤਾਂ ਸਾਰੇ ਪਿੰਡ ਵਿੱਚ ਅੱਗ ਵਾਂਗ ਫੈਲ ਗਈ ਕਿ ਮਾਸਟਰ ਦੀ ਕੁੜੀ ਨੇ ਘਰੋਂ ਭੱਜ ਕੇ ਫਲਾਣਿਆਂ ਦੇ ਮੁੰਡੇ ਨਾਲ਼ ਵਿਆਹ ਕਰਵਾ ਲਿਆ। ਭਾਵ ਪਿੰਡ ਦੀ ਕੁੜੀ ਨੇ ਪਿੰਡ ਦੇ ਮੁੰਡੇ ਨਾਲ਼ ਹੀ ਵਿਆਹ ਕਰਵਾ ਲਿਆ। ਬੱਸ ਉਸੇ ਦਿਨ ਤੋਂ ਹੀ ਇਹਨਾਂ ਦੇ ਘਰ ਦੀ ਬਰਬਾਦੀ ਸ਼ੁਰੂ ਹੋ ਗਈ।"

"ਬਰਬਾਦੀ.. ਉਹ ਕਿਵੇਂ?" ਮੇਰੇ ਮੂੰਹੋਂ ਆਪ ਮੁਹਾਰੇ ਨਿਕਲ਼ਿਆ।

"ਇਹਨਾਂ ਦੋਹਾਂ ਨੇ ਤਾਂ ਏਨੀ ਸ਼ਰਮ ਮੰਨੀ ਕਿ ਅੰਦਰੇ ਹੀ ਵੜ ਗਏ। ਨਾ ਕਿਸੇ ਪਿੰਡ ਵਾਲ਼ੇ ਨਾਲ਼ ਸ਼ਰਮ ਦੇ ਮਾਰੇ ਕੋਈ ਗੱਲ ਕਰਨ ਤੇ ਨਾ ਹੀ ਕਿਸੇ ਰਿਸ਼ਤੇਦਾਰ ਨਾਲ਼। ਮੁੰਡਾ ਇਹਨਾਂ ਦਾ ਪੂਰਾ ਜਵਾਨ ਸੀ। ਜੋ ਪੂਰਾ ਫਿਰਨ-ਤੁਰਨ ਵਾਲ਼ਾ ਸੀ। ਉਹ ਸਮਾਜ ਭਲਾਈ ਦੇ ਕੰਮਾਂ ਵਿੱਚ ਬਹੁਤ ਭਾਗ ਲੈਂਦਾ ਹੁੰਦਾ ਸੀ। ਪਿੰਡ ਦੇ ਬਹੁਤੇ ਮੁੰਡੇ ਉਸਦੇ ਦੋਸਤ ਸਨ। ਉਹ ਸਾਰੇ ਰਲ਼ ਕੇ ਸਾਲ ਵਿੱਚ ਇੱਕ ਦਿਨ ਪਿੰਡ ਦਾ ਇਕੱਠ ਕਰਿਆ ਕਰਦੇ ਸਨ। ਇੰਜ ਹੀ ਇਹਨਾਂ ਦੇ ਪਿੰਡ ਦੇ ਪ੍ਰੋਗਰਾਮ ਵਿੱਚ ਮੁੰਡਿਆਂ ਦੀ ਆਪਸ ਵਿੱਚ ਕਿਸੇ ਗੱਲੋਂ ਬਹਿਸ ਹੋ ਗਈ। ਵਿੱਚੋਂ ਹੀ ਕਿਸੇ ਮੁੰਡੇ ਨੇ ਉਹਦੀ ਭੈਣ ਦੀ ਗੱਲ ਕਰ ਦਿੱਤੀ। ਬੱਸ ਫਿਰ ਕੀ ਸੀ। ਗਰਮ ਖੂਨ ਸੀ ਖੌਲ ਗਿਆ। ਉਸੇ ਦਿਨ ਤੋਂ ਹੀ ਮੁੰਡੇ ਨੇ ਸਹੁੰ ਖਾ ਲਈ ਕਿ ਮੈਂ ਦੋਹਾਂ

ਨੂੰ ਛੱਡਣਾ ਨਹੀਂ। ਦਿਨ-ਰਾਤ ਉਸਨੇ ਭੈਣ ਤੇ ਉਸ ਮੁੰਡੇ ਨੂੰ ਲੱਭਣ ਲਈ ਇੱਕ ਕਰ ਦਿੱਤਾ। ਮਾਪਿਆਂ ਤੋਂ ਚੋਰੀ ਗੰਨ ਦਾ ਲਾਈਸੈਂਸ ਵੀ ਲੈ ਲਿਆ। ਅਖੀਰ ਲੱਭਦੇ-ਲਭਾਉਂਦੇ ਨੇ ਉਹਨਾਂ ਨੂੰ ਵਿਨੀਪੈਂਗ ਵਿੱਚੋਂ ਲੱਭ ਲਿਆ। ਦੋਵੇਂ ਜਾਣੇ ਕਿਸੇ ਸਟੋਰ ਨੂੰ ਚੱਲੇ ਸਨ।"

"ਫਿਰ ਕੀ ਹੋਇਆ?"

ਮੈਂ ਧੀਮੀ ਅਵਾਜ਼ ਵਿੱਚ ਪੁਛਿਆ।

"ਹੋਣਾ ਕੀ ਸੀ। ਉਹੀ ਹੋਇਆ ਜਿਸਦਾ ਡਰ ਸੀ। ਉਹਨੇ ਕੱਢ ਦਿੱਤੀਆਂ ਗੋ.ਲੀਆਂ ਦੋਹਾਂ ਦੇ ਵਿੱਚੋਂ ਦੀ। ਥਾਏਂ ਹੀ ਦੋਵੇਂ ਮਾਰ ਦਿੱਤੇ।"

ਕਹਾਣੀ ਸੁਣਾਉਂਦੀ ਸ਼ਰਨਜੀਤ ਆਪਣੀਆਂ ਭਿੱਜੀਆਂ ਅੱਖਾਂ ਆਪਣੇ ਪਰਸ ਵਿੱਚੋਂ ਰੁਮਾਲ ਕੱਢ ਸਾਫ ਕਰਨ ਲੱਗੀ ਤੇ ਮੈਂ ਆਪਣੇ ਅੰਦਰ ਚੱਲਦੀਆਂ ਗੋ.ਲੀਆਂ ਮਹਿਸੂਸ ਕਰਨ ਲੱਗੀ। ਡਰ ਨਾ.ਲ ਸੁੰਨ ਹੋਈ ਤੋਂ ਮੇਰੇ ਕੋ.ਲੋ ਅੱਗੋਂ ਕੁੱਝ ਹੋਰ ਬੋਲਿਆ ਨਾ ਗਿਆ। ਉਹ ਵਿਚਾਰੀ ਖੁਦ ਹੀ ਮੈਨੂੰ ਦੱਸਣ ਲੱਗੀ, "ਫਿਰ ਇਹਨਾਂ ਦੇ ਬੇਟੇ ਨੂੰ ਵੀਹ ਸਾਲ ਦੀ ਸਜ਼ਾ ਹੋਈ। ਸਤਾਈ ਸਾਲ ਦੀ ਉਮਰ ਸੀ ਉਦੋਂ ਉਸ ਦੀ ਤੇ ਵੀਹ ਸਾਲ ਦੀ ਸਜ਼ਾ...। ਬਥੇਰੇ ਵਕੀਲ ਕੀਤੇ ਕਿ ਕਿਵੇਂ ਨਾ ਕਿਵੇਂ ਘਟ ਜਾਵੇ ਪਰ ਕੁਛ ਵੀ ਨਾ ਬਣਿਆ। ਕਨੂੰਨ ਜੁ ਇੱਥੋਂ ਦੇ ਏਨੇ ਸਖਤ ਨੇ।"

ਉਸ ਦੀ ਕਹਾਣੀ ਅਜੇ ਖਤਮ ਨਹੀਂ ਸੀ ਹੋਈ ਮੈਂ ਵਿੱਚੋਂ ਹੀ ਪੁੱਛ ਲਿਆ।

"ਅੰਜੇ ਹੋਰ ਕਿੰਨੀ ਸਜ਼ਾ ਬਾਕੀ ਰਹਿੰਦੀ ਐ?"

"ਦੋ ਢਾਈ ਸਾਲ ਅਜੇ ਬਾਕੀ ਰਹਿੰਦੇ ਨੇ...। ਜੁੱਗੜੇ ਹੋ ਗਏ... ਜਾਣੈ...ਗਏ ਨੂੰ।"

ਫਿਰ ਉੱਥੇ ਇਕਦਮ ਚੁੱਪ ਪਸਰ ਗਈ। ਨਾ ਉਹ ਕੁੱਝ ਬੋਲੀ ਨਾ ਮੈਂ ਬੋਲੀ। ਦੋਨੋ ਹੀ ਪੂਰੀ ਤਰ੍ਹਾਂ ਗੰਭੀਰ ਹੋ ਗਈਆਂ ਸਾਂ।

ਆਪਣੀ ਚੁੱਪੀ ਤੋੜਦਿਆਂ ਉਹ ਆਖਣ ਲੱਗੀ, "ਸਜ਼ਾ ਪੂਰੀ ਹੋਣ 'ਤੇ ਉਹਨਾਂ ਨੇ ਉਹਨੂੰ ਇੱਥੇ ਰਹਿਣ ਤਾਂ ਦੇਣਾ ਨਹੀਂ ਇੰਡੀਆ ਵਾਪਸ ਭੇਜ ਦੇਣਾ ਹੈ। ਇਹ ਵੀ ਵਿਚਾਰੇ ਉਦੋਂ ਇੰਡੀਆ ਚਲੇ ਜਾਣਗੇ..."।

"ਕੀ ਪਰਸਨੈਲਿਟੀ ਸੀ ਇਹਨਾਂ ਦੀ। ਪਿੰਡ ਦੇ ਲੋਕ ਤੇ ਰਿਸ਼ਤੇਦਾਰ ਇਹਨਾਂ ਦੋਹਾਂ ਤੋਂ ਪੁੱਛਿਆਂ ਬਿਨਾ ਕੋਈ ਕੰਮ ਨਹੀਂ ਸੀ ਕਰਦੇ। ਆਹ ਕੁੜੀ ਕੁਲਹਿਣੀ ਨੇ ਇਹਨਾਂ ਦਾ ਵੈਰ ਲੈ ਲਿਆ ਤੇ ਆਹ ਹਾਲ ਬਣਾ ਦਿੱਤਾ।"

ਕਹਾਣੀ ਸੁਣਾਉਂਦੀ ਸ਼ਰਨਜੀਤ ਆਪਣੇ ਮੱਥੇ ਤੇ ਹੱਥ ਮਾਰ ਦੱਸਣ ਲੱਗੀ।

ਅਸੀਂ ਦੋਹਾਂ ਨੇ ਫਿਰ ਲੰਮੇ ਹਉਕੇ ਲਏ ਤੇ ਫਿਰ ਇੱਕ ਦਮ ਕੁੱਝ ਸਮੇਂ ਲਈ ਫਿਰ ਉੱਥੇ ਚੁੱਪ ਪਸਰ ਗਈ। ਇੰਜ ਸੰਨਾਟਾ ਛਾ ਗਿਆ ਜਿਵੇਂ ਤੂਫਾਨ ਆਉਣ ਤੋਂ ਬਾਅਦ ਸਮੁੰਦਰ ਵਿੱਚ ਛਾ ਜਾਂਦਾ ਹੈ। ਫਿਰ ਉਸ ਨੇ ਆਪਣੀ ਚੁੱਪੀ

ਤੋੜਦਿਆਂ ਕਿਹਾ, "ਆਹ ਪਿੱਛੇ ਜਿਹੇ ...ਦੋ ਕੁ ਮਹੀਨੇ ਪਹਿਲਾਂ.. ਇਹਨਾਂ ਦੇ ਹਸਬੈਂਡ ਦੀ ਮੌਤ ਹੋ ਗਈ। ਉਹ ਵਿਚਾਰੇ... ਇਹਨਾ ਨੂੰ ਸੰਭਾਲ਼ਦੇ ਸਨ। ਅਚਾਨਕ ਇੱਕ ਦਿਨ ਹਰਟ-ਅਟੈਕ ਦੇ ਨਾ.ਲ਼ ਉਹ... ਵੀ ਚੱਲ ਵਸੇ...ਘਰ ਖਾਲੀ ਹੋ ਗਿਆ... ਇਹਨੂੰ ਵਿਚਾਰੀ ਨੂੰ... ਸਾਂਭਣ ਵਾ.ਲ਼ਾ ਕੋਈ ਨਹੀਂ ਸੀ ਇਸ ਕਰਕੇ... ਇੱਥੇ ਭੇਜ ਦਿੱਤਾ। ਹੋਰ ਕਿਤੇ.. ਪੰਜਾਬੀ ਨਰਸਿੰਗ ਹੋਮ ਵਿੱਚ ਜਗ੍ਹਾ ਨਹੀਂ ਸੀ ਮਿਲ਼ੀ। ਅਪਲਾਈ ਤਾਂ... ਕਈ ਥਾਈਂ ਕੀਤਾ ਸੀ। ਇੱਥੇ ਵੀ ਭਲੇ ਨੂੰ ਇੱਕ ਕ..ਮ..ਰਾ ਖਾ..ਲ਼ੀ.. ਸੀ। ਓ..ਨੀ ਦੇਰ.. ਏ.ਥੇ ਰਹਿ ਲੈਣ..ਗੇ ਜਿੰਨੀ ਦੇਰ ਮੁੰਡੇ ਦੀ ਸਜ਼ਾ ਪੂ..ਰੀ ਨਹੀਂ ਹੁੰਦੀ। ਫਿਰ ਚਲੇ ਜਾਣਗੇ ਇੰਡੀਆ।"

ਅੱਖੀਂ ਦੇਖੀ ਦਰਦਨਾਕ ਕਹਾਣੀ ਸੁਣਾ ਰਹੀ ਸ਼ਰਨਜੀਤ ਦੀਆਂ ਰਗਾਂ ਬੈਠ ਗਈਆਂ ਸਨ। ਉਸ ਕੋ.ਲ਼ ਹੋਰ ਬੋਲਣ ਦੀ ਸਮਰੱਥਾ ਨਹੀਂ ਸੀ। ਮੈਂ ਉਸਨੂੰ ਫਰਿਜ਼ ਵਿੱਚੋਂ ਲਿਆ ਕੇ ਜੂਸ ਪੀਣ ਨੂੰ ਦਿੱਤਾ। ਜੂਸ ਪੀ ਕੇ ਉਹ ਅੰਟੀ ਨੂੰ ਮਿਲ਼ ਦੁਆਰਾ ਵਾਪਸ ਆਉਣ ਦਾ ਵਾਅਦਾ ਕਰ ਕੇ ਚਲੀ ਗਈ। ਮੈਂ ਉੱਥੋਂ ਉੱਠ ਵਾਸ਼ਰੂਮ ਵਿੱਚ ਆਪਣਾ ਮੂੰਹ ਧੋ ਆਪਣੇ ਕੰਮ ਲੱਗ ਗਈ। ਅੰਟੀ ਦੀ ਦੁੱਖਭਰੀ ਕਹਾਣੀ ਸੁਣ ਮੇਰਾ ਹਿਰਦਾ ਪਰੁੰਨ੍ਹਿਆ ਗਿਆ ਸੀ। ਮੇਰੀ ਕੰਮ ਕਰਨ ਦੀ ਤਾਕਤ ਘਟ ਗਈ ਸੀ। ਮੈਂ ਨਰਸਿੰਗ ਸਟੇਸ਼ਨ 'ਤੇ ਜਾ ਕੇ ਰਜਿਸਟਰਡ ਨਰਸ ਮਾਰੀਆ ਕੋਲੋਂ ਛੁੱਟੀ ਦੀ ਮੰਗ ਕੀਤੀ।

"ਕੀ ਹੋ ਗਿਆ?" ਮਾਰੀਆ ਬੋਲੀ

"ਸਿਰ ਪੀੜ...ਨਾ.ਲ਼ ਹੀ ਬੁਖਾਰ ਲਗਦਾ ਹੈ।" ਮੈਂ ਆਖਿਆ

ਮਾਰੀਆ ਨੇ ਮੇਰੇ ਮੂੰਹ ਵੱਲ ਤੱਕ ਦਿਆਂ ਹੋਇਆਂ ਕਿਹਾ, "ਸੱਚਮੁੱਚ, ਤੇਰਾ ਚਿਹਰਾ ਹੀ ਦੱਸ ਰਿਹਾ ਹੈ ਕਿ ਤੈਨੂੰ ਕੁੱਝ ਹੋ ਗਿਆ।"

ਮੈਂ ਅੱਖਾਂ ਭਰ ਅੰਟੀ ਦੀ ਸਾਰੀ ਕਹਾਣੀ ਅੰਗਰੇਜ਼ੀ ਵਿੱਚ ਟਰਾਂਸਲੇਟ ਕਰਕੇ ਮਾਰੀਆ ਨੂੰ ਉਂਜ ਹੀ ਸੁਣਾ ਦਿੱਤੀ ਸੀ ਜਿਵੇਂ ਉਸ ਔਰਤ ਨੇ ਮੈਨੂੰ ਸੁਣਾਈ ਸੀ। ਮੇਰੇ ਪਿੱਛੇ ਖੜ੍ਹੀ ਕਰਿਸਟਾ ਨੇ ਵੀ ਪੂਰੀ ਕਹਾਣੀ ਸੁਣ ਲਈ ਸੀ। ਕਹਾਣੀ ਖਤਮ ਹੋਣ ਤੇ ਉਹਨੇ ਮੇਰੇ ਮੋਢੇ 'ਤੇ ਹੱਥ ਧਰਦਿਆਂ ਹੋਇਆਂ ਭਰੀਆਂ ਅੱਖਾਂ ਨਾ.ਲ਼ ਕਿਹਾ ਸੀ, "ਜੈਸ ਤੂੰ ਫਿਕਰ ਨਾ ਕਰ। ਅੱਜ ਤੋਂ ਬਾਅਦ ਆਪਾਂ ਅੰਮਾ ਦੀ ਏਨੀ ਸੇਵਾ ਕਰਾਂਗੇ ਕਿ ਉਸ ਨੂੰ ਆਪਣੇ ਸਾਰੇ ਪੁਰਾਣੇ ਦੁੱਖ ਭੁੱਲ ਜਾਣਗੇ।"

ਉਸ ਸਮੇਂ ਮੈਨੂੰ ਕਰਿਸਟਾ ਦਾ ਬਹੁਤ ਹੀ ਪਿਆਰ ਆਇਆ। ਮੈਂ ਉਸਨੂੰ ਘੁੱਟ ਕੇ ਗਲਵੱਕੜੀ ਪਾ ਲਈ। ਮਾਰੀਆ ਵੀ ਉੱਠ, ਸਾਡੇ ਨਾ.ਲ਼ ਇੰਜ ਚੁੰਬੜ ਗਈ ਜਿਵੇਂ ਉਹ ਦੱਸ ਰਹੀ ਹੋਵੇ ਚਲੋ... ਮੈਂ ਵੀ ਤੁਹਾਡੇ ਨਾ.ਲ਼ ਹਾਂ। ਬਾਕੀ ਸਟਾਫ ਨੂੰ ਵੀ ਅਸੀਂ ਆਖਾਂਗੇ। ਬੱਸ ਉਸੇ ਹੀ ਦਿਨ ਤੋਂ ਅਸੀਂ ਅੰਟੀ ਦੀ ਰੂਹ ਨਾ.ਲ਼ ਸੇਵਾ ਕਰਨੀ ਸ਼ੁਰੂ ਕਰ ਦਿੱਤੀ। •

ਪਹਿਲਾਂ-ਪਹਿਲਾਂ ਇਹ ਕੰਮ ਕਠਿਨ ਜ਼ਰੂਰ ਸੀ ਕਿ ਕਿਸੇ ਬੰਦੇ ਨੂੰ ਏਨੇ ਸਦਮਿਆਂ 'ਚੋਂ ਬਾਹਰ ਕੱਢਣਾ। ਪਰ ਅਸੀਂ ਸਭ ਨੇ ਰ.ਲ ਕੇ ਅੰਟੀ ਦਾ ਗੁੱਸਾ, ਗਾਲ੍ਹਾਂ ਘਰੂੰਡ ਯਾਨੀ ਕਿ ਸਭ ਤਰ੍ਹਾਂ ਦਾ ਵਿਹਾਰ ਖਿੜੇ ਮੱਥੇ ਸਵੀਕਾਰ ਕੀਤਾ।

ਉਹ ਹੁਣ ਬਦਲ ਚੁੱਕੀ ਸੀ। ਇੱਕ ਸਾਲ ਦੇ ਵਿੱਚ ਹੀ ਪੂਰੀ ਤਰ੍ਹਾਂ ਬਦਲ ਚੁੱਕੀ ਸੀ। ਮਿਸਜ਼ ਸਿੱਧੂ ਹੀ ਨਹੀਂ ਬਲਕਿ ਉਹ ਹੁਣ ਸਾਰਿਆਂ ਦੀ ਅੰਮਾ ਬਣ ਚੁੱਕੀ ਸੀ। ਨਰਸਿੰਗ ਹੋਮ ਦੇ ਰੈਜ਼ੀਡੈਂਟ ਵੀ ਉਸ ਦੇ ਨਾ.ਲ ਹੁਣ ਬਹੁਤ ਖੁਸ਼ ਸਨ। ਉਹ ਬਹੁਤ ਸਾਰੇ ਪਰੋਗਰਾਮਾਂ ਵਿੱਚ ਹਿੱਸਾ ਲੈਂਦੀ ਸੀ। ਅੰਗਰੇਜ਼ੀ ਵੀ ਸੁਹਣੀ ਬੋਲਣ ਲੱਗ ਪਈ ਸੀ। ਉਹ ਹੁਣ ਇਸ ਨਰਸਿੰਗ ਹੋਮ ਦੀ ਹਰਮਨ ਪਿਆਰੀ ਰੈਜ਼ੀਡੈਂਟ ਬਣ ਗਈ ਸੀ। ਮੈਨੂੰ ਵੀ ਉਸਦਾ ਆਪਣੀ ਮਾਂ ਜਿੰਨਾ ਹੀ ਪਿਆਰ ਆਉਂਦਾ ਸੀ। ਮੈਂ ਆਪਣੀਆਂ ਗੱਲਾਂ ਉਸ ਨਾ.ਲ ਸਾਂਝੀਆਂ ਕਰਿਆ ਕਰਦੀ ਸੀ ਤੇ ਉਹ ਆਪਣੇ ਦੁੱਖ ਵੀ ਮੇਰੇ ਕੋ.ਲ ਰੋ ਲਿਆ ਕਰਦੀ ਸੀ। ਇੰਜ ਸਾਡੀ ਦੋਹਾਂ ਦੀ ਮਾਵਾਂ-ਧੀਆਂ ਜਿਹੀ ਹੀ ਇੱਕ ਸਾਂਝ ਬਣ ਗਈ ਸੀ।

ਇੰਜ ਹੀ ਇੱਕ ਦਿਨ ਮੈਨੂੰ ਕਿਸੇ ਹੋਰ ਨਰਸਿੰਗ ਹੋਮ ਵਿੱਚੋਂ ਇੰਟਰਵਿਊ ਲਈ ਕਾਲ ਆ ਗਈ। ਕਦੇ ਪਹਿਲਾਂ ਕਿਤੇ ਅਪਲਾਈ ਕੀਤਾ ਹੋਇਆ ਸੀ। ਉਹ ਨਰਸਿੰਗ ਹੋਮ ਮੇਰੇ ਘਰ ਦੇ ਨਜ਼ਦੀਕ ਹੀ ਸੀ। ਮੈਂ ਇੰਟਰਵਿਊ 'ਤੇ ਗਈ ਤੇ ਉਹਨਾਂ ਨੇ ਮੈਨੂੰ ਉਸੇ ਵਕਤ ਹੀ ਜੌਬ ਤੇ ਰੱਖ ਲਿਆ। ਮੈਂ ਉਹਨਾਂ ਤੋਂ ਦੋ ਕੁ ਹਫਤਿਆਂ ਦੀ ਮੁਹਲਤ ਲਈ ਤਾਂ ਕਿ ਮੈਂ ਆਪਣੀ ਪਹਿਲੀ ਜਾਬ 'ਤੇ ਅਸਤੀਫਾ ਦੇ ਸਕਾਂ।

ਅਗਲੇ ਦਿਨ ਅਸਤੀਫੇ ਦਾ ਨੋਟਿਸ ਦੇ ਮੈਂ ਸੋਚਾਂ ਵਿੱਚ ਪੈ ਗਈ ਸੀ...ਅੰਮਾ ਨੂੰ ਦੱਸਾਂ.. ਜਾਂ ਨਾ ਦੱਸਾਂ.. ਕਿ ਮੈਂ ਇੱਥੇ ਹੁਣ ਤੇਰੇ ਕੋ.ਲ ਸਿਰਫ ਦੋ ਹੀ ਹਫਤੇ ਹਾਂ।

ਨਹੀਂ..ਨਹੀਂ ਮੈਂ ਇਹ ਨਹੀਂ ਦੱਸ ਸਕਦੀ। ਉਸ ਵਿਚਾਰੀ ਦਾ ਤਾਂ ਦਿਲ ਹੀ ਟੁੱਟ ਜਾਵੇਗਾ। ਮੈਂ ਹੀ ਹਾਂ ਇੱਥੇ ਸਭ ਤੋਂ ਵੱਧ ਉਸਦੇ ਨੇੜੇ। ਮੇਰੇ ਨਾ.ਲ ਹੀ ਤਾਂ ਉਹ ਵਿਚਾਰੀ ਆਪਣੇ ਸਾਰੇ ਦੁੱਖ-ਸੁਖ ਸਾਂਝੇ ਕਰਦੀ ਹੈ। ਇਹ ਸੋਚਾਂ ਸੋਚਦੀ ਹੋਈ ਨੇ ਹੀ ਮੈਂ ਪੂਰੇ ਦੋ ਹਫਤੇ ਗੁਜ਼ਾਰ ਦਿੱਤੇ ਸਨ। ਮੇਰੇ ਕੋ.ਲੋ ਅੰਟੀ/ਅੰਮਾਂ ਨੂੰ ਦੱਸਣ ਦੀ ਹਿੰਮਤ ਨਹੀਂ ਸੀ ਹੋਈ।

ਮੇਰਾ ਇਸ ਫੇਸਿਲਟੀ ਵਿੱਚ ਆਖਰੀ ਦਿਨ ਸੀ। ਮੈਂ ਹਾਲੇ ਤੱਕ ਅੰਮਾਂ ਨੂੰ ਆਪਣੇ ਬਾਰੇ ਕੁੱਝ ਨਹੀਂ ਸੀ ਦੱਸਿਆ ਕਿ ਮੈਂ ਇੱਥੇ ਅੱਜ ਦਾ ਹੀ ਦਿਨ ਹਾਂ। ਮੈਨੂੰ ਉਸਦੇ ਰਿਐਕਸ਼ਨ ਤੋਂ ਬਹੁਤ ਡਰ ਲੱਗਦਾ ਸੀ। ਮੈਂ ਉਸਨੂੰ ਦੁਖੀ ਨਹੀਂ ਸੀ ਵੇਖਣਾ ਚਾਹੁੰਦੀ।

ਪਰ, ਅਖੀਰ ਮੈਂ ਜਕਦੀ ਜਕਾਉਂਦੀ ਨੇ ਲੰਚ ਤੋਂ ਬਾਅਦ ਆਪਣਾ ਦਿਲ

ਮਜ਼ਬੂਤ ਕਰਕੇ ਆਖਰ ਨੂੰ ਉਸਨੂੰ ਦੱਸ ਹੀ ਦਿੱਤਾ।

"ਅੰਟੀ, ਮੈਂ ਇਸ ਨਰਸਿੰਗ ਹੋਮ ਵਿੱਚੋਂ ਜਾ ਰਹੀ ਹਾਂ। ਮੈਨੂੰ ਮੇਰੇ ਘਰ ਦੇ ਲਾਗੇ ਹੀ ਹੋਰ ਨਰਸਿੰਗ ਹੋਮ ਵਿੱਚ ਜੌਬ ਮਿਲ ਗਈ ਹੈ।"

ਉਸਨੇ ਮੇਰੀ ਗੱਲ ਸੁਣ ਕੇ ਬੜੇ ਅਚੰਭੇ ਨਾ.ਲ ਕਿਹਾ, "ਟੂ ਬੈਡ।"

ਫਿਰ ਉਸਨੇ ਮੇਰੇ ਨਾ.ਲ ਕੋਈ ਹੋਰ ਗੱਲ ਨਾ ਕੀਤੀ। ਬੱਸ ਪਹਿਲਾਂ ਵਾਂਗ ਹੀ ਤੁਰਦੀ-ਫਿਰਦੀ ਰਹੀ। ਟੀਵੀ ਵੇਖਦੀ ਰਹੀ ਜਾਂ ਫਿਰ ਦੂਸਰੇ ਸਟਾਫ ਤੇ ਰੈਜੀਡੈਂਟਾਂ ਨਾ.ਲ ਗੱਲਾਂ-ਬਾਤਾਂ ਕਰਦੀ ਰਹੀ। ਮੈਨੂੰ ਬੜੀ ਹੈਰਾਨੀ ਹੋਈ ਕਿ ਜੋ ਚੀਜ਼ ਮੈਂ ਸੋਚਦੀ ਸੀ ਉਹ ਤਾਂ ਕੁੱਝ ਵੀ ਨਹੀਂ ਹੋਈ। ਮੈਨੂੰ ਇਸ ਗੱਲ ਦੀ ਖੁਸ਼ੀ ਵੀ ਹੋਈ ਕਿ ਉਹ ਹੁਣ ਪੂਰੀ ਤਰ੍ਹਾਂ ਠੀਕ ਹੋ ਗਈ ਸੀ। ਚਾਈਂ-ਚਾਈਂ ਮੈਂ ਉਸ ਨਰਸਿੰਗ ਹੋਮ ਵਿੱਚ ਆਪਣਾ ਆਖਰੀ ਦਿਨ ਪੂਰਾ ਕੀਤਾ ਤੇ ਆਉਂਦੀ ਹੋਈ ਸਾਰਿਆਂ ਨੂੰ ਮਿ.ਲ ਕੇ ਵੀ ਆਈ। ਉਹਨੂੰ ਵੀ ਮਿ.ਲ ਕੇ ਆਈ।

ਇੰਜ ਹੀ ਸਮਾਂ ਲੰਘਦਾ ਗਿਆ। ਮੈਂ ਆਪਣੇ ਕੰਮਾਂ-ਕਾਰਾਂ ਤੇ ਬੱਚਿਆਂ ਵਿੱਚ ਰੁੱਝ ਗਈ। ਨਰਸਿੰਗ ਹੋਮ ਵਿੱਚ ਕਿਸੇ ਨੂੰ ਫ਼ੋਨ ਕਰਨ ਦੀ ਫੁਰਸਤ ਹੀ ਨਾ ਮਿ.ਲੀ। ਕੰਮ ਛੱਡਣ ਤੋਂ ਤਕਰੀਬਨ ਸੱਤ-ਅੱਠ ਮਹੀਨਿਆਂ ਬਾਅਦ ਮੈਨੂੰ ਸਰ੍ਹੀ ਮੈਮੋਰੀਅਲ ਹਸਪਤਾ.ਲ ਬੱਚਿਆਂ ਦੇ ਵਾਰਡ ਵਿੱਚ ਕਰਿਸਟਾ ਮਿ.ਲੀ। ਉਹ ਆਪਣੇ ਚਾਰ ਕੁ ਸਾਲ ਦੇ ਬੱਚੇ ਨੂੰ ਲੈ ਕੇ ਅਜੇ ਆਈ ਹੀ ਸੀ। ਜੋ ਬਿਮਾਰ ਲਗਦਾ ਸੀ। ਮੈਂ ਵੀ ਆਪਣੀ ਇੱਕ ਸਹੇਲੀ ਦੀ ਬੇਟੀ ਦਾ ਉਸੇ ਵਾਰਡ ਵਿੱਚੋਂ ਪਤਾ ਲੈ ਕਿ ਵਾਪਸ ਆ ਰਹੀ ਸੀ। ਕਰਿਸਟਾ ਨੇ ਮੈਨੂੰ ਵੇਖ ਲਿਆ ਤੇ ਦੂਰੋਂ ਹੀ ਉੱਚੀ ਦੇਣੇ ਹੱਥ ਉੱਚਾ ਕਰਕੇ ਹੈਲੋ ਜੈਸ ਆਖ ਕੇ ਮੈਨੂੰ ਬੁਲਾਇਆ। ਮੈਂ ਉਸ ਕੋ.ਲ ਚਲੀ ਗਈ। ਉਦੋਂ ਹੀ ਉਸ ਦੀ ਵਾਰੀ ਆ ਗਈ। ਉਹਨੇ ਕਾਹ.ਲੀ ਨਾ.ਲ ਮੈਨੂੰ ਕਿਹਾ, "ਜੈਸ ਮੇਰੀ ਗੱਲ ਸੁਣੇ ਬਗੈਰ ਨਾ ਜਾਈਂ।"

ਮੈਂ ਉੱਥੇ ਵੇਟਿੰਗ ਰੂਮ ਵਿੱਚ ਬੈਠ ਉਸਦੀ ਉਡੀਕ ਕਰਨ ਲੱਗੀ। ਕੋਈ ਅੱਧੇ ਕੁ ਘੰਟੇ ਵਿੱਚ ਆਪਣੇ ਬੇਟੇ ਨੂੰ ਨਾ.ਲ ਲੈ ਕੇ ਉਹ ਆ ਗਈ। ਹਾਲ-ਚਾਲ ਪੁੱਛਣ ਤੋਂ ਬਾਅਦ ਉਹ ਮੈਨੂੰ ਪੁੱਛਣ ਲੱਗੀ, "ਜੈਸ ਕੀ ਤੈਨੂੰ ਪਤਾ... ਅੰਮਾ ਦੀ ਮੌਤ ਹੋ ਗਈ।"

"ਹੈਂ, ਨਹੀਂ, ਕਦੋਂ?" ਮੈਂ ਹੈਰਾਨ ਹੋਈ ਨੇ ਉਸਨੂੰ ਪੁੱਛਿਆ

"ਬੱਸ ਤੇਰੇ ਕੰਮ ਛੱਡਣ ਤੋਂ ਕੁਛ ਕੁ ਹਫਤੇ ਬਾਅਦ। ਮੈਂ ਤੈਨੂੰ ਕਈ ਵਾਰੀ ਫ਼ੋਨ ਕੀਤਾ ਸੀ ਇਹ ਗੱਲ ਦੱਸਣ ਦੇ ਲਈ। ਪਰ ਤੂੰ ਫ਼ੋਨ ਨਹੀਂ ਸੀ ਉਠਾਇਆ। ਤੇਰੇ ਜਾਣ ਤੋਂ ਬਾਅਦ ਉਹ ਕਈ ਵਾਰੀ ਤੈਨੂੰ ਯਾਦ ਕਰਦੀ ਸੀ। ਸਾਡੇ ਕੋਲੋਂ ਤੇਰੇ ਬਾਰੇ ਪੁੱਛਦੀ ਰਹਿੰਦੀ ਸੀ। ਤੈਨੂੰ ਮਿਲਣ ਦੀ ਗੱਲ ਵੀ ਕਰਦੀ ਸੀ"।

"ਓਹ, ਅੱਛਾ, ਸੱਚੀਂ!"

"ਪਰ ਕੀ ਹੋਇਆ ਸੀ ਅੰਮਾ ਨੂੰ? ਉਹ ਤਾਂ ਚੰਗੀ ਭਲ਼ੀ ਠੀਕ ਹੋ ਗਈ ਸੀ।"

"ਹਾਂ, ਤੂੰ ਠੀਕ ਆਖਦੀ ਐਂ। ਉਹ ਠੀਕ ਹੋ ਗਈ ਸੀ। ਪਰ ਇੱਕ ਦਿਨ ਉਹ ਸਾਰਾ ਦਿਨ ਬੈੱਡ 'ਤੇ ਹੀ ਰਹੀ। ਉਸਨੇ ਲੰਚ ਵੀ ਨਹੀਂ ਸੀ ਖਾਧਾ। ਰਾਤ ਦੇ ਖਾਣੇ ਵੇਲ਼ੇ ਉਸਦੇ ਰੂਮ ਵਿੱਚ ਮਾਰੀਆ ਉਸਨੂੰ ਦਵਾਈ ਦੇਣ ਗਈ ਸੀ। ਉਹਨੇ ਜਾ ਕੇ ਵੇਖਿਆ ਕਿ ਅੰਮਾ ਪਸੀਨੇ ਦੇ ਨਾਲ਼ ਪੂਰੀ ਤਰ੍ਹਾਂ ਭਿੱਜੀ ਪਈ ਹੈ। ਮਾਰੀਆ ਨੇ ਉਸਨੂੰ ਆਪਣੀ ਬਾਂਹ ਦਾ ਸਹਾਰਾ ਦੇ ਕੇ ਉਠਾਇਆ ਤੇ ਅੰਮਾ ਨੇ ਉਦੋਂ ਬੱਸ ਇੱਕ ਹਉਕਾ ਜਿਹਾ ਲਿਆ ਤੇ ਉੱਥੇ ਹੀ ਪੂਰੀ ਹੋ ਗਈ।

ਕਰਿਸਟਾ ਅਜੇ ਵੀ ਕੁੱਝ ਬੋਲ ਰਹੀ ਸੀ..। ਪਰ ਮੇਰਾ ਸਰੀਰ ਸੁੰਨ ਹੋ ਗਿਆ ਸੀ। ਮੈਂ ਸੋਚ ਰਹੀ ਸੀ ਕਿ ਅੰਮਾ ਨੇ ਆਪਣੀ ਜ਼ਿੰਦਗੀ ਵਿੱਚ ਹਉਕੇ ਤਾਂ ਬਹੁਤ ਲਏ ਹੋਣਗੇ। ਪਰ ਆਖਰੀ ਹਉਕਾ ਉਹਨੇ ਜ਼ਰੂਰ ਮੇਰੇ ਲਈ ਲਿਆ ਹੋਵੇਗਾ।

•

ਫੇਸਬੁੱਕ

ਉਹ ਹੁਣ ਮੇਰੇ ਲਈ ਕੋਈ ਅਜਨਬੀ ਨਹੀਂ ਸੀ।ਮੇਰਾ ਤੇ ਉਹਦਾ ਇੱਕ ਰਿਸ਼ਤਾ ਬਣਨ ਜਾ ਰਿਹਾ ਸੀ।ਜ਼ਿੰਦਗੀ ਭਰ ਦਾ ਰਿਸ਼ਤਾ।ਉਹਨੇ ਮੈਨੂੰ ਤੇ ਮੇਰੇ ਬੱਚਿਆਂ ਨੂੰ ਖੁਸ਼ੀ-ਖੁਸ਼ੀ ਸਵੀਕਾਰ ਕਰ ਲਿਆ ਸੀ।ਮੈਂ ਤੇ ਉਹ ਹੁਣ ਦਿਨ 'ਚ ਕਈ-ਕਈ ਵਾਰ ਫ਼ੋਨ ਕਰਦੇ।ਘੰਟਿਆਂ ਬੱਧੀ ਇੱਕ ਦੂਜੇ ਦੇ ਨਾ.ਲ ਗੱਲਾਂ ਕਰਦੇ।ਜਦ ਮੈਂ ਉਸ ਨੂੰ ਆਪਣੇ ਬੱਚਿਆਂ ਦੀਆਂ ਤੋਤਲੀਆਂ-ਮੋਤਲੀਆਂ ਸੁਣਾਉਂਦਾ ਤਾਂ ਉਹ ਉੱਚੀ-ਉੱਚੀ ਹੱਸਦੀ।ਉਹ ਏਨਾ ਉੱਚੀ ਹੱਸਦੀ ਕਿ ਉਸਦੀ ਹਾਸੇ ਦੀ ਠਣਕਾਰ ਮੇਰੀ ਰੂਹ ਤੱਕ ਪਹੁੰਚ ਜਾਂਦੀ।

ਮੈਂ ਸੋਚਦਾ ਕਾਸ਼!ਉਹ ਇਸ ਵਕਤ ਇੱਥੇ ਮੇਰੇ ਕੋ.ਲ ਹੁੰਦੀ।ਮੈਂ ਉਸਨੂੰ ਆਪਣੀਆਂ ਬਾਹਾਂ ਵਿੱਚ ਭਰ ਲੈਂਦਾ ਤੇ ਸੀਨੇ ਦੇ ਨਾ.ਲ ਲਾ ਲੈਂਦਾ।ਪਰ, ਮੈਂ ਆਉਣ ਵਾ.ਲੇ ਸਮੇਂ ਦੀ ਉਡੀਕ ਕਰਨ ਲਗਦਾ।ਉਹਨੂੰ ਆਪਣੀ ਜ਼ਿੰਦਗੀ ਵਿੱਚ ਚਿਤਰਨ ਲੱਗਦਾ।ਉਹ ਹੁਣ ਮੇਰੀ ਜ਼ਿੰਦਗੀ ਦਾ ਅਧਾਰ ਬਣ ਚੁੱਕੀ ਸੀ ਤੇ ਮੇਰੇ ਜਿਉਣ ਦਾ ਮਕਸਦ।ਮੇਰਾ,ਮੇਰੇ ਬੱਚਿਆਂ ਦਾ ਤੇ ਮੇਰੇ ਮਾਪਿਆਂ ਦਾ ਭਵਿੱਖ ਬਣ ਚੁੱਕੀ ਸੀ।ਉਹਦੇ ਆਉਣ ਨਾ.ਲ ਇਹ ਜ਼ਿੰਦਗੀ ਸੱਚਮੁੱਚ ਹੀ ਬਦਲ ਜਾਵੇਗੀ।ਇਹ ਘਰ ਖੁਸ਼ੀਆਂ ਦੇ ਨਾ.ਲ ਭਰ ਜਾਵੇਗਾ।ਮੈਂ ਇਹ ਸੋਚ-ਸੋਚ ਖੁਸ਼ੀ ਵਿੱਚ ਝੂਮ ਉੱਠਦਾ।ਖੁਸ਼ੀ ਦੇ ਨਾ.ਲ ਝੂਮਦਾ-ਝੂਮਦਾ ਮੈਂ ਉਸਨੂੰ ਫ਼ੋਨ ਘੁਮਾਅ ਲੈਂਦਾ।

ਉਹਦਾ ਨਾਂ ਰੁਪਿੰਦਰ ਕੌਰ ਸੀ।ਪਰ ਮੈਂ ਪਿਆਰ ਨਾ.ਲ ਉਸਨੂੰ ਰੂਪ ਕੌਰ ਆਖਦਾ।ਮੇਰੇ ਮੂੰਹੋਂ ਆਪਣਾ ਨਾਮ ਰੂਪ ਕੌਰ ਸੁਣ ਕੇ ਉਹ ਬਹੁਤ ਖੁਸ਼ ਹੁੰਦੀ।ਉਹ ਮੈਨੂੰ ਆਖਦੀ ਕਿ ਜਦ ਮੈਂ ਉਸਨੂੰ ਰੂਪ ਕੌਰ ਆਖਦਾ ਹਾਂ ਤਾਂ ਉਸਨੂੰ ਦੁੱਗਣਾ ਰੂਪ ਚੜ੍ਹ ਜਾਂਦਾ ਹੈ।ਮੇਰਾ ਨਾਂ -ਚਰਨਜੀਤ।ਪਰ ਉਹ ਹਮੇਸ਼ਾਂ ਹੀ ਮੈਨੂੰ 'ਚੰਨ' ਆਖ ਕੇ ਹੀ ਬੁਲਾਉਂਦੀ।ਮੈਨੂੰ ਵੀ ਉਸਦੇ ਮੂੰਹੋਂ ਆਪਣਾ ਨਾਂ ਚੰਨ ਸੁਣਨਾ ਬਹੁਤ ਹੀ ਚੰਗਾ ਲਗਦਾ।ਇਸ ਤਰ੍ਹਾਂ ਅਸੀਂ ਦੋਵੇਂ ਰੂਪ ਤੇ ਚੰਨ ਜ਼ਿੰਦਗੀ ਦੇ ਸੁਨਿਹਰੀ ਭਵਿੱਖ ਦੇ ਸੁਪਨੇ ਵੇਖਦੇ।ਸੁਪਨੇ ਵੇਖਦੇ-ਵੇਖਦੇ ਅਸੀਂ ਆਪਣੇ ਵਿਆਹ ਦੇ ਦਿਨ ਗਿਣਨ ਲਗਦੇ।ਅਜੇ ਵੀਹ ਦਿਨ ਬਾਕੀ ਸਨ।ਪਰ ਰੂਪ ਕੌਰ ਨੇ ਵਿਆਹ ਤੋਂ ਦਸ ਦਿਨ ਪਹਿਲਾਂ ਹੀ ਟੋਰੌਂਟੋ ਤੋਂ ਸਰ੍ਹੀ ਆ ਜਾਣਾ ਸੀ।ਬੱਸ ਏਹੀ ਦਸ ਦਿਨ ਮੈਨੂੰ ਤੇ ਉਹਨੂੰ ਕੱਢਣੇ ਮੁਸ਼ਕਲ ਲਗਦੇ।ਸਦੀਆਂ ਵਾਂਗਰ ਜਾਪਦੇ।ਉਹ ਕਦੇ ਮੈਨੂੰ ਫ਼ੋਨ ਕਰਦੀ ਤੇ

ਕਦੇ ਮੈਂ ਉਹਨੂੰ ਫ਼ੋਨ ਕਰਦਾ।

ਅੱਜ ਸਵੇਰ ਦੀ ਦਾ ਜਦੋਂ ਉਹਦਾ ਮੈਨੂੰ ਕੋਈ ਫ਼ੋਨ ਨਾ ਆਇਆ ਤਾਂ ਮੈਂ ਉਹਨੂੰ ਫ਼ੋਨ ਲਗਾਇਆ ਤੇ ਹੱਸ ਕੇ ਪੁੱਛਿਆ," ਕੀ ਗੱਲ ਰੂਪ ਕੁਰੇ ਅੱਜ ਸਵੇਰ ਦੀ ਰੜਕੀ ਨੀ।ਕਿੱਥੇ ਸੀ?"

"ਅੱਜ ਮੈਂ ਸਵੇਰ ਦੀ ਫੇਸਬੁੱਕ ਤੇ ਬੀ ਜ਼ੀ ਸੀ।ਇਨਬਾਕਸ ਵਿੱਚ ਕਿੰਨੇ ਹੀ ਮੈਸੇਜਜ਼ ਆਏ ਹੋਏ ਸਨ।ਉਹਨਾਂ ਨੂੰ ਵੇਖ ਰਹੀ ਸੀ।" ਉਹਨੇ ਮੇਰੀ ਗੱਲ ਦਾ ਜੁਆਬ ਵੀ ਹੱਸ ਕੇ ਹੀ ਦਿੰਦਿਆਂ ਹੋਇਆਂ ਕਿਹਾ।

"ਫੇਸਬੁੱਕ!"

"ਹਾਂ,ਫੇਸਬੁੱਕ।"

ਉਹਦੇ ਮੂੰਹੋਂ ਫੇਸਬੁੱਕ ਦਾ ਨਾਂ ਸੁਣਦਿਆਂ ਸਾਰ ਹੀ ਮੇਰੇ ਸੱਤੀਂ ਕੱਪੜੀਂ ਅੱਗ ਲੱਗ ਗਈ।ਮੈਂ ਇਕਦਮ ਉਹਨੂੰ ਕਹਿ ਬੈਠਾ।

"ਤੂੰ ਫੇਸਬੁੱਕ-ਫੂਸਬੁੱਕ ਤੇ ਨਹੀਂ ਬਹਿ ਸਕਦੀ।"

"ਫੇਸਬੁੱਕ ਤੇ ਨਹੀਂ ਬਹਿ ਸਕਦੀ!"

"ਹਾਂ"

"ਪਰ ਕਿਉਂ?"

"ਕਿਉਂਕਿ ਇਹ ਮੈਨੂੰ ਪਸੰਦ ਨਹੀਂ।"

"ਜੇਕਰ ਇਹ ਤੈਨੂੰ ਪਸੰਦ ਨਹੀਂ ਤਾਂ ਇਹਦਾ ਮਤਲਬ ਇਹ ਨਹੀਂ ਕਿ ਇਹ ਮੈਨੂੰ ਵੀ ਪਸੰਦ ਨਹੀਂ।ਮੈਂ ਇਸ 'ਤੇ ਜਾ ਨਹੀਂ ਸਕਦੀ।"ਮੇਰੀ ਗੱਲ ਦਾ ਜੁਆਬ ਰੂਪ ਕੌਰ ਨੇ ਗੰਭੀਰ ਲਹਿਜ਼ੇ ਵਿੱਚ ਦਿੰਦਿਆਂ ਹੋਇਆਂ ਕਿਹਾ।

"ਬੱਸ ਮੈਂ ਤੈਨੂੰ ਕਹਿ ਦਿੱਤਾ,ਜੇਕਰ ਤੂੰ ਮੇਰੇ ਨਾਲ਼ ਵਿਆਹ ਕਰਵਾਉਣਾ ਹੈ ਤਾਂ ਤੈਨੂੰ ਇਹਨਾਂ ਚੀਜ਼ਾਂ ਤੋਂ ਦੂਰ ਰਹਿਣਾ ਪਵੇਗਾ।" ਮੈਂ ਉਸ 'ਤੇ ਆਪਣਾ ਹੱਕ ਜਿਤਾਉਂਦਿਆਂ ਹੋਇਆਂ ਕਿਹਾ।

ਬੱਸ ਫਿਰ ਕੀ ਸੀ।ਇਸ ਗੱਲ ਨੂੰ ਲੈ ਕਿ ਅਸੀਂ ਦੋਵੇਂ ਝਗੜ ਪਏ।ਗੁੱਸੇ 'ਚ ਆ ਕੇ ਦੋਵੇਂ ਹੀ ਆਪੋ-ਆਪਣਾ ਕੰਟਰੋਲ ਖੋ ਬੈਠੇ।ਮੈਨੂੰ ਜਾਪਦਾ ਸੀ ਕਿ ਮੈਂ ਕੁੱਝ ਜ਼ਿਆਦਾ ਹੀ ਬੋਲ ਗਿਆ ਪਰ ਕਸਰ ਤਾਂ ਰੂਪ ਕੌਰ ਨੇ ਵੀ ਨਹੀਂ ਸੀ ਛੱਡੀ।ਉਹ ਵੀ ਭੜਕ ਉੱਠੀ ਤੇ ਗੁੱਸੇ ਵਿੱਚ ਆ ਕੇ ਕਹਿਣ ਲੱਗੀ," ਮੈਂ ਤੇਰੀ ਕੋਈ ਗੁਲਾਮ ਨਹੀਂ।ਤੂੰ ਤਾਂ ਹੁਣੇ ਹੀ ਮੇਰੀ ਆਜਾਦੀ 'ਤੇ ਪਾਬੰਦੀਆਂ ਲਾਉਣ ਲੱਗ ਪਿਆ ਹੈਂ।ਵਿਆਹ ਤੋਂ ਬਾਅਦ ਕੀ ਕਰੇਂਗਾ? ਮੈਂ ਤੇਰੀ ਏਨੀ ਸਖਤਾਈ ਨਹੀਂ ਸਹਿ ਸਕਦੀ।ਮੈਂ ਨਫਰਤ ਕਰਦੀ ਹਾਂ ਤੇਰੇ ਵਰਗੇ ਬੰਦਿਆਂ ਨੂੰ ਜੋ ਔਰਤ ਨੂੰ ਕੱਠਪੁਤਲੀ ਸਮਝਦੇ ਹਨ।" ਉਸਨੇ ਏਨਾ ਆਖ ਪੈਂਦੀ ਸੱਟੇ ਮੇਰਾ ਫ਼ੋਨ ਕੱਟ ਦਿੱਤਾ।

ਮੈਂ ਕਿੰਨੀ ਵਾਰੀ ਉਸਨੂੰ ਫ਼ੋਨ ਲਾਇਆ ਪਰ ਉਸਨੇ ਮੇਰਾ ਫ਼ੋਨ ਨਾ

ਉਠਾਇਆ। ਮੈਂ ਬਹੁਤ ਬਾਰ ਕੋਸ਼ਿਸ਼ ਕੀਤੀ ਪਰ, ਨਾ ਕਾਮਯਾਬ ਰਿਹਾ। ਮੈਂ ਹੱਫਲ ਕੇ ਸੋਫੇ 'ਤੇ ਜਾ ਡਿਗਿਆ। ਮੇਰੇ ਕੰਨਾਂ ਵਿੱਚ ਫੇਸਬੁੱਕ ਸ਼ਬਦ ਵਾਰ-ਵਾਰ ਗੂੰਜਣ ਲੱਗਾ। ਮੇਰੇ ਕੰਨਾਂ ਦੇ ਪਰਦੇ ਪਾੜਨ ਲੱਗਾ। ਮੈਨੂੰ ਇੰਜ ਜਾਪਣ ਲੱਗਾ ਜਿਵੇਂ ਕਿਸੇ ਨੇ ਲੂਣ ਦੀ ਬੁੱਕ ਭਰ ਕੇ ਮੇਰੇ ਅੱਲ੍ਹੇ ਜ਼ਖਮਾਂ 'ਤੇ ਛਿੜਕ ਦਿੱਤੀ ਹੋਵੇ। ਮੈਂ ਦਰਦ ਨਾਲ਼ ਤੜਪ ਉਠਿਆ। ਮੇਰੀਆਂ ਅੱਖਾਂ ਸਾਹਮਣੇ ਮੇਰੀ ਜ਼ਿੰਦਗੀ ਦੀ ਉਹ ਸਾਰੀ ਕਹਾਣੀ ਆ ਗਈ।

ਜਦੋਂ ਮੈਂ ਟਰੱਕ ਤੇ ਲੰਬਿਆਂ ਰੂਟਾਂ ਦਾ ਲੋਡ ਲੈ ਕੇ ਜਾਇਆ ਕਰਦਾ ਸੀ। ਇੱਕ ਦਿਨ ਮੈਨੂੰ ਹੋਰ ਲੋਡ ਨਹੀਂ ਸੀ ਮਿਲ਼ਿਆ। ਜਿਸ ਕਾਰਨ ਮੈਂ ਦੱਸੇ ਹੋਏ ਸਮੇਂ ਤੋਂ ਪਹਿਲਾਂ ਹੀ ਘਰ ਆ ਗਿਆ ਸੀ। ਜਦੋਂ ਮੈਂ ਬੇਸਮੈਂਟ ਦਾ ਦਰਵਾਜ਼ਾ ਖੋਲ੍ਹਿਆ ਤਾਂ ਬੱਚਿਆਂ ਦੀ ਮਾਂ ਦਲਵੀਰ ਕਮਰੇ ਵਿੱਚ ਸੀ। ਬੱਚੇ ਬਾਹਰ ਖੇਡ ਰਹੇ ਸਨ। ਉਹ ਮੈਨੂੰ ਤੱਕ ਪਾਪਾ-ਪਾਪਾ ਕਰਨ ਲੱਗੇ। ਦਲਵੀਰ ਵੀ ਬਾਹਰ ਆ ਗਈ। ਬਾਹਰ ਆਉਂਦਿਆਂ ਹੀ ਉਹ ਮੈਨੂੰ ਅਚਾਨਕ ਦੱਸੇ ਬਗੈਰ ਹੀ ਘਰ ਆਇਆਂ ਵੇਖ ਕੇ ਹੱਕੀ-ਬੱਕੀ ਰਹਿ ਗਈ। ਮੈਨੂੰ ਉਸ ਵਕਤ ਉਸਦੇ ਚਿਹਰੇ ਦਾ ਰੰਗ ਕੁੱਝ ਬਦਲਿਆ-ਬਦਲਿਆ ਜਾਪਿਆ। ਉਹ ਡਰੀ-ਡਰੀ ਜਿਹੀ ਲੱਗੀ। ਮੈਂ ਉਸਨੂੰ ਵੇਖਦੇ ਸਾਰ ਹੀ ਉਸ ਦਾ ਹੱਥ ਫੜ ਪੁੱਛਿਆ, "ਤੈਨੂੰ ਕੀ ਹੋਇਆ? ਤੂੰ ਠੀਕ ਐਂ?"

ਪਰ ਉਸਦੇ ਜੁਆਬ ਸੁਣਨ ਤੋਂ ਪਹਿਲਾਂ ਹੀ ਮੇਰੇ ਦੋਵੇਂ ਬੱਚੇ ਮੇਰੀਆਂ ਲੱਤਾਂ ਨਾਲ਼ ਚੁੰਬੜ ਗਏ। ਉਹ ਦੋਵੇਂ ਉਦੋਂ ਦੋ ਕੁ ਸਾਲਾਂ ਦੇ ਸਨ। ਮੈਂ ਉਹਨਾਂ ਨੂੰ ਗੋਦੀ ਵਿੱਚ ਚੁੱਕ ਲਿਆ ਤੇ ਲਿਵਿੰਗ ਰੂਮ ਵਿੱਚ ਪਏ ਸੋਫੇ ਤੇ ਬੈਠ ਗਿਆ। ਉਹ ਦੋਵੇਂ ਜਾਣੇ ਮੇਰੇ ਨਾਲ਼ ਖੇਡਣ ਲੱਗ ਪਏ। ਮੈਂ ਦਲਵੀਰ ਨੂੰ ਕਈ ਵਾਰ ਬੁਲਾਇਆ। ਉਸ ਦੀ ਸਿਹਤ ਬਾਰੇ ਜਾਨਣਾ ਚਾਹਿਆ ਪਰ ਉਹ ਮੇਰੇ ਨਾਲ਼ ਖੁੱਲ੍ਹ ਕੇ ਨਾ ਬੋਲੀ। ਉਸਨੇ ਮੇਰੀ ਕਿਸੇ ਵੀ ਗੱਲ ਦਾ ਸਹੀ ਢੰਗ ਦੇ ਨਾਲ਼ ਜੁਆਬ ਨਾ ਦਿੱਤਾ। ਉਹ ਮੇਰੇ ਨਾਲ਼ ਕਿਸੇ ਗੱਲੋਂ ਨਰਾਜ਼ ਜਾਪਦੀ ਸੀ। ਪ੍ਰੇਸ਼ਾਨੀ ਉਸਦੇ ਚਿਹਰੇ 'ਤੇ ਸਾਫ ਝਲਕਦੀ ਸੀ। ਮੇਰੇ ਉਸਨੂੰ ਬਾਰ-ਬਾਰ ਬੁਲਾਉਣ 'ਤੇ ਉਸਦਾ ਗੁੱਸਾ ਭੜਕ ਗਿਆ। ਉਹ ਮੇਰੇ ਲੰਚ ਬੈਗ ਵਿੱਚੋਂ ਬਚੀਆਂ ਹੋਈਆਂ ਰੋਟੀਆਂ ਤੇ ਦਾਲਾਂ ਵਿਖਾਉਂਦੀ ਹੋਈ ਗੁੱਸੇ ਨਾਲ਼ ਬੋਲੀ, "ਆਹ ਏਨਾ ਕੁੱਝ ਲਿਜਾਣ ਦਾ ਕੀ ਫਾਇਦਾ ਜੇ ਦੋ ਦਿਨਾਂ ਦੇ ਬਾਅਦ ਹੀ ਘਰ ਮੁੜ ਆਉਣਾ ਹੁੰਦੈ।"

ਗੁੱਸੇ ਵਿੱਚ ਭਰੀ ਹੋਈ ਨੇ ਉਹਨਾਂ ਰੋਟੀਆਂ ਵਿੱਚੋਂ ਹੀ ਦੋ ਰੋਟੀਆਂ ਤੇ ਕੁੱਝ ਸਬਜ਼ੀ ਬਿਨਾ ਗਰਮ ਕੀਤੇ ਹੀ ਪਲੇਟ ਵਿੱਚ ਪਾ ਮੇਰੇ ਅੱਗੇ ਪਏ ਮੇਜ਼ ਤੇ ਰੱਖ ਦਿੱਤੀ। ਫਿਰ ਉਹ ਕਮਰੇ ਵਿੱਚ ਚਲੀ ਗਈ। ਉੱਥੋਂ ਉਸਨੇ ਸਪੰਜ ਲਿਆ ਕੇ ਲਿਵਿੰਗ ਰੂਮ ਵਿੱਚ ਹੀ ਡਾਹ ਦਿੱਤੀ। ਮੈਨੂੰ ਉਸ ਦੇ ਇਸ ਰੁੱਖੇ ਜਿਹੇ ਵਰਤਾਅ ਤੇ ਗੁੱਸਾ ਤਾਂ ਬਹੁਤ ਆਇਆ ਪਰ ਮੈਂ ਚੁੱਪ ਰਿਹਾ।

ਬੱਚੇ ਖੇਡਦੇ-ਖੇਡਦੇ ਸੌਂ ਗਏ ਸਨ। ਮੈਂ ਰੋਟੀ ਖਾ ਕੇ ਚੁੱਪ-ਚਾਪ ਹੀ ਨਹਾਉਣ ਲਈ ਵਾਸ਼ਰੂਮ ਚਲਾ ਗਿਆ। ਵਾਸ਼ਰੂਮ ਵਿੱਚ ਮੇਰਾ ਤੌਲੀਆ ਨਾ ਹੋਣ ਕਰਕੇ ਮੈਂ ਤੌਲੀਆ ਲੈਣ ਲਈ ਕਮਰੇ 'ਚ ਗਿਆ। ਜਦ ਮੈਂ ਕਮਰੇ ਦਾ ਦਰਵਾਜ਼ਾ ਖੋਲਿਆ ਤਾਂ ਅੰਦਰ ਇੱਕ ਆਦਮੀ ਲੁਕਿਆ ਬੈਠਾ ਸੀ। ਮੈਂ ਲੜਖੜਾ ਗਿਆ। ਉਸਨੂੰ ਵੇਖ ਕੇ ਮੇਰੀਆਂ ਅੱਖਾਂ ਅੱਡੀਆਂ ਰਹਿ ਗਈਆਂ। ਮੈਂ ਉਸਨੂੰ ਗਾਲ਼ਾਂ ਕੱਢਣ ਲੱਗਾ ਅਤੇ ਉਸਨੂੰ ਫੜਨ ਲਈ ਅੱਗੇ ਵਧਿਆ। ਪਰ ਉਹ ਮੇਰੇ ਹੱਥੋਂ ਛੁੱਟ ਗਿਆ। ਫਿਰ ਮੈਂ ਉਸਨੂੰ ਭੱਜ ਕਿ ਗਲ਼ ਤੋਂ ਫੜਨ ਦੀ ਕੋਸ਼ਿਸ਼ ਕੀਤੀ। ਪਰ ਉਹ ਮੇਰੇ ਕੋਲੋਂ ਫੜਿਆ ਨਾ ਗਿਆ। ਮੈਂ ਉਸਨੂੰ ਗਾਲ੍ਹਾਂ ਕੱਢਦਾ-ਕੱਢਦਾ ਉਸਦੇ ਮਗਰ ਬਾਹਰ ਤੱਕ ਦੌੜਿਆ। ਪਰ ਉਹ ਦੂਰ ਜਾ ਚੁੱਕਾ ਸੀ ਕਿਉਂਕਿ ਦਲਵੀਰ ਨੇ ਉਸਨੂੰ ਭੱਜਣ ਦੇ ਲਈ ਬਾਹਰਲਾ ਦਰਵਾਜ਼ਾ ਖੋਲ੍ਹ ਦਿੱਤਾ ਸੀ।

ਮੈਂ ਗੁੱਸੇ ਵਿੱਚ ਆ ਕੇ ਦਲਵੀਰ ਨੂੰ ਵੀ ਗਾਲ੍ਹਾਂ ਕੱਢਣੀਆਂ ਸ਼ੁਰੂ ਕੀਤੀਆਂ। ਉਹ ਵੀ ਮੈਨੂੰ ਉੱਚੀ-ਉੱਚੀ ਬੋਲਣ ਲੱਗੀ। ਮੇਰੇ ਅੰਦਰ ਗੁੱਸੇ ਦਾ ਕੜ ਪਾਟ ਰਿਹਾ ਸੀ। ਮੇਰਾ ਮਨ ਦਲਵੀਰ ਨੂੰ ਕੁੱਟ-ਕੁੱਟ ਕੇ ਮਾਰ ਦੇਣ ਨੂੰ ਕਰਦਾ ਸੀ। ਮੈਂ ਗੁੱਸੇ ਵਿੱਚ ਪਾਗਲ ਹੋਇਆ ਅਜੇ ਉਸ 'ਤੇ ਹੱਥ ਚੁੱਕਣ ਹੀ ਲੱਗਾ ਸੀ ਕਿ ਉਹ ਭੱਜ ਕੇ ਅੰਦਰ ਵੜ ਗਈ। ਉਸਨੇ ਅੰਦਰਲਾ ਕੁੰਡਾ ਲਾ ਲਿਆ। ਮੈਂ ਉਸਨੂੰ ਗਾਲ੍ਹਾਂ ਕੱਢਦਾ ਹੋਇਆ ਬਾਰ-ਬਾਰ ਅੰਦਰਲਾ ਕੁੰਡਾ ਖੋਲ੍ਹਣ ਲਈ ਆਖ ਰਿਹਾ ਸੀ। ਉਹ ਵੀ ਅੰਦਰੋਂ ਗੁੱਸੇ ਵਿੱਚ ਬੋਲ ਰਹੀ ਸੀ। ਉਹ ਵਾਰ-ਵਾਰ ਆਪਣੀਆਂ ਸਫਾਈਆਂ ਦੇ ਰਹੀ ਸੀ। ਉਹ ਨਾਲ਼ ਹੀ ਉੱਚੀ-ਉੱਚੀ ਰੋ ਰਹੀ ਸੀ। ਮੇਰੇ ਵਾਰ-ਵਾਰ ਕਹਿਣ ਤੇ ਜਦ ਉਸਨੇ ਦਰਵਾਜ਼ਾ ਨਾ ਖੋਲ੍ਹਿਆ ਤਾਂ ਮੈਂ ਲੱਤਾਂ ਮਾਰ ਕੇ ਦਰਵਾਜ਼ਾ ਤੋੜ ਦਿੱਤਾ। ਅੱਗੇ ਅੰਦਰ ਦਲਵੀਰ ਪੱਖੇ ਦੇ ਨਾਲ਼ ਆਪਣੀ ਚੁੰਨੀ ਬੰਨ੍ਹ ਕਿ ਫਾਹਾ ਲੈਣ ਦੀ ਕੋਸ਼ਿਸ਼ ਕਰ ਰਹੀ ਸੀ। ਮੈਂ ਫਟਾ-ਫਟ ਪੁਲੀਸ ਸੱਦਣ ਲਈ 911 ਨੰਬਰ ਘੁਮਾਇਆ ਤੇ ਦਲਵੀਰ ਨੂੰ ਜੱਫਾ ਭਰ ਕੇ ਕਮਰੇ ਵਿੱਚੋਂ ਬਾਹਰ ਕੱਢਿਆ। ਚਹੁੰ ਮਿੰਟਾਂ ਵਿੱਚ ਹੀ ਪੁਲੀਸ ਆ ਗਈ। ਪੁਲੀਸ ਦੇ ਆਉਣ 'ਤੇ ਦਲਵੀਰ ਨੇ ਰੋ-ਰੋ ਕੇ ਆਪਣੀ ਹਾਲਤ ਪਾਗਲਾਂ ਵਾਂਗ ਕਰ ਲਈ ਸੀ। ਉਹ ਵਾਰ-ਵਾਰ ਖੁਦਕਸ਼ੀ ਕਰ ਲੈਣ ਬਾਰੇ ਆਖ ਰਹੀ ਸੀ। ਪੁਲੀਸ ਦਾ ਇੱਕ ਅਫਸਰ ਆਪਣਾ ਪੰਜਾਬੀ ਮੁੰਡਾ ਸੀ। ਮੈਂ ਉਸਨੂੰ ਸਾਰੀ ਕਹਾਣੀ ਸਾਫ-ਸਾਫ ਸ਼ਬਦਾਂ 'ਚ ਦੱਸੀ। ਉਸਨੇ ਦਲਵੀਰ ਨੂੰ ਵੀ ਪੰਜਾਬੀ ਵਿੱਚ ਪੁੱਛਿਆ, "ਉਹ ਆਦਮੀ ਕੌਣ ਸੀ?"

"ਉਹ ਉਸਨੂੰ ਕਿੰਨੇ ਚਿਰ ਤੋਂ ਜਾਣਦੀ ਸੀ?"

ਅੱਗੋਂ ਦਲਵੀਰ ਨੇ ਰੋਂਦੀ ਹੋਈ ਨੇ ਪੁਲੀਸ ਨੂੰ ਏਨਾ ਹੀ ਦੱਸਿਆ ਕਿ ਉਹ ਉਸਦਾ ਫੇਸਬੁੱਕ ਫਰੈਂਡ ਸੀ। ਉਹ ਪੁਲੀਸ ਅੱਗੇ ਵੀ ਬਾਰ-ਬਾਰ ਇਹੋ ਹੀ ਆਖ ਰਹੀ ਸੀ ਕਿ ਉਹ ਹੁਣ ਜਿਉਣਾ ਨਹੀਂ ਚਾਹੁੰਦੀ। ਦਲਵੀਰ ਦੀ ਹਾਲਤ ਨੂੰ ਵੇਖ

ਕੇ ਪੁਲੀਸ ਵਾਲ਼ੇ ਪੰਜਾਬੀ ਮੁੰਡੇ ਨੇ ਮੈਨੂੰ ਦੱਸਿਆ ਕਿ ਦਲਵੀਰ ਬਹੁਤ ਹੀ ਸਟਰੈੱਸ ਵਿੱਚ ਜਾਪਦੀ ਹੈ। ਇਸ ਵੱਲੋਂ ਖੁਦਕਸ਼ੀ ਕਰ ਲੈਣ ਦਾ ਖਤਰਾ ਹੈ। ਇਸ ਕਰਕੇ ਅਸੀਂ ਇਸ ਨੂੰ ਇੱਥੇ ਛੱਡ ਕੇ ਨਹੀਂ ਜਾ ਸਕਦੇ। ਇਸਨੂੰ ਹਸਪਤਾਲ ਲਿਜਾਣਾ ਪਵੇਗਾ ਤੇ ਉੱਥੇ ਇਸਦੀ ਨਿਗਰਾਨੀ ਰੱਖੀ ਜਾਵੇਗੀ।

ਦਲਵੀਰ ਦੇ ਜਾਣ ਤੋਂ ਬਾਅਦ ਮੈਂ ਆਪਣਾ ਸਿਰ ਫੜ ਕੇ ਭੁੰਜੇ ਬੈਠ ਗਿਆ ਸੀ। ਉਸ ਦਿਨ ਮੇਰਾ ਸਭ ਕੁੱਝ ਲੁੱਟ ਗਿਆ ਸੀ। ਦਲਵੀਰ ਪ੍ਰਤੀ ਵਿਸ਼ਵਾਸ ਟੁੱਟ ਗਿਆ ਸੀ। ਮੈਂ ਸਾਰੀ ਰਾਤ ਰੋ-ਰੋ ਕੇ ਅਤੇ ਜਾਗ ਕੇ ਕੱਢੀ। ਦਲਵੀਰ ਦੇ ਫ਼ੋਨ ਤੇ ਫ਼ੋਨ ਨੰਬਰ ਚੈੱਕ ਕੀਤੇ। ਬੜੇ ਅਜੀਬ ਜਿਹੇ ਬਾਹਰਲੇ ਨੰਬਰ ਸਨ। ਗਲਤ ਨਾ ਦੱਸਣਯੋਗ ਮੈਸੇਜ਼ ਸਨ। ਮੈਂ ਉਸੇ ਵਕਤ ਹੀ ਦਲਵੀਰ ਨੂੰ ਆਪਣੀ ਜ਼ਿੰਦਗੀ ਵਿੱਚੋਂ ਬਾਹਰ ਕੱਢ ਦਿੱਤਾ ਸੀ। ਦੂਸਰੇ ਦਿਨ ਪੁਲੀਸ ਨੇ ਵੀ ਇੰਜ ਹੀ ਕੀਤਾ ਸੀ। ਉਸਨੇ ਮੈਨੂੰ ਤੇ ਮੇਰੇ ਦੋਹਾਂ ਬੱਚਿਆਂ ਨੂੰ ਕੁੱਝ ਸਮਾਂ ਦਲਵੀਰ ਤੋਂ ਅਲੱਗ ਹੋ ਕੇ ਰਹਿਣ ਲਈ ਕਿਹਾ ਸੀ।

ਫਿਰ ਪੂਰਾ ਡੇਢ ਸਾਲ ਕੇਸ ਚੱਲਿਆ। ਕੋਰਟ ਵਿੱਚ ਤਾਰੀਖਾਂ ਪਈਆਂ। ਦਲਵੀਰ ਨੇ ਮੇਰੇ ਕੋਲੋਂ ਬਹੁਤ ਮਾਫੀਆਂ ਮੰਗੀਆਂ ਤੇ ਮੇਰੀਆਂ ਬਹੁਤ ਹੀ ਮਿੰਨਤਾਂ ਕੀਤੀਆਂ। ਬੱਚਿਆਂ ਦੇ ਵਾਸਤੇ ਪਾਏ। ਉਹ ਆਪਣੇ ਤੋਂ ਹੋਈ ਗਲਤੀ ਤੇ ਬਹੁਤ ਹੀ ਪਛਤਾ ਰਹੀ ਸੀ। ਉਹ ਜੱਜ ਨੂੰ ਵੀ ਰੋ-ਰੋ ਕਿ ਇਹੋ ਹੀ ਦੱਸ ਰਹੀ ਸੀ ਕਿ ਉਹ ਆਦਮੀ ਝੂਠਾ ਸੀ। ਉਸਦੀ ਫੇਸਬੁੱਕ ਆਈ.ਡੀ ਝੂਠੀ ਸੀ। ਉਸ ਦੀ ਫੇਸਬੁੱਕ ਤੇ ਉਸਦੀਆਂ ਝੂਠੀਆਂ ਤਸਵੀਰਾਂ ਲੱਗੀਆਂ ਸਨ। ਇਹ ਸਭ-ਕੁੱਝ ਉਸਨੂੰ ਉਸ ਸਮੇਂ ਪਤਾ ਲੱਗਿਆ ਜਦ ਉਹ ਉਸ ਤੋਂ ਧੋਖੇ ਨਾਲ਼ ਉਸ ਦੇ ਘਰ ਦਾ ਪਤਾ ਪੁੱਛ ਕੇ ਉਸ ਦੇ ਘਰ ਉਸ ਨੂੰ ਮਿਲਣ ਦੇ ਲਈ ਆ ਗਿਆ। ਉਹ, ਉਹ ਆਦਮੀ ਨਹੀਂ ਸੀ ਜੋ ਫੇਸਬੁੱਕ 'ਤੇ ਉਸ ਨਾਲ਼ ਗੱਲਾਂ ਕਰਦਾ ਹੁੰਦਾ ਸੀ। ਜਦ ਉਸਨੇ, ਉਸਨੂੰ ਅੰਦਰ ਆਉਣ ਤੋਂ ਮਨ੍ਹਾਂ ਕੀਤਾ ਤਾਂ ਉਸਨੇ, ਉਸਨੂੰ ਉਸ ਸਮੇਂ ਚਾਕੂ ਦਿਖਾਇਆ। ਉਹ ਘਰ ਵਿੱਚ ਬੱਚਿਆਂ ਸਮੇਤ ਉਹ ਇਕੱਲੀ ਸੀ ਤੇ ਡਰ ਗਈ ਸੀ। ਉਹ ਅੰਦਰ ਆ ਗਿਆ ਤੇ ਉਹਨਾਂ ਦੇ ਕਮਰੇ ਵਿੱਚ ਵੜ ਗਿਆ। ਉਹ ਉਸ ਸਮੇਂ ਅਜੇ ਉਸ ਦੇ ਨਾਲ਼ ਝਗੜ ਹੀ ਰਹੀ ਸੀ ਤਾਂ ਉਸਨੇ ਉਸੇ ਸਮੇਂ ਹੀ ਬੇਸਮੈਂਟ ਦਾ ਦਰਵਾਜ਼ਾ ਖੁੱਲ੍ਹਣ ਦੀ ਅਵਾਜ਼ ਸੁਣੀ। ਉਦੋਂ ਉਹ ਕਮਰੇ ਦੇ ਦਰਵਾਜ਼ੇ ਪਿੱਛੇ ਲੁਕ ਗਿਆ ਸੀ। ਉਸਨੇ ਉਸਨੂੰ ਉਸ ਸਮੇਂ ਇਹ ਵੀ ਧਮਕੀ ਦਿੱਤੀ ਸੀ ਕਿ ਜੇਕਰ ਉਸਨੇ ਆਪਣੇ ਆਦਮੀ ਨੂੰ ਕੁੱਝ ਵੀ ਉਸ ਬਾਰੇ ਦੱਸਿਆ ਤਾਂ ਉਹ ਉਸਨੂੰ ਪੂਰੇ ਪਰਿਵਾਰ ਸਮੇਤ ਮਾਰ ਦੇਵੇਗਾ। ਇਸ ਕਰਕੇ ਉਹ ਉਸ ਸਮੇਂ ਚੁੱਪ ਰਹੀ।

ਇਹ ਸਭ ਕੁੱਝ ਦਲਵੀਰ ਜੱਜ ਅੱਗੇ ਰੋ-ਰੋ ਕੇ ਦੱਸ ਰਹੀ ਸੀ ਕਿ ਉਸ ਆਦਮੀ ਨੇ ਉਸ ਦਾ ਘਰ-ਪਰਵਾਰ ਸਭ-ਕੁੱਝ ਬਰਬਾਦ ਕਰ ਦਿੱਤਾ ਹੈ। ਉਹ

ਆਪਣੇ ਤੋਂ ਹੋਈ ਗਲਤੀ ਨੂੰ ਸਵੀਕਾਰ ਕਰਦੀ ਹੋਈ ਮੇਰੀ ਜ਼ਿੰਦਗੀ ਵਿੱਚ ਵਾਪਸ ਆਉਣਾ ਚਾਹੁੰਦੀ ਹੈ। ਮੈਨੂੰ ਦਲਵੀਰ ਦੇ ਭੋਲੇਪਣ ਬਾਰੇ ਤਾਂ ਪਤਾ ਸੀ ਪਰ ਜੋ ਤੂਫਾਨ ਉਸ ਦਿਨ ਮੇਰੇ ਤੇ ਝੁੱਲਿਆ ਸੀ ਉਹ ਮੈਨੂੰ ਨਾ ਭੁੱਲਿਆ। ਮੇਰਾ ਮਨ ਨਾ ਮੰਨਿਆ। ਮੈਂ ਅੰਦਰੋਂ ਤਿਆਰ ਨਾ ਹੋਇਆ। ਅਖੀਰ ਸਾਡਾ ਤਲਾਕ ਹੋ ਗਿਆ। ਅੱਜ ਇਸ ਗੱਲ ਨੂੰ ਪੂਰੇ ਪੰਜ ਸਾਲ ਹੋ ਗਏ ਹਨ। ਉੱਦੋਂ ਤੋਂ ਹੀ ਮੈਂ ਫੇਸਬੁੱਕ ਨੂੰ ਨਫਰਤ ਕਰਦਾਂ ਹਾਂ। ਪਰ ਅੱਜ ਫਿਰ ਫੇਸਬੁੱਕ ਦੂਜੀ ਵਾਰੀ ਮੇਰੀ ਜ਼ਿੰਦਗੀ ਵਿੱਚ ਆ ਗਈ।

•

ਖੂਹ

ਗੁਰਮੀਤ ਕੌਰ ਦੀ ਖਾਲੀ ਪਈ ਬੇਸਮੈਂਟ ਨੂੰ ਵੇਖ ਕੇ ਮੈਂ ਉਸਨੂੰ ਹੈਰਾਨੀ ਨਾਲ਼ ਪੁੱਛਿਆ, "ਆਹ ਬੇਸਮੈਂਟ... ਖਾਲੀ ਹੋ ਗਈ!"

"ਖਾਲੀ ਕਾਹਦੀ ਹੋ ਗਈ... ਕਰਵਾਈ ਐ।" ਬੇਸਮੈਂਟ ਦੇ ਮੂਹਰੇ ਵਰਾਂਡੇ ਹੇਠ ਕੁਰਸੀ 'ਤੇ ਬੈਠੀ ਉਹ ਬੋਲੀ।

"ਕਰਵਾਈ ਐ!"

"ਕੀ ਗੱਲ ਹੋ ਗਈ? ਉਹ ਕੁੜੀਆਂ ਤਾਂ ਬੜੀਆਂ ਬੀਬੀਆਂ ਸਨ!"

"ਹੋਣਾ ਕੀ ਸੀ। ਉਹੀ ਹੋਇਆ ਜੋ ਲੋਕਾਂ ਦੇ ਨਾਲ਼ ਹੁੰਦਾ। ਕੁੜੀਆਂ ਸਟੂਡੈਂਟ ਆਈਆਂ ਸਨ। ਉਹਨਾਂ ਨੇ ਬੇਸਮੈਂਟ ਵਿੱਚ ਬੜਾ ਹੀ ਗੰਦ ਪਾਇਆ ਹੋਇਆ ਸੀ। ਨਹਾਉਣ ਵਾਲ਼ੇ ਟੱਬ ਵਿੱਚ ਤਾਂ ਗੋਡੇ-ਗੋਡੇ ਮੈਲ਼ ਚੜ੍ਹਾਈ ਪਈ ਸੀ। ਕੰਧ ਉੱਤੇ ਉਹਨਾਂ ਨੇ ਕੀਲੀਆਂ ਗੱਡੀਆਂ ਹੋਈਆਂ ਸਨ। ਉਹਨਾਂ ਉੱਤੇ ਅੰਦਰੇ ਹੀ ਹੱਥਾਂ ਨਾਲ਼ ਧੋ-ਧੋ ਕੇ ਗਿੱਲੇ ਕੱਪੜੇ ਸੁੱਕਣੇ ਪਾਉਂਦੀਆਂ ਰਹੀਆਂ। ਸਾਰਾ ਅੰਦਰ ਸਲ੍ਹਾਬੇ ਨਾਲ਼ ਭਰਿਆ ਪਿਆ ਸੀ। ਦੋ ਮਹੀਨਿਆਂ ਵਿੱਚ ਹੀ ਬੇਸਮੈਂਟ ਦੀ ਉਹਨਾਂ ਨੇ ਪੂਰੀ ਡੰਡ ਲਾਹ ਦਿੱਤੀ ਸੀ। ਇੱਕ ਦਿਨ ਜਦ ਮੇਰੀ ਨੂੰਹ ਸੁਨੀਤਾ ਬੇਸਮੈਂਟ ਵਿੱਚ ਗਈ ਤਾਂ ਉਸਨੇ ਬੇਸਮੈਂਟ ਦੀ ਹਾਲਤ ਵੇਖ ਕੇ ਗੁੱਸੇ ਵਿੱਚ ਆ ਕੇ ਉਹਨਾਂ ਨੂੰ ਕਿਹਾ, "ਚੱਕੋ ਆਪਦੀ ਟਿੰਡ ਫੌੜ੍ਹੀ ਤੇ ਇੱਥੋਂ ਦਫਾ ਹੋ ਜਾਓ। ਅਸੀਂ ਨਹੀਂ ਰੱਖਣਾ ਤੁਹਾਨੂੰ।" ਉਹ ਤਾਂ ਗੁੱਸੇ ਚ' ਆ ਕਿ ਉਹਨਾਂ ਨੂੰ ਬਹੁਤਾ ਹੀ ਬੋਲੀ। ਫਿਰ ਕੀ ਸੀ ਉਹ ਬੜੀਆਂ ਮਿੰਨਤਾਂ-ਤਰਲੇ ਕੱਢਣ ਲੱਗੀਆਂ। ਨਹੀਂ ਜੀ, ਅਸੀਂ ਹੁਣ ਸਾਫ ਕਰਿਆਂ ਕਰਾਂਗੀਆਂ। ਸਾਡੇ ਪੇਪਰ ਚੱਲਦੇ ਸਨ। ਅਸੀਂ ਪੜ੍ਹਾਈ ਵਿੱਚ ਬਿਜ਼ੀ ਸਾਂ। ਪਰ ਸਾਡੀ ਸੁਨੀਤਾ ਨੇ ਉਹਨਾਂ ਦੀ ਇੱਕ ਨਾ ਸੁਣੀ। ਉਹ ਕਹਿੰਦੀ, ਨਹੀਂ, ਅਸੀਂ ਨਹੀਂ ਹੁਣ ਤੁਹਾਨੂੰ ਰੱਖਣਾ ਕੋਈ ਹੋਰ ਈ ਟਿਕਾਣਾ ਲੱਭੋ। ਬੱਸ ਫਿਰ ਜਦੋਂ ਕੋਈ ਪੇਸ਼ ਨਾ ਚੱਲੀ ਤਾਂ ਉਹ ਛੱਡ ਕੇ ਚਲੀਆਂ ਗਈਆਂ।"

"ਛੱਡ ਕੇ ਚਲੀਆਂ ਗਈਆਂ!"

"ਕਿੱਥੇ?" ਮੈਂ ਗੁਰਮੀਤ ਕੌਰ ਦੇ ਕੋਲ਼ ਪਈ ਖਾਲੀ ਕੁਰਸੀ ਉੱਤੇ ਬਹਿੰਦਿਆਂ ਹੋਇਆਂ ਉਸ ਨੂੰ ਪੁਛਿਆ।

"ਲੈ ਮੈਨੂੰ ਪੁੱਛਦੀ ਐ। ਮੈਨੂੰ ਕੀ ਪਤੈ। ਜਾਣ ਜਿਹੜੇ ਮਰਜੀ ਖੂਹ 'ਚ।"

ਮੱਥੇ ਤੇ ਤਿਊੜੀਆਂ ਪਾ ਬੋਲੀ ਗੁਰਮੀਤ ਕੌਰ ਦੇ ਉਪਰੋਕਤ ਸ਼ਬਦ ਮੇਰੇ

ਸੀਨੇ ਵਿੱਚ ਗੋਲ਼ੀ ਵਾਂਗ ਲੱਗੇ। ਮੈਨੂੰ ਉਹਨਾਂ ਕੁੜੀਆਂ ਦੇ ਭੋਲ਼ੇ-ਭਾਲ਼ੇ ਚਿਹਰਿਆਂ ਦੇ ਨਾਲ਼-ਨਾਲ਼ ਪੰਜ-ਛੇ ਸਾਲ ਪਹਿਲਾਂ ਦੀ ਗੱਲ ਯਾਦ ਆਉਣ ਲੱਗੀ ਜਦ ਮੈਂ ਸਕਿਉਰਟੀ ਗਾਰਡ ਦੀ ਨੌਕਰੀ ਕਰਿਆ ਕਰਦੀ ਸੀ। ਉਹਨੀਂ ਦਿਨੀ ਟੈਲੀਫੋਨ ਦੀ ਇੱਕ ਵੱਡੀ ਕੰਪਨੀ ਦੇ ਮੁਲਾਜ਼ਮਾਂ ਨੇ ਹੜਤਾਲ਼ ਕਰ ਦਿੱਤੀ ਸੀ। ਮੁਲਾਜ਼ਮ ਆਪਣੀਆਂ ਤਨਖਾਹਾਂ ਵਧਾਉਣ ਦੇ ਲਈ ਕੰਪਨੀ ਤੋਂ ਮੰਗ ਕਰ ਰਹੇ ਸਨ ਪਰ ਕੰਪਨੀ ਉਹਨਾਂ ਨੂੰ ਕੋਈ ਲੜ ਸਿਰਾ ਨਹੀਂ ਸੀ ਫੜਾ ਰਹੀ ਇਸ ਕਰਕੇ ਸਾਰੇ ਮੁਲਾਜ਼ਮ ਆਪੋ-ਆਪਣੇ ਕੰਮ ਕਰਨੇ ਛੱਡ ਕੇ ਧਰਨੇ ਤੇ ਬੈਠ ਗਏ ਸਨ। ਉਹ ਕੰਪਨੀ ਵਿਰੁੱਧ ਰੋਸ ਭਰੇ ਸ਼ਬਦ ਕਾਰਡਬੋਰਡਾਂ ਉੱਪਰ ਲਿਖ ਫੱਟੀਆਂ ਬਣਾ ਕੇ ਤੇ ਉਹਨਾਂ ਨੂੰ ਆਪਣੇ ਗਲ਼ ਵਿੱਚ ਪਾ ਕੇ ਕੰਪਨੀ ਦੇ ਆਲ਼ੇ-ਦੁਆਲ਼ੇ ਘੁੰਮਦੇ ਸਨ। ਕੰਪਨੀ ਨੂੰ ਡਰ ਸੀ ਕਿ ਕਿਤੇ ਉਹ ਕੰਪਨੀ ਦੀ ਕੋਈ ਤੋੜ-ਭੰਨ ਨਾ ਕਰ ਦੇਣ। ਇਸ ਕਰਕੇ ਕੰਪਨੀ ਨੇ ਇਸ ਤੋੜ-ਭੰਨ ਦੇ ਡਰੋਂ ਸਕਿਉਰਟੀ ਗਾਰਡ ਰੱਖ ਲਏ ਸਨ। ਮੇਰੀ ਡਿਊਟੀ ਵੀ ਉੱਥੇ ਲੱਗੀ ਸੀ। ਬਾਰਾਂ-ਬਾਰਾਂ ਘੰਟਿਆਂ ਦੀਆਂ ਦੋ ਸ਼ਿਫਟਾਂ ਸਨ। ਸਵੇਰ ਦੇ ਸੱਤ ਵਜੇ ਤੋਂ ਸ਼ਾਮ ਦੇ ਸੱਤ ਵਜੇ ਤੱਕ ਤੇ ਸ਼ਾਮ ਦੇ ਸੱਤ ਵਜੇ ਤੋਂ ਸਵੇਰ ਦੇ ਸੱਤ ਵਜੇ ਤੱਕ। ਸਵੇਰ ਦੀ ਸ਼ਿਫਟ ਮੈਂ ਕਰਿਆ ਕਰਦੀ ਸਾਂ ਤੇ ਸ਼ਾਮ ਦੀ ਸ਼ਿਫਟ ਮੇਰੀ ਸਹੇਲੀ ਹਰਮੀਤ ਦੇ ਸਹੁਰਾ ਸਾਹਿਬ ਕਰਦੇ ਸਨ। ਸਾਡਾ ਕੰਮ ਸਿਰਫ ਮੁਲਾਜ਼ਮਾਂ 'ਤੇ ਨਜ਼ਰ ਰੱਖਣਾ ਹੀ ਹੁੰਦਾ ਸੀ। ਉਂਜ ਕੰਪਨੀ ਦੇ ਮੁੱਖ ਦਰਵਾਜ਼ੇ ਨੂੰ ਤਾਲ਼ਾ ਲੱਗਿਆ ਹੁੰਦਾ ਸੀ ਤੇ ਕੰਪਨੀ ਦੀਆਂ ਸਾਰੀਆਂ ਵੈਨਾਂ ਚਾਰ ਦਿਵਾਰੀ ਦੇ ਅੰਦਰ ਹੁੰਦੀਆਂ ਸਨ। ਇਸ ਕਰਕੇ ਸਾਡੀ ਜਾਬ ਨੂੰ ਕੋਈ ਖਤਰਾ ਨਹੀਂ ਸੀ ਹੁੰਦਾ। ਉਂਜ ਉਹ ਮੁਲਾਜ਼ਮ ਵੀ ਬੜੇ ਸਲੀਕੇ ਵਾਲ਼ੇ ਸਨ। ਉਹ ਕਿਸੇ ਨੂੰ ਕੁੱਝ ਕਹੇ ਬਗੈਰ ਤੇ ਬਿਨਾ ਕੋਈ ਤੋੜ-ਭੰਨ ਤੋਂ ਆਪੋ-ਆਪਣਾ ਸਮਾਂ ਪੂਰਾ ਕਰਕੇ ਆਪੋ-ਆਪਣੇ ਘਰਾਂ ਨੂੰ ਚਲੇ ਜਾਂਦੇ ਸਨ। ਮੈਂ ਆਪਣੀ ਡਿਊਟੀ ਪੂਰੇ ਰੁਟੀਨ ਨਾਲ਼ ਕਰਦੀ। ਬਿਲਡਿੰਗ ਦੇ ਆਲ਼ੇ-ਦੁਆਲ਼ੇ ਚੱਕਰ ਲਾਉਂਦੀ ਰਹਿੰਦੀ। ਆਸੇ-ਪਾਸੇ ਪੂਰਾ ਧਿਆਨ ਰੱਖਦੀ ਤਾਂ ਕਿ ਸਭ-ਕੁੱਝ ਸਹੀ ਸਲਾਮਤ ਰਹੇ। ਕੰਪਨੀ ਦੇ ਕੁੱਝ ਮੁਲਾਜ਼ਮਾ ਦੀ ਵੀ ਮੇਰੇ ਨਾਲ਼ ਦੋਸਤੀ ਜਿਹੀ ਪੈ ਗਈ ਸੀ। ਅਸੀਂ ਇੱਕ ਦੂਜੇ ਨੂੰ ਹੈਲੋ-ਹਾਏ ਕਰਦੇ ਤੇ ਕੋਈ ਨਾ ਕੋਈ ਆਮ ਜਿਹੀ ਗੱਲਬਾਤ ਵੀ ਕਰ ਲਿਆ ਕਰਦੇ ਸਾਂ। ਕਈ ਵਾਰੀ ਮੈਂ ਉਹਨਾਂ ਦੇ ਨਾਲ਼ ਹੀ ਚੱਕਰ ਲਾਉਣ ਲੱਗ ਪੈਂਦੀ।

ਉਦੋਂ ਮਈ-ਜੂਨ ਦਾ ਮਹੀਨਾ ਸੀ। ਲੋਹੜੇ ਦੀ ਗਰਮੀ ਪੈ ਰਹੀ ਸੀ। ਮੈਂ ਆਪਣੀ ਕੁਰਸੀ ਇੱਕ ਦਰੱਖਤ ਦੇ ਹੇਠਾਂ ਰੱਖੀ ਹੋਈ ਸੀ। ਬਿਲਡਿੰਗ ਦੁਆਲ਼ੇ ਗੇੜਾ ਲਾ ਕੇ ਮੈਂ ਉਸ ਕੁਰਸੀ ਉੱਤੇ ਆ ਬੈਠਦੀ। ਅਚਾਨਕ ਇੱਕ ਦਿਨ ਮੇਰੀ ਨਜ਼ਰ ਉਸ ਟੈਲੀਫੂਨ ਕੰਪਨੀ ਦੇ ਬਿਲਕੁਲ ਸਾਹਮਣੇ ਇੱਕ ਘਰ 'ਤੇ ਪਈ। ਕੋਈ

ਪੰਜਾਹ-ਸੱਠ ਸਾਲ਼ ਪੁਰਾਣਾ ਰੈਂਚਰ ਘਰ ਸੀ। ਜਿਸ ਵਿੱਚ ਇੱਕ ਲੰਮੀ, ਪਤਲੀ ਤੇ ਜੁਆਨ ਜਿਹੀ ਲੜਕੀ ਰਿਹਾ ਕਰਦੀ ਸੀ।ਮੂੰਹ ਤਾਂ ਮੈਂ ਉਸ ਵਕਤ ਉਸਦਾ ਵੇਖ ਨਹੀਂ ਸੀ ਸਕਦੀ ਕਿਉਂਕਿ ਉਸਦੇ ਘਣੇ ਕਾਲ਼ੇ ਤੇ ਲੰਬੇ ਵਾਲ਼ਾਂ ਨੇ ਉਸ ਦੇ ਮੂੰਹ ਨੂੰ ਪੂਰੀ ਤਰ੍ਹਾਂ ਢਕਿਆ ਹੋਇਆ ਹੁੰਦਾ ਸੀ।ਏਨੀ ਗਰਮੀ ਵਿੱਚ ਵੀ ਉਹ ਕਦੇ-ਕਦੇ ਆਪਣੀ ਕਾਲ਼ੀ ਟੋਪੇ ਵਾਲ਼ੀ ਜੈਕਟ ਪਾ ਰੱਖਦੀ ਸੀ ਤੇ ਆਪਣੀ ਜੈਕਟ ਦੇ ਟੋਪੇ ਨਾਲ਼ ਆਪਣੇ ਸਿਰ-ਮੂੰਹ ਨੂੰ ਢਕ ਛੱਡਦੀ ਸੀ।ਇਸ ਕਰਕੇ ਉਸਨੂੰ ਪਛਾਨਣਾ ਬਹੁਤ ਹੀ ਮੁਸ਼ਕਲ ਸੀ।ਉਹ ਮੈਨੂੰ ਬੜੀ ਅਜੀਬ ਜਿਹੀ ਕੁੜੀ ਜਾਪਦੀ।ਉਹ ਕੁੜੀ ਉਸ ਘਰ ਦੇ ਮੁੱਖ ਦਰਵਾਜ਼ੇ ਥਾਣੀਂ ਦਿਨ ਵਿੱਚ ਕਈ ਵਾਰ ਬਾਹਰ ਨਿਕਲ਼ਦੀ ਤੇ ਕਈ ਵਾਰ ਅੰਦਰ ਜਾਂਦੀ।ਮੈਂ ਉਸਦਾ ਹੁਲੀਆ ਅਤੇ ਏਨੀ ਵਾਰੀ ਅੰਦਰ - ਬਾਹਰ ਨਿਕਲਣਾ ਵੇਖ ਕੇ ਉਸਦੇ ਬਾਰੇ ਸੋਚਦੀ ਕਿ ਇਹ ਕੌਣ ਹੈ? ਇਹ ਕੀ ਕਰਦੀ ਹੈ? ਇੱਕ ਮਿੰਟ ਵਿੱਚ ਵਾਪਸ ਕਿਉਂ ਆ ਜਾਂਦੀ ਹੈ?ਏਨੀ ਵਾਰੀ ਇਹ ਅੰਦਰ ਬਾਹਰ ਕਿਉਂ ਜਾਂਦੀ ਹੈ ਤੇ ਕਿੱਥੇ ਜਾਂਦੀ ਹੈ ?

ਕੋਈ ਦਸ-ਪੰਦਰਾਂ ਦਿਨਾਂ ਤੋਂ ਮੈਂ ਉਸ ਨੂੰ ਇੰਜ ਹੀ ਕਰਦਿਆਂ ਦੇਖ ਰਹੀ ਸੀ।ਮੇਰੀ ਉਸਨੂੰ ਜਾਨਣ ਦੇ ਬਾਰੇ ਉਤਸੁਕਤਾ ਵਧਦੀ ਜਾ ਰਹੀ ਸੀ।ਇੱਕ ਦਿਨ ਮੈਂ ਉਸਦਾ ਥੋੜ੍ਹਾ ਜਿਹਾ ਪਿੱਛਾ ਕੀਤਾ।ਉਸਦੇ ਘਰ ਦੇ ਪਿਛਵਾੜੇ ਇੱਕ ਛੋਟੀ ਜਿਹੀ ਪਾਰਕ ਸੀ।ਉੱਥੇ ਕੁੱਝ ਲੜਕੇ ਆਉਂਦੇ ਸਨ ਤੇ ਉਸ ਲੜਕੀ ਕੋਲ਼ੋਂ ਕੁੱਝ ਫੜ ਕੇ ਚਲੇ ਜਾਂਦੇ ਸਨ ਤੇ ਫਿਰ ਹੋਰ ਲੜਕੇ ਆਉਂਦੇ ਸਨ।ਉਹ ਫਿਰ ਅੰਦਰ ਜਾਂਦੀ ਸੀ ਤੇ ਅੰਦਰੋਂ ਕੁੱਝ ਲਿਆ ਕੇ ਉਹਨਾਂ ਲੜਕਿਆਂ ਨੂੰ ਫੜਾ ਕੇ ਉਹਨੀ ਪੈਰੀਂ ਹੀ ਵਾਪਸ ਮੁੜ ਆਉਂਦੀ ਸੀ।ਇੰਜ ਹੀ ਸਾਰਾ ਦਿਨ ਉਸਦਾ ਇਹ ਸਿਲਸਿਲਾ ਚੱਲਦਾ ਰਹਿੰਦਾ।

ਉਸਦੇ ਹਰ ਰੋਜ਼ ਦੇ ਇਸ ਕੰਮ ਨੂੰ ਵੇਖ ਕੇ ਮੈਂ ਕੁਛ ਕੁ ਤਾਂ ਉਸਨੂੰ ਜ਼ਰੂਰ ਸਮਝ ਗਈ ਸੀ ਪਰ ਮੇਰਾ ਮਨ ਉਸ ਨੂੰ ਹੋਰ ਜਾਨਣਾ ਚਾਹੁੰਦਾ ਸੀ।ਮੈਂ ਸਾਰਾ ਦਿਨ ਉਸਨੂੰ ਚੋਰੀ-ਚੋਰੀ ਵੇਖਦੀ ਕਿ ਉਹ ਇਹ ਕੀ ਕਰਦੀ ਹੈ? ਮੁੰਡਿਆਂ ਨੂੰ ਕੀ ਫੜਾਉਂਦੀ ਹੈ ਤੇ ਕਿਉਂ ਫੜਾਉਂਦੀ ਹੈ? ਇਸ ਦੇ ਲਈ ਮੈਂ ਉਸ ਕੰਪਨੀ ਦੇ ਕੁੱਝ ਮੁਲਾਜ਼ਮਾਂ ਤੋਂ ਜਿਨ੍ਹਾਂ ਨਾਲ਼ ਮੇਰੀ ਸੁਹਣੀ ਬੋਲ-ਚਾਲ ਸੀ, ਉਸ ਦੇ ਬਾਰੇ ਜਾਨਣਾ ਚਾਹਿਆ।ਉਹਨਾਂ ਨੇ ਮੈਨੂੰ ਇਹ ਆਖ ਕੇ ਟਾਲ਼ ਦਿੱਤਾ ਕਿ ਉਹਨਾਂ ਨੂੰ ਕਿਸੇ ਦੀ ਕੋਈ ਪ੍ਰਵਾਹ ਨਹੀਂ ਹੈ ।ਕੋਈ ਆਪਣੀ ਜ਼ਿੰਦਗੀ ਕਿਸ ਤਰ੍ਹਾਂ ਜਿਉਂਦਾ ਹੈ ਉਹਨਾਂ ਨੇ ਉਸ ਤੋਂ ਕੀ ਲੈਣਾ।ਮੈਨੂੰ ਵੀ ਉਹਨਾਂ ਨੇ ਉਸ ਕੁੜੀ ਬਾਰੇ ਏਨੀ ਦਿਲਚਸਪੀ ਲੈਣ ਤੋਂ ਹਟਣ ਲਈ ਕਿਹਾ ਕਿਉਂਕਿ ਇਹ ਉਸ ਦੀ ਜ਼ਿੰਦਗੀ ਹੈ।ਪਰ ਮੇਰੀ ਤਾਂ ਉਸਦੇ ਬਾਰੇ ਜਾਨਣ ਦੀ ਤੀਬਰਤਾ ਦਿਨੋ-ਦਿਨ ਵਧਦੀ ਹੀ ਜਾ ਰਹੀ ਸੀ।

ਮੈਂ ਆਪਣੇ ਘਰ ਵੀ ਉਸ ਲੜਕੀ ਦੇ ਬਾਰੇ ਹਮੇਸ਼ਾਂ ਗੱਲਬਾਤ ਕਰਦੀ

ਰਹਿੰਦੀ।ਘਰੋਂ ਵੀ ਮੈਨੂੰ ਉਸ ਬਾਰੇ ਇੰਨਾ ਨਾ ਸੋਚਣ ਬਾਰੇ ਹੀ ਕਿਹਾ ਗਿਆ। ਮੇਰੀ ਦੋਸਤ ਹਰਮੀਤ ਦੇ ਸਹੁਰਾ-ਸਾਹਿਬ ਵੀ ਮੇਰੇ ਨਾਲ਼ ਉੱਥੇ ਸਕਿਉਰਟੀ ਦਾ ਕੰਮ ਕਰਦੇ ਸਨ।ਜਦ ਉਹ ਆਪਣੀ ਸ਼ਾਮ ਦੀ ਸ਼ਿਫਟ ਲਾਉਣ ਆਉਂਦੇ ਤਾਂ ਮੈਂ ਉਹਨਾਂ ਦੇ ਨਾਲ਼ ਵੀ ਉਸ ਦੀਆਂ ਹੀ ਗੱਲਾਂ ਕਰਦੀ ਤਾਂ ਉਹਨਾਂ ਨੇ ਵੀ ਮੈਨੂੰ ਉਸ ਵੱਲ ਏਨਾ ਧਿਆਨ ਦੇਣੋ ਹਟਣ ਲਈ ਕਿਹਾ।ਉਹਨਾਂ ਨੇ ਮੈਨੂੰ ਇਹ ਵੀ ਹਦਾਇਤ ਦਿੱਤੀ ਕਿ ਇਹਨਾਂ ਲੋਕਾਂ ਤੋਂ ਜਿੰਨਾ ਦੂਰ ਰਿਹਾ ਜਾਵੇ ਉਨਾ ਹੀ ਚੰਗਾ ਹੁੰਦਾ ਹੈ।ਪਰ ਮੇਰਾ ਧਿਆਨ ਤਾਂ ਕੰਮ ਤੋਂ ਜ਼ਿਆਦਾ ਉੱਧਰ ਹੀ ਰਹਿੰਦਾ ਸੀ।

ਫਿਰ ਤਕਰੀਬਨ ਦੋ-ਕੁ ਮਹੀਨਿਆਂ ਬਾਅਦ ਕੰਪਨੀ ਤੇ ਵਰਕਰਾਂ ਦੀ ਆਪਸ ਵਿੱਚ ਰਜ਼ਾਮੰਦੀ ਹੋ ਗਈ।ਸਕਿਉਰਟੀ ਵੀ ਚੱਕੀ ਗਈ।ਕੰਮ ਤੇ ਮੇਰਾ ਆਖਰੀ ਦਿਨ ਸੀ।ਫਿਰ ਅੱਜ ਤੋਂ ਬਾਅਦ ਮੈਂ ਉਸ ਕੁੜੀ ਨੂੰ ਕਦੇ ਵੀ ਨਹੀਂ ਸੀ ਵੇਖਣਾ।ਮੇਰੀ ਉਸ ਦੇ ਬਾਰੇ ਜਾਨਣ ਦੀ ਇੱਛਾ ਉਂਜ ਹੀ ਰਹਿ ਜਾਣੀ ਸੀ ਕਿ ਉਹ ਇਸ ਕੰਮ ਵਿੱਚ ਕਿਉਂ ਪਈ?ਇਹ ਸੋਚਦਿਆਂ-ਸੋਚਦਿਆਂ ਮੈਂ ਆਪਣੀ ਸ਼ਿਫਟ ਖਤਮ ਕਰ ਲਈ ਤੇ ਘਰ ਜਾਣ ਦੇ ਲਈ ਆਪਣੀ ਕਾਰ ਅਜੇ ਸਟਾਰਟ ਹੀ ਕੀਤੀ ਸੀ ਤਾਂ ਅਚਾਨਕ ਉਸ ਕੁੜੀ ਨੇ ਮੇਰੀ ਕਾਰ ਦਾ ਦਰਵਾਜ਼ਾ ਖੜਕਾਇਆ ਤੇ ਮੇਰੀ ਆਗਿਆ ਲੈਣ ਤੋਂ ਬਗੈਰ ਹੀ ਖੋਲ੍ਹਕੇ ਮੇਰੀ ਕਾਰ ਵਿੱਚ ਆ ਬੈਠੀ।

ਮੈਂ ਉਸ ਨੂੰ ਵੇਖ ਕੇ ਇੱਕ ਦਮ ਠਠੰਬਰ ਗਈ।ਮੇਰਾ ਸਰੀਰ ਸੁੰਨ ਹੋ ਗਿਆ ਤੇ ਕੰਬਦੀ ਹੋਈ ਤੋਂ ਮੇਰੇ ਮੂੰਹੋਂ ਇਕਦਮ ਨਿਕਲ਼ਿਆ।

"ਤੂੰ...।"

"ਹਾਂ ਮੈਂ।"

ਉਹ ਪੰਜਾਬੀ ਕੁੜੀ ਸੀ।ਉਸ ਨੇ ਮੇਰੇ ਮੂੰਹ ਵੱਲ ਤੱਕਦਿਆਂ ਪੰਜਾਬੀ ਵਿੱਚ ਫਿਰ ਕਿਹਾ,"ਹਾਂ ਮੈਂ।ਮੈਨੂੰ ਪਤਾ ਹੈ ਕਿ ਤੂੰ ਮੈਨੂੰ ਹਰ ਰੋਜ਼ ਵੇਖਦੀ ਹੈਂ ਤੇ ਮੇਰੇ ਬਾਰੇ ਜਾਨਣਾ ਚਾਹੁੰਦੀ ਹੈਂ।"

ਉਸਦੇ ਮੂੰਹੋਂ ਏਨਾ ਸੁਣ ਮੈਨੂੰ ਕੋਈ ਸ਼ਬਦ ਨਾ ਅਉੜਿਆ।ਮੈਨੂੰ ਜਾਪਦਾ ਸੀ ਕਿ ਜਿਵੇਂ ਮੈਂ ਗੂੰਗੀ ਹੋ ਗਈ ਹੋਵਾਂ।ਮੈਂ ਬਿੱਟ-ਬਿੱਟ ਉਸਦੇ ਮੂੰਹ ਵੱਲ ਤੱਕਣ ਲੱਗੀ।ਉਹ ਆਪਣੀ ਕਹਾਣੀ ਮੈਨੂੰ ਆਪ ਹੀ ਦੱਸਣ ਲੱਗੀ।

ਮੇਰਾ ਨਾਂ ਸਿਮਰਨ ਹੈ। ਮੈਂ ਆਪਣੇ ਮਾਂ-ਬਾਪ ਦੀ ਇਕਲੌਤੀ ਧੀ ਹਾਂ।ਮੇਰੇ ਦੋ ਵੱਡੇ ਭਰਾ ਹਨ।ਜੋ ਵਿਆਹੇ ਹੋਏ ਹਨ।ਬਾਲ-ਬੱਚਿਆਂ ਵਾਲ਼ੇ ਹਨ।ਮੈਂ ਪੜ੍ਹਾਈ ਵਿੱਚ ਬਹੁਤ ਹੀ ਹੁਸ਼ਿਆਰ ਸਾਂ।ਹਰ ਸਾਲ ਪਹਿਲੇ ਨੰਬਰ 'ਤੇ ਆਉਂਦੀ ਸਾਂ।ਮੇਰੇ ਮਾਂ-ਬਾਪ ਮੈਨੂੰ ਬਹੁਤ ਹੀ ਪੜ੍ਹਾਉਣਾ ਚਾਹੁੰਦੇ ਸਨ।ਉਹਨਾਂ ਦੀ ਇੱਛਾ ਸੀ ਕਿ ਮੈਂ ਬਾਹਰਲੇ ਦੇਸ਼ ਜਾ ਕੇ ਪੜ੍ਹਾਈ ਕਰਾਂ ਤਾਂ ਕਿ ਉਹ ਬੜੇ ਮਾਣ ਨਾਲ਼ ਦੱਸ ਸਕਣ ਕਿ ਉਹਨਾਂ ਦੀ ਧੀ ਬਾਹਰਲੇ ਦੇਸ਼ ਦੀ ਪੜ੍ਹੀ-ਲਿਖੀ ਹੈ।ਇਸ ਕਰਕੇ ਉਹਨਾਂ ਨੇ

ਮੈਨੂੰ ਆਈਲਿਟਸ ਕਰਨ ਲਾ ਦਿੱਤਾ।ਆਈ ਲਿਟਸ ਵੀ ਮੈਂ ਸਾਢੇ ਛੇ ਬੈਂਡ ਲੈ ਕੇ ਕਰ ਲਈ।ਸਾਡੇ ਜ਼ਮੀਨ ਜਿਆਦਾ ਨਹੀਂ ਸੀ ਪਰ ਫਿਰ ਵੀ ਮੇਰੇ ਮਾਂ-ਬਾਪ ਨੇ ਮੇਰੀ ਖਾਤਰ ਵੇਚ ਦਿੱਤੀ ਤੇ ਮੈਨੂੰ ਕਨੇਡਾ ਪੜ੍ਹਨ ਦੇ ਲਈ ਭੇਜ਼ ਦਿੱਤਾ।

ਇੱਕ ਸਾਲ ਤਾਂ ਸਭ-ਕੁੱਝ ਠੀਕ-ਠਾਕ ਚਲਦਾ ਰਿਹਾ।ਫੀਸਾਂ ਵੀ ਮੈਂ ਥੋੜਾ-ਬਹੁਤਾ ਕੰਮ ਕਰਕੇ ਪੂਰੀਆਂ ਕਰ ਲੈਂਦੀ ਸਾਂ ਤੇ ਬੇਸਮੈਂਟ ਦਾ ਕਿਰਾਇਆ ਵੀ ਕੱਢ ਲੈਂਦੀ ਸਾਂ।ਫਿਰ ਜਦੋਂ ਕਾਫੀ ਸਾਰੇ ਸਟੂਡੈਂਟ ਆਉਣ ਲੱਗ ਪਏ ਤਾਂ ਬੇਸਮੈਂਟਾਂ ਦੇ ਕਿਰਾਏ ਵੀ ਬਹੁਤ ਵਧ ਗਏ ਸਨ ਤੇ ਕੰਮਾਂ ਦੀ ਵੀ ਬਹੁਤ ਘਾਟ ਹੋ ਗਈ ਸੀ।ਕਈ ਥਾਂ 'ਤੇ ਅਪਲਾਈ ਕੀਤਾ ਕਿਤੋਂ ਵੀ ਕੰਮ ਨਾ ਮਿਲ਼ਿਆ।ਅਗਲੇ ਸਮੈਸਟਰ ਦੇ ਲਈ ਫੀਸ ਚਾਹੀਦੀ ਸੀ ਤੇ ਬੇਸਮੈਂਟ ਦੇ ਲਈ ਕਿਰਾਇਆ।ਜਦ ਮੈਂ ਆਪਣੇ ਘਰ ਫ਼ੋਨ ਕੀਤਾ ਤਾਂ ਮੰਮੀ-ਪਾਪਾ ਨੇ ਕਿਹਾ ਬੇਟਾ ਤੈਨੂੰ ਹੁਣ ਆਪ ਹੀ ਇੰਤਜ਼ਾਮ ਕਰਨਾ ਪਵੇਗਾ ਕਿਉਂਕਿ ਘਰ ਵਿੱਚ ਤਾਂ ਭਰਾ-ਭਰਜਾਈਆਂ ਨੇ ਲੜਾਈ ਪਾਈ ਹੋਈ ਹੈ ਕਿ ਉਹਨਾਂ ਦੀ ਜ਼ਮੀਨ ਕਿਉਂ ਵੇਚ ਦਿੱਤੀ।ਉਹ ਵੀ ਬੱਚਿਆਂ ਵਾਲ਼ੇ ਹਨ।ਇਸ ਕਰਕੇ ਤੂੰ ਕੋਈ ਇੱਥੇ ਕੋਈ ਛੋਟਾ-ਮੋਟਾ ਕੰਮ ਲੱਭ ਲੈ ਤੇ ਆਪਣੀ ਫੀਸ ਪੂਰੀ ਕਰ ਲੈ।ਮੈਂ ਕੰਮ ਲੱਭਣ ਲਈ ਬਹੁਤ ਕੋਸ਼ਿਸ਼ ਕੀਤੀ।ਪਰ ਮੈਨੂੰ ਕੋਈ ਕੰਮ ਨਾ ਮਿਲ਼ਿਆ।ਮੈਂ ਵਾਰ-ਵਾਰ ਪਾਪਾ ਨੂੰ ਪੈਸਿਆਂ ਬਾਰੇ ਫ਼ੋਨ ਕਰਾਂ ਪਰ ਪਾਪਾ ਮਜਬੂਰ ਹੋਏ ਮੇਰੀ ਮਦਦ ਕਰਨ ਤੋਂ ਅਸਮਰੱਥ ਸਨ।ਇਸ ਕਰਕੇ ਪਾਪਾ ਨੂੰ ਮੇਰੀ ਟੈਨਸ਼ਨ ਰਹਿਣ ਲੱਗ ਪਈ ਤੇ ਇੱਕ ਦਿਨ ਉਹਨਾਂ ਨੂੰ ਅਧਰੰਗ ਦਾ ਦੌਰਾ ਪੈ ਗਿਆ। ਉਹ ਮੰਜੇ ਜੋਗੇ ਹੀ ਰਹਿ ਗਏ।ਇਸ ਗੱਲ ਦਾ ਇਲਜ਼ਾਮ ਵੀ ਭਰਾ-ਭਰਜਾਈਆਂ ਨੇ ਮੇਰੇ ਉੱਤੇ ਮੜ੍ਹ ਦਿੱਤਾ ਕਿ ਮੇਰੀ ਦਿੱਤੀ ਟੈਨਸ਼ਨ ਦੇ ਨਾਲ਼ ਹੀ ਪਾਪਾ ਨੂੰ ਅਧਰੰਗ ਹੋਇਆ ਹੈ।ਭਰਾ-ਭਰਜਾਈਆਂ ਵੀ ਮੇਰੇ ਨਾਲ਼ ਫ਼ੋਨ ਤੇ ਘੱਟ ਗੱਲ ਕਰਨ ਲੱਗ ਪਏ।ਮੰਮੀ ਵੀ ਵਿਚਾਰੇ ਚੁੱਪ-ਚਾਪ ਉਹਨਾਂ ਦੀਆਂ ਹੀ ਸੁਣਦੇ ਰਹਿੰਦੇ।ਉਹ ਵੀ ਮੇਰੀ ਮਦਦ ਨਹੀਂ ਸਨ ਕਰ ਸਕਦੇ।

ਮੈਂ ਹਰ ਰੋਜ਼ ਰੋਂਦੀ ਨੇ ਹੀ ਕਾਲਜ ਜਾਣਾ।ਮੈਂ ਆਪਣੀਆਂ ਸਹੇਲੀਆਂ ਦੇ ਨਾਲ਼ ਆਪਣੀ ਪੈਸੇ ਦੀ ਤੰਗੀ ਜ਼ਾਹਰ ਕਰਦੀ।ਉਹ ਸਾਰੀਆਂ ਘਰੋਂ ਸੁਖੀ ਸਨ।ਪੈਸੇ ਵਾਲ਼ੀਆਂ ਸਨ।ਉਹਨਾਂ ਨੇ ਮਜ਼ਾਕ ਦੇ ਨਾਲ਼ ਮੈਨੂੰ ਕਈ ਕਲੱਬਾਂ ਦੇ ਨਾਂ ਦੱਸਣੇ ਤਾਂ ਕਿ ਮੈਂ ਉੱਥੇ ਜਾ ਕੇ ਦੂਜਾ ਕੰਮ ਕਰਾਂ।ਪਰ ਮੈਂ ਕਿਸੇ ਵੀ ਕੀਮਤ 'ਤੇ ਕਲੱਬਾਂ ਵਿੱਚ ਜਾ ਕੇ ਆਪਣਾ ਜਿਸਮ ਵੇਚਣ ਲਈ ਤਿਆਰ ਨਹੀਂ ਸੀ ਇਸ ਕਰਕੇ ਮੈਂ ਉਹਨਾਂ ਦੁਆਰਾ ਕੀਤਾ ਇਹ ਮਜ਼ਾਕ ਪਸੰਦ ਨਾ ਕਰਦੀ।ਉਂਜ ਫੀਸਾਂ ਅਤੇ ਕਿਰਾਏ ਦਾ ਡਰ ਮੈਨੂੰ ਵੱਢ-ਵੱਢ ਖਾਂਦਾ ਸੀ।ਕਾਲਜ ਥੋੜ੍ਹਾ ਦੂਰ ਸੀ।ਇਸ ਕਰਕੇ ਮੈਨੂੰ ਇੱਕ ਬੱਸ ਤੇ ਇੱਕ ਟਰੇਨ ਬਦਲਣੀ ਪੈਂਦੀ ਸੀ।ਬੱਸ ਅੱਡੇ ਤੇ ਖੜ੍ਹੀ ਨੂੰ ਕਈ ਵਾਰੀ ਕੁੱਝ ਮੁੰਡੇ ਆ ਕੇ ਪੁੱਛਦੇ ਕਿ ਕੀ ਤੂੰ ਸਾਡਾ ਕੰਮ ਕਰੇਂਗੀ?

ਉਹਨਾਂ ਦੇ ਮੂੰਹੋਂ ਇਹ ਸ਼ਬਦ ਸੁਣ ਕਿ ਮੈਂ ਸ਼ਰਮ ਦੇ ਨਾ.ਲ ਇਕੱਠੀ ਹੁੰਦੀ ਤੇ ਉਹਨਾਂ ਨੂੰ ਕੌੜੀਆਂ ਨਜ਼ਰਾਂ ਦੇ ਨਾ.ਲ ਵੇਖਦੀ ਤੇ ਨਾਂਹ ਵਿੱਚ ਸਿਰ ਮਾਰਦੀ।ਇਹ ਆਫਰ ਉਹ ਮੈਨੂੰ ਕਈ ਵਾਰੀ ਦੇ ਚੁੱਕੇ ਸਨ।ਹਰ ਵਾਰ ਮੇਰੀ ਉਹਨਾਂ ਨੂੰ ਨਾਂਹ ਹੀ ਹੁੰਦੀ ਸੀ।ਪਰ ਫਿਰ ਵੀ ਉਹਨਾਂ ਨੇ ਮੇਰਾ ਪਿੱਛਾ ਨਾਂ ਛੱਡਿਆ।ਇੱਕ ਦਿਨ ਅੱਕੀ ਹੋਈ ਨੇ ਆਖਰ ਉਹਨਾਂ ਨੂੰ ਪੁੱਛ ਹੀ ਲਿਆ,"ਕਿਹੜਾ ਕੰਮ?ਕਿਉਂ ਮੈਨੂੰ ਤੁਸੀਂ ਵਾਰ-ਵਾਰ ਤੰਗ ਕਰਦੇ ਹੋ? ਮੈਂ ਇੱਜ਼ਤਦਾਰਾਂ ਦੀ ਕੁੜੀ ਹਾਂ।ਮੈਂ ਕਿਸੇ ਵੀ ਕੀਮਤ 'ਤੇ ਆਪਣੀ ਇੱਜ਼ਤ ਨਹੀਂ ਵੇਚ ਸਕਦੀ।"

"ਇੱਜ਼ਤ ਨਹੀਂ ਵੇਚਣੀ ਤੁਸੀਂ,ਸਮਾਨ ਵੇਚਣਾ ਹੈ।ਸਿਰਫ ਸਮਾਨ।ਸਾਡੇ ਕੋ.ਲ ਤੁਹਾਡੇ ਲਈ ਇੱਕ ਜਾਬ ਹੈ।ਜਿਸਦੇ ਬਦਲੇ ਤੁਹਾਨੂੰ ਪੈਸੇ ਮਿਲਣਗੇ।" ਉਹਨਾਂ ਵਿੱਚੋਂ ਇੱਕ ਬੋਲਿਆ।

"ਸਮਾਨ...!"

"ਹਾਂ ਸਮਾਨ।"

"ਕਿਹੜਾ ਸਮਾਨ ਤੇ ਕਿੱਥੇ?"

"ਉਸ ਦਾ ਤੁਸੀਂ ਫਿਕਰ ਨਾਂ ਕਰੋ।ਇਹ ਸਾਡੀ ਜ਼ੁੰਮੇਵਾਰੀ ਹੈ।ਅਸੀਂ ਤੁਹਾਨੂੰ ਆਪ ਦੱਸਾਂਗੇ।ਤੁਹਾਨੂੰ ਕਿਤੇ ਵੀ ਜਾਣ ਦੀ ਜ਼ਰੂਰਤ ਨਹੀਂ।ਬੱਸ ਇੱਕ ਵਾਰ 'ਹਾਂ' ਕਹੋ।ਤੁਹਾਡੀ ਤਨਖਾਹ,ਤੁਹਾਡੀਆਂ ਫੀਸਾਂ ਅਤੇ ਤੁਹਾਡੀ ਬੇਸਮੈਂਟ ਦਾ ਕਿਰਾਇਆ ਇਹ ਸਭ ਕੁੱਝ ਸਾਡੀ ਕੰਪਨੀ ਦਿਆ ਕਰੇਗੀ।ਇਹ ਜਾਬ ਕੋਈ ਬਹੁਤੀ ਔਖੀ ਨਹੀਂ ਹੈ ਤੇ ਨਾ ਹੀ ਕੋਈ ਭਾਰੀ ਹੈ ਪਰ ਇਸ ਦੇ ਪੈਸੇ ਬਹੁਤ ਹਨ।"

ਜਾਬ ਦਾ ਨਾਂ ਸੁਣ ਕਿ ਮੇਰੀ ਖੁਸ਼ੀ ਦਾ ਕੋਈ ਟਿਕਾਣਾ ਨਾ ਰਿਹਾ।ਮੈਂ ਉਸ ਪਰਮਾਤਮਾ ਦਾ ਬਹੁਤ ਹੀ ਧੰਨਵਾਦ ਕੀਤਾ ਜਿਸਨੇ ਮੈਨੂੰ ਸਭ ਚਿੰਤਾਵਾਂ ਤੋਂ ਮੁਕਤ ਕਰ ਦਿੱਤਾ ਸੀ।ਮੈਂ ਉਹਨਾਂ ਮੁੰਡਿਆਂ ਨੂੰ ਉਸੇ ਸਮੇਂ ਹੀ 'ਹਾਂ' ਕਰ ਦਿੱਤੀ।ਉਹਨਾਂ ਨੇ ਮੇਰੇ ਕੋ.ਲੋਂ ਮੇਰੀ ਰਹਾਇਸ਼ ਦਾ ਪਤਾ ਲੈ ਲਿਆ।ਉਹਨਾਂ ਲੜਕਿਆਂ ਵਿੱਚੋਂ ਇੱਕ ਲੜਕਾ ਆ ਕੇ ਮੈਨੂੰ ਸਮਾਨ ਫੜਾ ਜਾਇਆ ਕਰਦਾ ਸੀ ਜੋ ਕਿ ਛੋਟੇ-ਛੋਟੇ ਪੈਕਟਾਂ ਵਿੱਚ ਹੋਇਆ ਕਰਦਾ ਸੀ ਤੇ ਕਸਟਮਰਜ਼ ਘਰ ਆ ਕੇ ਮੇਰੇ ਕੋ.ਲੋਂ ਉਹ ਸਮਾਨ ਲੈ ਜਾਇਆ ਕਰਦੇ ਸਨ।ਇਸ ਦੇ ਬਦਲੇ ਮੈਨੂੰ ਕਾਫੀ ਸਾਰੇ ਡਾਲਰ ਮਿ.ਲਦੇ ਸਨ।

ਕਈ ਮਹੀਨੇ ਤਾਂ ਇਸ ਕੰਮ ਦੇ ਬਾਰੇ ਕਿਸੇ ਨੂੰ ਪਤਾ ਨਾ ਲੱਗਿਆ ਫਿਰ ਇੱਕ ਦਿਨ ਮੈਂ ਆਪਣੀ ਇੱਕ ਪੱਕੀ ਸਹੇਲੀ ਦੀਪ ਨੂੰ ਦੱਸ ਬੈਠੀ।ਦੀਪ ਨੇ ਦੂਸਰੀਆਂ ਸਹੇਲੀਆਂ ਕੋ.ਲ ਵੀ ਰੌ.ਲਾ ਪਾ ਦਿੱਤਾ। ਬੱਸ ਫਿਰ ਕੀ ਸੀ ਸਾਰੀਆਂ ਸਹੇਲੀਆਂ ਵਿੱਚ ਇਹ ਰੌ.ਲਾ ਪੈ ਗਿਆ ਕਿ ਮੈਂ ਡਰੱਗ ਵੇਚਦੀ ਹਾਂ।ਡਰੱਗ ਦਾ ਨਾਂ ਸੁਣ ਕੇ ਮੇਰੇ ਪੈਰਾਂ ਹੇਠੋਂ ਜ਼ਮੀਨ ਨਿਕ.ਲ ਗਈ।ਉਸ ਸਮੇਂ ਮੈਨੂੰ ਸੱਚਮੁੱਚ ਹੀ ਇਹ ਪਤਾ ਨਹੀਂ ਸੀ ਕਿ ਇਹ ਡਰੱਗ ਹੈ।ਮੈਂ ਆਪਣੀਆਂ ਸਹੇਲੀਆਂ ਨੂੰ ਬਥੇਰਾ

ਕਿਹਾ ਕਿ ਤੁਸੀਂ ਤਾਂ ਮੈਨੂੰ ਕਲੱਬਾਂ ਵਿੱਚ ਜਿਸਮ ਵੇਚਣ ਲਈ ਭੇਜਣਾ ਚਹੁੰਦੀਆਂ ਸਾਂ ।ਜਿਸਮ ਵੇਚਣ ਦੇ ਨਾਲੋਂ ਤਾਂ ਚੰਗਾ ਹੈ ਕਿ ਮੈਂ ਡਰੱਗ ਵੇਚਦੀ ਹਾਂ।ਫਿਰ ਇੱਕ-ਇੱਕ ਕਰਕੇ ਸਾਰੀਆਂ ਸਹੇਲੀਆਂ ਮੇਰੇ ਨਾਲੋਂ ਬੋਲਣੋਂ ਹਟ ਗਈਆਂ।ਮੇਰੇ ਘਰ ਪਤਾ ਚੱਲ ਗਿਆ। ਉਹ ਵੀ ਮੇਰੇ ਨਾ.ਲ ਬੋਲਣੋ ਹਟ ਗਏ।ਇੱਥੇ ਜੋ ਵੀ ਰਿਸ਼ਤੇਦਾਰ ਸਨ ਉਹਨਾਂ ਨੇ ਵੀ ਮੇਰੇ ਵੱਲੋਂ ਮੂੰਹ ਫੇਰ ਲਿਆ।ਮਕਾਨ ਮਾਲਕਾਂ ਨੇ ਵੀ ਮੈਨੂੰ ਬੇਸਮੈਂਟ ਖਾਲੀ ਕਰਨ ਦਾ ਨੋਟਿਸ ਦੇ ਦਿੱਤਾ। ਮੈਂ ਬਿਲਕੁਲ ਇਕੱਲੀ ਰਹਿ ਗਈ।

ਮੈਂ ਆਪਣੇ ਬਾਸ ਨੂੰ ਇਸ ਨੌਕਰੀ ਨੂੰ ਛੱਡਣ ਲਈ ਆਖਿਆ।ਉਸ ਨੇ ਕਿਹਾ ਕਿ ਨਹੀਂ ਹੁਣ ਨਹੀਂ ਤੂੰ ਇਹ ਜਾਬ ਛੱਡ ਸਕਦੀ।ਉਸਨੇ ਮੈਨੂੰ ਉਸ ਥਾਂ ਤੋਂ ਮੂਵ ਕਰਕੇ ਇੱਥੇ ਕਿਰਾਏ 'ਤੇ ਪੁਰਾਣਾ ਰੈਂਚਰ ਘਰ ਲੈ ਦਿੱਤਾ।ਇਕੱਲਤਾ ਮੈਨੂੰ ਵੱਢ-ਵੱਢ ਖਾਣ ਲੱਗੀ।ਮੈਂ ਫਿਰ ਆਪਣੇ ਬਾਸ ਨੂੰ ਇਹ ਕੰਮ ਛੱਡਣ ਲਈ ਕਿਹਾ।ਉਸਨੇ ਮੈਨੂੰ ਅੱਗੋਂ ਚਿਤਾਵਨੀ ਦਿੰਦਿਆਂ ਹੋਇਆਂ ਕਿਹਾ, "ਨਹੀਂ ਤੂੰ ਹੁਣ ਕਦੇ ਵੀ ਇਸ ਕੰਮ ਤੋਂ ਪਿੱਛੇ ਨਹੀਂ ਹਟ ਸਕਦੀ ਕਿਉਂਕਿ ਇਸਦਾ ਅੰਤ ਤਾਂ ਸਿਰਫ ਮੌਤ ਹੀ ਹੈ।ਤੇਰੇ ਨਾ.ਲ ਤੇਰੇ ਰਿਸ਼ਤੇਦਾਰ,ਮਾਂ-ਬਾਪ ਤੇ ਭੈਣ-ਭਰਾਵਾਂ ਦਾ ਵੀ ਨੁਕਸਾਨ ਹੋ ਸਕਦਾ ਹੈ।ਇਸ ਡਰ ਦੇ ਕਾਰਨ ਮੈਂ ਮਾਨਸਿਕ ਦਬਾਅ ਹੇਠ ਰਹਿਣ ਲੱਗੀ।ਡਾਕਟਰ ਮੈਨੂੰ ਡਿਪਰੈਸ਼ਨ ਦੀਆਂ ਦਵਾਈਆਂ ਦੇਣ ਲੱਗ ਪਏ।ਇੰਜ ਹੀ ਪੂਰੇ ਤਿੰਨ ਸਾਲਾਂ ਤੋਂ ਕਸਟਮਰ ਭੁਗਤਾ ਰਹੀ ਹਾਂ।ਮਾਂ-ਬਾਪ,ਭੈਣ-ਭਰਾਵਾਂ ਤੇ ਸਭ ਸਹੇਲੀਆਂ ਦਾ ਸਾਥ ਛੁੱਟ ਗਿਆ।ਇਕੱਲਤਾ ਭੋਗ ਰਹੀ ਹਾਂ।

ਉਸ ਕੁੜੀ ਦੀ ਕਹਾਣੀ ਸੁਣ ਮੇਰੀਆਂ ਅੱਖਾਂ ਭਰ ਆਈਆਂ।ਇੱਕ ਸੁਆਲ ਮੇਰੇ ਮੂੰਹ ਵਿੱਚੋਂ ਆਪ ਮੁਹਾਰੇ ਨਿਕਲ਼ਿਆ,"ਹੁਣ ਅੱਗੇ ਕੀ ਸੋਚਿਆ?"

"ਇਸ ਦਲਦਲ ਭਰੇ ਖੂਹ ਵਿੱਚੋਂ ਨਿਕਲਣਾ ਬੜਾ ਔਖਾ ਹੈ।" ਆਖ ਕੇ ਉਹ ਮੇਰੀ ਕਾਰ ਵਿੱਚੋਂ ਨਿਕ.ਲ ਕੇ ਉਸ ਰੈਂਚਰ ਘਰ ਵੱਲ ਨੂੰ ਚਲੀ ਗਈ ।

•

ਮੈਂ ਝੂਠ ਨਹੀਂ ਬੋਲਾਂਗਾ

ਸ਼ਿੰਦੀ ਆਪਣੇ ਕੰਮ ਤੇ ਸੀ।ਲੰਚ ਬਰੇਕ ਸਮੇਂ ਉਸਨੇ ਲੰਚ ਰੂਮ ਵਿਚ ਜਾ ਕੇ ਇੱਕ ਕਬਡ ਖੋਲ੍ਹੀ ਤੇ ਵਿੱਚੋਂ ਆਪਣੀ ਲੰਚ ਕਿੱਟ ਚੁੱਕੀ। ਉਸ ਵਿੱਚੋਂ ਉਸਨੇ ਆਪਣਾ ਫ਼ੋਨ ਕੱਢਿਆ ਤੇ ਸਕਰੀਨ 'ਤੇ ਨਿਗਾਹ ਮਾਰੀ।ਇੱਕ ਮਿੱਸ ਕਾਲ ਸੀ।ਉਹ ਵੀ ਉਸ ਦੇ ਬੇਟੇ ਰੌਬਿਨ ਦੇ ਸਕੂਲ ਤੋਂ। ਜੋ ਘੰਟਾ ਕੁ ਪਹਿਲਾਂ ਹੀ ਆਈ ਸੀ।

"ਸੁੱਖ ਹੋਵੇ।" ਮਿੱਸ ਕਾਲ ਵੇਖ ਕੇ ਉਸਦੇ ਅੰਦਰੋਂ ਹੀ ਆਪ ਮੁਹਾਰੇ ਨਿਕਲਿਆ।

ਉਹ ਕਾਹਲ਼ੀ-ਕਾਹਲ਼ੀ ਨਾਲ਼ ਲੰਚ ਕਿੱਟ ਨੂੰ ਵਾਪਸ ਕਬਡ ਵਿੱਚ ਰੱਖ ਤੇ ਆਪਣਾ ਫ਼ੋਨ ਲੈ ਕੇ ਬਾਹਰ ਬਾਲਕੋਨੀ ਵਿੱਚ ਚਲੀ ਗਈ।ਰੌਬਿਨ ਦੇ ਸਕੂਲ ਫ਼ੋਨ ਲਾ ਕੇ ਉਹ ਬੋਲੀ,"ਜੀ ਮੈਂ ਰੌਬਿਨ ਦੀ ਮੰਮੀ ਬੋਲ ਰਹੀ ਹਾਂ।ਜੋ ਪੰਜਵੀਂ ਜਮਾਤ ਵਿੱਚ ਪੜ੍ਹਦਾ ਹੈ।ਸਕੂਲ ਵਿੱਚੋਂ ਅੱਜ ਤਕਰੀਬਨ ਦਸ ਕੁ ਵਜੇ ਕਿਸੇ ਨੇ ਮੈਨੂੰ ਕਾਲ ਕੀਤੀ ਸੀ।ਉਸ ਸਮੇਂ ਮੈਂ ਕੰਮ 'ਤੇ ਸੀ।" "ਉਅ ਹੋਲਡ ਔਨ"

ਕਿਸੇ ਨੇ ਉਸਨੂੰ ਅੱਗੋਂ ਆਖਿਆ ਤੇ ਉਸਦਾ ਫ਼ੋਨ ਅੱਗੇ ਟਰਾਂਸਫਰ ਕਰ ਦਿੱਤਾ।ਅੱਗੋਂ ਉਸਦੇ ਬੇਟੇ ਦੇ ਅਧਿਆਪਕ ਮਿਸਟਰ ਡੈਵੀ ਨੇ ਫ਼ੋਨ ਉਠਾਇਆ ਤੇ ਬੋਲਿਆ,"ਮਿਸਟਰ ਡੈਵੀ ਸਪੀਕਿੰਗ।"

"ਮਿਸਟਰ ਡੈਵੀ ਕੀ ਤੁਸੀਂ ਮੈਨੂੰ ਅੱਜ ਫ਼ੋਨ ਕੀਤਾ ਸੀ?ਮੈਂ ਰੌਬਿਨ ਦੀ ਮੰਮੀ ਬੋਲ ਰਹੀ ਹਾਂ।"ਸ਼ਿੰਦੀ ਨੇ ਡਰੀ ਹੋਈ ਅਵਾਜ਼ ਵਿੱਚ ਮਿਸਟਰ ਡੈਵੀ ਤੋਂ ਪੁੱਛਿਆ।

"ਜੀ ਮਿਸਜ਼ ਸੰਧੂ ਮੈਂ ਹੀ ਤੁਹਾਨੂੰ ਫ਼ੋਨ ਕੀਤਾ ਸੀ।ਕੀ ਤੁਸੀਂ ਮੈਨੂੰ ਅੱਜ ਸਕੂਲ ਸਮੇਂ ਤੋਂ ਬਾਅਦ ਕਲਾਸ ਵਿੱਚ ਮਿਲ ਸਕਦੇ ਹੋ?"

ਸ਼ਿੰਦੀ ਇਕ ਦਮ ਡਰ ਗਈ।ਉਸਨੇ ਮਿਸਟਰ ਡੈਵੀ ਨੂੰ ਕਿਹਾ,"ਹਾਂ,ਪਰ ਕੀ ਹੋਇਆ? ਸਭ ਕੁੱਝ ਠੀਕ-ਠਾਕ ਹੈ ਮਿਸਟਰ ਡੈਵੀ?"

"ਹਾਂ,ਉਂਜ ਤਾਂ ਸਭ ਕੁੱਝ ਠੀਕ-ਠਾਕ ਹੈ।ਤੁਸੀਂ ਘਬਰਾਓ ਨਾ।ਪਰ ਅੱਜ ਜਮਾਤ ਵਿੱਚ ਤੁਹਾਡੇ ਬੇਟੇ ਦੀ ਅਤੇ ਉਸ ਦੇ ਕਲਾਸਮੇਟ ਮਾਰਕ ਦੀ ਲੜਾਈ ਹੋ ਗਈ, ਇੱਕ ਕੈਲਕੂਲੇਟਰ ਨੂੰ ਲੈ ਕੇ।ਤੁਹਾਡਾ ਬੇਟਾ ਆਖ ਰਿਹਾ ਸੀ ਕਿ ਇਹ ਮੇਰਾ ਹੈ ਤੇ ਦੂਸਰਾ ਬੱਚਾ ਮਾਰਕ ਆਖ ਰਿਹਾ ਸੀ ਕਿ ਇਹ ਮੇਰਾ ਹੈ।ਸੋ ਅੱਜ ਮੈਂ ਸਕੂਲ ਵਿੱਚ ਦੋਹਾਂ ਬੱਚਿਆਂ ਦੇ ਮਾਪਿਆਂ ਨੂੰ ਬੁਲਾਉਣਾ ਚਾਹੁੰਦਾ ਹਾਂ ਕਿ ਉਹ

ਕੈਲਕੂਲੇਟਰ ਨੂੰ ਵੇਖ ਕੇ ਦੱਸ ਸਕਣ ਕਿ ਉਹ ਕਿਸਦਾ ਹੈ।"ਮਿਸਟਰ ਡੈਵੀ ਨੇ ਸਾਰੀ ਗੱਲ ਸਾਫ-ਸਾਫ ਦੱਸਦਿਆਂ ਸ਼ਿੰਦੀ ਨੂੰ ਕਿਹਾ।

"ਠੀਕ ਹੈ, ਮਿਸਟਰ ਡੈਵੀ ਮੈਂ ਅੱਜ ਸਕੂਲ ਸਮੇਂ ਤੋਂ ਬਾਅਦ ਜ਼ਰੂਰ ਤੁਹਾਡੀ ਜਮਾਤ ਵਿੱਚ ਪਹੁੰਚ ਜਾਵਾਂਗੀ।" ਸ਼ਿੰਦੀ ਨੇ ਮਿਸਟਰ ਡੈਵੀ ਨੂੰ ਯਕੀਨ ਦਿਵਾਉਂਦਿਆਂ ਹੋਇਆਂ ਕਿਹਾ।

ਉਹ ਫ਼ੋਨ ਬੰਦ ਕਰ ਮੁੜ ਵਾਪਸ ਲੰਚ ਰੂਮ ਵਿੱਚ ਚਲੀ ਗਈ।ਉਸਨੇ ਘੜੀ ਤੋਂ ਟਾਈਮ ਵੇਖਿਆ ਮਸਾਂ ਪੰਜ-ਸੱਤ ਮਿੰਟ ਹੀ ਬਰੇਕ ਖਤਮ ਹੋਣ ਵਿੱਚ ਬਚਦੇ ਸਨ।ਲੰਚ ਕਰਨ ਦੇ ਲਈ ਉਸਦੀ ਉੱਕੀ ਹੀ ਰੂਹ ਨਹੀਂ ਸੀ ਕਰਦੀ।ਉਹਦਾ ਧਿਆਨ ਵਾਰ-ਵਾਰ ਕੈਲਕੂਲੇਟਰਜ਼ 'ਤੇ ਜਾ ਰਿਹਾ ਸੀ ਜੋ ਉਸਨੇ ਅੱਜ ਤੱਕ ਰੌਬਿਨ ਨੂੰ ਲੈ ਕੇ ਦਿੱਤੇ ਸਨ।ਸਿਰਫ ਦੋ ਵਾਰ ਹੀ ਤਾਂ ਰੌਬਿਨ ਨੇ ਕੈਲਕੂਲੇਟਰ ਲਏ ਸਨ।ਇੱਕ ਵਾਰ ਵਾਲਮਾਰਟ ਸਟੋਰ ਤੋਂ ਤੇ ਇੱਕ ਵਾਰ ਜ਼ੈੱਲਰ ਤੋਂ।ਏਨੀ ਕਿਹੜਾ ਕੈਲਕੂਲੇਟਰਾਂ ਦੀ ਅਜੇ ਉਸਨੂੰ ਲੋੜ ਸੀ।ਪੰਜਵੀਂ ਤਾਂ ਜਮਾਤ ਹੈ, ਹਾਲੇ।ਉਹਨੇ ਇਹ ਸੋਚਾਂ ਸੋਚਦੀ ਹੋਈ ਨੇ ਜਦੋਂ ਸਾਹਮਣੇ ਕੰਧ ਤੇ ਲੱਗੀ ਘੜੀ ਤੋਂ ਟਾਈਮ ਵੇਖਿਆ ਤਾਂ ਬਰੇਕ ਦਾ ਸਮਾਂ ਖਤਮ ਹੋ ਚੁੱਕਾ ਸੀ।ਉਹ ਫ਼ੋਨ ਨੂੰ ਲੰਚ ਕਿਟ ਵਿੱਚ ਫਟਾ-ਫਟ ਪਾ ਬਿਨਾ ਕੁੱਝ ਖਾਧਿਆਂ-ਪੀਤਿਆਂ ਹੀ ਕੰਮ 'ਤੇ ਲੱਗ ਗਈ।

ਕੰਮ ਉੱਪਰ ਵੀ ਸ਼ਿੰਦੀ ਦਾ ਮਨ ਨਹੀਂ ਸੀ ਟਿਕ ਰਿਹਾ।ਉਹਦਾ ਧਿਆਨ ਵਾਰ-ਵਾਰ ਰੌਬਿਨ ਵਿੱਚ ਜਾਂਦਾ।ਰੌਬਿਨ ਉਹਨਾ ਦਾ ਇਕੋ-ਇੱਕ ਪੁੱਤਰ ਸੀ।ਜਿਸ ਨੂੰ ਉਹ ਬਹੁਤ ਹੀ ਲਾਡ-ਪਿਆਰ ਨਾਲ਼ ਪਾਲ਼ ਰਹੇ ਸਨ।ਉਸਦਾ ਥੋੜ੍ਹਾ ਜਿੰਨਾ ਦਰਦ ਵੀ ਉਹਨਾਂ ਤੋਂ ਬਰਦਾਸ਼ਤ ਨਹੀਂ ਸੀ ਹੁੰਦਾ।ਸ਼ਿੰਦੀ ਅਤੇ ਉਸਦੇ ਪਤੀ ਦੀ ਇੱਕੋ ਹੀ ਦਿਲੀ ਤਮੰਨਾ ਸੀ ਕਿ ਉਹਨਾਂ ਦਾ ਬੇਟਾ ਕਾਬਲੀਅਤ ਦੇ ਹਿਸਾਬ ਨਾਲ਼ ਵੱਡਾ ਹੋ ਕੇ ਜੋ ਬਣਨਾ ਚਾਹੇ ਉਹ ਹੀ ਬਣੇ ਪਰ ਇੱਕ ਚੰਗਾ ਇਨਸਾਨ ਜ਼ਰੂਰ ਬਣੇ।ਇਸ ਲਈ ਉਹ ਆਪਣੇ ਬੱਚੇ ਨੂੰ ਹਮੇਸ਼ਾਂ ਚੰਗੇ ਸੰਸਕਾਰ ਦੇਣ ਦੀ ਕੋਸ਼ਿਸ਼ ਜ਼ਰੂਰ ਕਰਦੇ।

ਕੰਮ ਖਤਮ ਹੋਣ ਤੇ ਉਹ ਸਿੱਧੀ ਸਕੂਲ ਪਹੁੰਚ ਗਈ।ਸਕੂਲ ਵਿੱਚ ਵੀ ਸਾਰੀ ਛੁੱਟੀ ਦੀ ਘੰਟੀ ਵੱਜ ਚੁੱਕੀ ਸੀ।ਸਾਰੇ ਬੱਚੇ ਆਪੋ-ਆਪਣੇ ਘਰਾਂ ਨੂੰ ਜਾ ਰਹੇ ਸਨ।ਸਕੂਲ ਵਿੱਚ ਕਾਫੀ ਗਹਿਮਾ-ਗਹਿਮੀ ਸੀ। ਉਸ ਦੀਆਂ ਨਜ਼ਰਾਂ ਰੌਬਿਨ ਨੂੰ ਢੂੰਡ ਰਹੀਆਂ ਸਨ।ਉਹ ਸੋਚ ਰਹੀ ਸੀ ਕਿ ਉਹ ਹੁਣੇ ਆਵੇਗਾ ਤੇ ਉਸ ਨੂੰ ਚੁੰਬੜ ਜਾਵੇਗਾ।ਫਿਰ ਉਸ ਨੂੰ ਯਾਦ ਆਇਆ ਕਿ ਰੌਬਿਨ ਤਾਂ ਅੱਜ ਆਪਣੀ ਜਮਾਤ ਵਿੱਚ ਹੀ ਹੋਵੇਗਾ ਕਿਉਂਕਿ ਉੱਥੇ ਹੀ ਤਾਂ ਉਸਨੂੰ, ਉਸਦੇ ਅਧਿਆਪਕ ਨੇ ਬੁਲਾਇਆ ਸੀ।ਇਹ ਸੋਚਦਿਆਂ-ਸੋਚਦਿਆਂ ਉਸਨੂੰ ਪਤਾ ਵੀ ਨਾ ਚੱਲਿਆ ਕਿ ਉਹ ਕਦ ਰੌਬਿਨ ਦੀ ਜਮਾਤ ਵਿੱਚ ਪਹੁੰਚ ਗਈ।

ਦੂਸਰੇ ਮੁੰਡੇ ਮਾਰਕ ਦੀ ਮਾਂ, ਪਹਿਲਾਂ ਹੀ ਉੱਥੇ ਪਹੁੰਚੀ ਹੋਈ ਸੀ।ਦੋਹਾਂ ਬੱਚਿਆਂ ਦੀਆਂ ਮਾਵਾਂ ਨੂੰ ਵੇਖ ਕੇ ਮਿਸਟਰ ਡੈਵੀ ਆਪਣੀ ਡੈਸਕ 'ਚੋਂ ਕੈਲਕੂਲੇਟਰ ਕੱਢ ਲਿਆਇਆ।ਉਸ ਨੇ ਦੋਹਾਂ ਬੱਚਿਆਂ ਦੀਆਂ ਮਾਵਾਂ ਨੂੰ ਦੱਸਿਆ ਕਿ ਇਹ ਕੈਲਕੂਲੇਟਰ ਸਕੂਲ ਦੇ 'ਲੌਸਟ ਐਂਡ ਫਾਊਂਡ' ਬੌਕਸ ਵਿੱਚੋਂ ਮਾਰਕ ਨੂੰ ਮਿਲ਼ਿਆ ਸੀ ਜਦ ਉਹ ਕਲਾਸ ਵਿੱਚ ਲੈ ਕੇ ਆਇਆ ਤਾਂ ਰੌਬਿਨ ਨੇ ਇਸ ਗੱਲ ਦਾ ਰੌਲ਼ਾ ਪਾ ਲਿਆ ਕਿ ਉਹ ਮੇਰਾ ਹੈ।ਮਾਰਕ ਆਖਦਾ ਹੈ ਕਿ ਉਹ ਮੇਰਾ ਹੈ।ਸੋ ਤੁਸੀਂ ਹੀ ਦੋਵੇਂ ਵੇਖ ਕਿ ਦੱਸੋ ਕਿ ਉਹ ਕਿਸਦਾ ਹੈ।ਮਿਸਟਰ ਡੈਵੀ ਨੇ ਪਹਿਲਾਂ ਸ਼ਿੰਦੀ ਨੂੰ ਕੈਲਕੂਲੇਟਰ ਫੜਾਇਆ ਤੇ ਪੁੱਛਿਆ,"ਤੁਸੀਂ ਇਸ ਨੂੰ ਚੰਗੀ ਤਰ੍ਹਾਂ ਵੇਖ ਕੇ ਦੱਸੋ ਕੀ ਇਹ ਤੁਹਾਡੇ ਬੱਚੇ ਦਾ ਕੈਲਕੂਲੇਟਰ ਹੈ?"

ਸ਼ਿੰਦੀ ਨੇ ਕੈਲਕੂਲੇਟਰ ਨੂੰ ਚੰਗੀ ਤਰ੍ਹਾਂ ਵੇਖਿਆ ਤੇ ਕਿਹਾ,"ਨਹੀਂ ਮਿਸਟਰ ਡੇਵੀ ਇਹ ਮੇਰੇ ਰੌਬਿਨ ਦਾ ਕੈਲਕੂਲੇਟਰ ਨਹੀਂ ਹੈ।"

ਮਿਸਟਰ ਡੈਵੀ ਨੇ ਸ਼ਿੰਦੀ ਤੋਂ ਕੈਲਕੂਲੇਟਰ ਫੜ ਕੇ ਮਾਰਕ ਦੀ ਮਾਂ ਨੂੰ ਫੜਾ ਦਿੱਤਾ।ਮਾਰਕ ਦੀ ਮਾਂ ਨੇ ਕੈਲਕੂਲੇਟਰ ਨੂੰ ਫੜਦਿਆਂ ਸਾਰ ਹੀ ਮਿਸਟਰ ਡੈਵੀ ਨੂੰ ਕਿਹਾ, "ਹਾਂ,ਮਿਸਟਰ ਡੈਵੀ ਇਹ ਮੇਰੇ ਬੱਚੇ ਦਾ ਹੀ ਹੈ।ਇਸ ਨੂੰ ਮੈਂ ਅਜੇ ਥੋੜ੍ਹਾ ਚਿਰ ਪਹਿਲਾਂ ਸਟੇਪਲ ਤੋਂ ਲਿਆ ਕੇ ਦਿੱਤਾ ਸੀ।ਮੇਰੇ ਕੋਲ ਇਸ ਵਕਤ ਇਸ ਦੀ ਰਸੀਦ ਵੀ ਹੈ।"

ਦੋਵੇਂ ਬੱਚੇ ਕੋਲ ਖੜ੍ਹੇ ਇਹ ਸਭ ਕੁੱਝ ਵੇਖ ਰਹੇ ਸਨ।ਅਧਿਆਪਕ ਨੇ ਉਹ ਕੈਲਕੂਲੇਟਰ ਮਾਰਕ ਨੂੰ ਫੜਾ ਦਿੱਤਾ।ਮਾਰਕ ਤੇ ਉਸ ਦੀ ਮਾਂ ਘਰ ਨੂੰ ਚਲੇ ਗਏ।ਸ਼ਿੰਦੀ ਨੂੰ ਆਪਣੇ ਬੱਚੇ ਦੇ ਝੂਠ ਬੋਲਣ ਤੇ ਬਹੁਤ ਹੀ ਗੁੱਸਾ ਆਇਆ।ਉਹ ਉਸ ਸਮੇਂ ਉਸਨੂੰ ਮਾਰ ਤਾਂ ਨਹੀਂ ਸੀ ਸਕਦੀ ਪਰ ਉਸਨੇ ਆਪਣੀ ਮਾਤ-ਭਾਸ਼ਾ ਵਿੱਚ ਉਸਨੂੰ ਕਾਫੀ ਡਾਂਟਿਆ।ਉਸਨੇ ਅਧਿਆਪਕ ਤੋਂ ਆਪਣੇ ਬੱਚੇ ਦੀ ਗ਼ਲਤੀ ਲਈ ਮੁਆਫੀ ਮੰਗੀ ਤੇ ਰੌਬਿਨ ਨੂੰ ਵੀ ਅਧਿਆਪਕ ਕੋਲੋਂ ਮੁਆਫੀ ਮੰਗਣ ਲਈ ਕਿਹਾ।ਰੌਬਿਨ ਨੇ ਸ਼ਿੰਦੀ ਅਤੇ ਮਿਸਟਰ ਡੈਵੀ ਕੋਲ਼ ਅੱਗੇ ਤੋਂ ਝੂਠ ਨਾ ਬੋਲਣ ਦਾ ਵਾਅਦਾ ਵੀ ਕੀਤਾ।

ਘਰ ਨੂੰ ਵਾਪਸ ਆਉਂਦਿਆਂ ਵੀ ਸ਼ਿੰਦੀ ਆਪਣੇ ਬੱਚੇ 'ਤੇ ਬਹੁਤ ਹੀ ਗੁੱਸੇ ਹੋ ਰਹੀ ਸੀ ।ਉਸ ਨੂੰ ਅੱਗੇ ਵਾਸਤੇ ਝੂਠ ਨਾ ਬੋਲਣ ਦਾ ਪਾਠ ਵਾਰ-ਵਾਰ ਪੜ੍ਹਾ ਰਹੀ ਸੀ।ਘਰ ਪਹੁੰਚ ਕੇ ਵੀ ਉਸਨੇ ਉਸਨੂੰ ਖੂਬ ਡਾਂਟਿਆ।ਉਸਦੀਆਂ ਸਾਰੀਆਂ ਗੇਮਾਂ,ਪਲੇਅ ਸਟੇਸ਼ਨ ਸਭ ਕੁੱਝ ਚੁੱਕ ਕੇ ਰੱਖ ਦਿੱਤਾ।ਉਸ ਨੇ ਉਸਨੂੰ ਕਿਹਾ ਕਿ ਮੈਂ ਹੁਣ ਤੈਨੂੰ ਇਸ ਗਲਤੀ ਦੇ ਬਦਲੇ ਕੁੱਝ ਨਹੀਂ ਲੈ ਕੇ ਦੇਵਾਂਗੀ।ਟੀ ਵੀ. ਵੀ ਨਹੀਂ ਵੇਖਣ ਦੇਵਾਂਗੀ।ਰੌਬਿਨ ਤਾਂ ਬੱਸ ਰੋਈ ਹੀ ਜਾ ਰਿਹਾ ਸੀ ਤੇ ਆਖ ਰਿਹਾ ਸੀ ਕਿ ਮਾਂ ਮੈਂ ਹੁਣ ਕਦੇ ਵੀ ਝੂਠ ਨਹੀਂ ਬੋਲਾਂਗਾ।

ਗੁੱਸਾ ਠੰਢਾ ਹੋਣ 'ਤੇ ਸ਼ਿੰਦੀ ਦਾ ਮਨ ਵੀ ਪਿਘਲ਼ ਗਿਆ। ਉਸਨੇ ਰੌਬਿਨ ਨੂੰ ਗੋਦੀ ਵਿੱਚ ਲਿਆ, ਪਿਆਰ ਕੀਤਾ ਤੇ ਸਿਰ ਉੱਤੇ ਹੱਥ ਫੇਰਿਆ ਤੇ ਕਿਹਾ,"ਵੇਖ ਪੁੱਤ,ਤੂੰ ਸਾਡਾ ਬਹੁਤ ਹੀ ਪਿਆਰਾ ਪੁੱਤ ਹੈਂ।ਮੈਂ ਤੇ ਤੇਰੇ ਪਾਪਾ ਤੈਨੂੰ ਬਹੁਤ ਹੀ ਪਿਆਰ ਕਰਦੇ ਹਾਂ।ਅਸੀਂ ਤੈਨੂੰ ਸਭ ਕੁੱਝ ਲੈ ਕੇ ਦੇਵਾਂਗੇ।ਪਰ ਤੂੰ ਕਦੇ ਵੀ ਝੂਠ ਨਾ ਬੋਲੀਂ।"

ਮਾਂ ਦੀ ਗੋਦੀ ਵਿੱਚ ਬੈਠ ਕੇ ਰੌਬਿਨ ਵੀ ਸਭ ਕੁੱਝ ਭੁੱਲ ਗਿਆ ਸੀ।ਉਸਨੇ ਆਪਣੀ ਮਾਂ ਦੇ ਨਾਲ਼ ਅੱਗੇ ਤੋਂ ਝੂਠ ਨਾ ਬੋਲਣ ਦਾ ਵਾਅਦਾ ਵੀ ਕੀਤਾ।

ਸ਼ਿੰਦੀ ਨੂੰ ਅੱਜ ਦਿਨ ਭਰ ਦੇ ਕੰਮ ਅਤੇ ਇਸ ਘਟਨਾ ਨੇ ਬਹੁਤ ਹੀ ਹੰਭਾ ਦਿੱਤਾ ਸੀ।ਉਹ ਖਾ-ਪੀ ਕੇ ਲਿਵਿੰਗ ਰੂਮ ਵਿੱਚ ਹੀ ਪਏ ਸੋਫੇ ਉੱਪਰ ਅੰਦਰੋਂ ਕੰਬਲ਼ ਲਿਆ ਕਿ ਪੈ ਗਈ।ਪਈ-ਪਈ ਉਹ ਸੋਚਣ ਲੱਗੀ ਕਿ ਇਹ ਗੱਲ ਰੌਬਿਨ ਦੇ ਪਾਪਾ ਨੂੰ ਦੱਸਾਂ ਜਾਂ ਨਾ ਦੱਸਾਂ।ਸੋਚਦਿਆਂ-ਸੋਚਦਿਆਂ ਹੀ ਉਸ ਦੀ ਅੱਖ ਲੱਗ ਗਈ।

ਉਂਜ ਰੌਬਿਨ ਸਕੂਲੋਂ ਆ ਕੇ ਘੰਟਾ ਕੁ ਵੀਡੀਓ ਗੇਮਾਂ ਖੇਡਿਆ ਕਰਦਾ ਸੀ।ਪਰ ਅੱਜ ਤਾਂ ਉਸਦੀਆਂ ਸਭ ਗੇਮਾਂ ਉਸਦੀ ਮਾਂ ਨੇ ਚੁੱਕ ਕੇ ਰੱਖ ਦਿੱਤੀਆਂ ਸਨ।ਇਸ ਕਰਕੇ ਉਹ ਲਿਵਿੰਗ ਰੂਮ ਵਿੱਚ ਹੀ ਜਿੱਥੇ ਉਸ ਦੀ ਮਾਂ ਪਈ ਸੀ ਖਿਡੌਣਿਆਂ ਦੇ ਨਾਲ਼ ਖੇਡ ਰਿਹਾ ਸੀ।ਖੇਡਦੇ-ਖੇਡਦੇ ਨੇ, ਉਸਨੇ ਬਾਹਰ ਇੱਕ ਅਵਾਜ਼ ਸੁਣੀ।ਉਹ ਉੱਠ ਕੇ ਖਿੜਕੀ ਥਾਣੀ ਬਾਹਰ ਨੂੰ ਵੇਖਣ ਲੱਗਾ।ਬਾਹਰ ਇੱਕ ਸੇਲਜ਼ਮੈਨ ਘਰ-ਘਰ ਜਾ ਕਿ ਕੁੱਝ ਵੇਚ ਰਿਹਾ ਸੀ।

ਸੇਲਜ਼ਮੈਨ ਨੂੰ ਆਉਂਦਿਆਂ ਵੇਖ ਕੇ ਰੌਬਿਨ ਨੇ ਉੱਚੀ ਦੇਣੇ ਕਿਹਾ, "ਮੰਮੀ ਅੱਜ ਆਪਣੇ ਘਰੇ ਕੋਈ ਆਵੇਗਾ।"

ਇਹ ਸੁਣਦਿਆਂ ਸਾਰ ਹੀ ਸ਼ਿੰਦੀ ਦੀ ਝੱਟ ਦੇਣੇ ਅੱਖ ਖੁੱਲ੍ਹ ਗਈ। ਉਸਨੇ ਆਪਣੇ ਮੂੰਹ ਤੋਂ ਕੰਬਲ਼ ਹਟਾ ਕੇ ਰੌਬਿਨ ਨੂੰ ਪੁੱਛਿਆ, "ਤੈਨੂੰ ਕਿਵੇਂ ਪਤਾ?"

ਰੌਬਿਨ ਉਸਨੂੰ ਦੱਸਣ ਲੱਗਾ, "ਬਾਹਰ ਇੱਕ ਭਾਈ ਕੁੱਝ ਵੇਚ ਰਿਹਾ ਹੈ। ਉਹ ਪਹਿਲਾਂ ਜੇਮਜ਼ ਦੇ ਘਰੇ ਗਿਆ, ਫਿਰ ਡੇਵਿਡ ਦੇ, ਫਿਰ ਜੈਸਿਕਾ ਦੇ ਹੁਣ ਉਹ ਆਪਣੇ ਵੀ ਘਰੇ ਆਵੇਗਾ।"

ਕੰਬਲ਼ ਦੇ ਨਿੱਘ ਨਾਲ਼ ਨਿਢਾਲ਼ ਹੋਈ ਸ਼ਿੰਦੀ ਨੇ ਆਪਣੇ ਬੇਟੇ ਰੌਬਿਨ ਨੂੰ ਕਿਹਾ, "ਜਦ ਉਸਨੇ ਬੈੱਲ ਮਾਰੀ ਤੂੰ ਉਸ ਨੂੰ ਥੱਲੇ ਜਾ ਕੇ ਆਖ ਦੇਈਂ ਕਿ ਮੇਰੀ ਮੰਮੀ ਘਰੇ ਨਹੀਂ ਹੈ।"

ਸ਼ਿੰਦੀ ਦੀ ਗੱਲ ਸੁਣ ਰੌਬਿਨ ਨੇ ਜੁਆਬ ਦਿੰਦਿਆਂ ਕਿਹਾ, "ਨਹੀਂ, ਮੰਮੀ ਮੈਂ ਅੱਜ ਤੁਹਾਡੇ ਨਾਲ਼ ਵਾਅਦਾ ਕੀਤਾ ਹੈ ਕਿ ਮੈਂ ਹੁਣ ਕਦੇ ਝੂਠ ਨਹੀਂ ਬੋਲਾਂਗਾ।"

•

ਮਦਰਜ਼ ਡੇਅ

ਸਵੇਰ ਦੇ ਸੱਤ ਵੱਜੇ ਸਨ। ਮੈਂ ਅਜੇ ਉੱਠੀ ਹੀ ਸੀ। ਮੇਰੀ ਨਜ਼ਰ ਕੰਧ 'ਤੇ ਲੱਗੇ ਕਲੰਡਰ 'ਤੇ ਪਈ। ਜਿਸ 'ਤੇ ਅੱਜ ਦੀ ਤਾਰੀਖ ਥੱਲੇ ਮਦਰਜ਼ ਡੇ ਲਿਖਿਆ ਹੋਇਆ ਸੀ। ਜਿਸ ਦੇ ਬਾਰੇ ਮੈਨੂੰ ਪਹਿਲਾਂ ਹੀ ਪਤਾ ਸੀ। ਇਸ ਕਰਕੇ ਮੈਂ ਆਪਣੇ ਪਰਿਵਾਰ ਦੇ ਨਾਲ਼ ਅੱਜ ਬਾਹਰ ਲੰਚ 'ਤੇ ਜਾਣ ਦਾ ਪ੍ਰੋਗਰਾਮ ਵੀ ਬਣਾਇਆ ਹੋਇਆ ਸੀ। ਕਲੰਡਰ ਤੋਂ ਮਦਰਜ਼ ਡੇਅ ਨੂੰ ਪੜ੍ਹਦਿਆਂ ਨਾਲ਼ ਹੀ ਖਿਆਲ ਆਇਆ ਕਿ ਅੱਜ ਮੈਨੂੰ ਫਰੇਜ਼ਰ ਵਿਊ ਹੈਲ਼ਥ ਨਾਲ਼ ਹੋਮ ਸਪੋਰਟ ਦਾ ਕੰਮ ਕਰਦਿਆਂ ਪੂਰੇ ਦਸ ਸਾਲ ਹੋ ਚੁੱਕੇ ਹਨ। ਭਾਵੇਂ ਪਹਿਲਾਂ-ਪਹਿਲਾਂ ਮੈਂ ਇਸ ਕੰਮ ਨੂੰ ਬਹੁਤਾ ਪਸੰਦ ਨਹੀਂ ਸੀ ਕਰਦੀ ਪਰ ਬਾਅਦ ਵਿਚ ਇਹੀ ਕੰਮ ਮੈਨੂੰ ਪਰਮਾਤਮਾ ਵੱਲੋਂ ਮਿਲ਼ੇ ਇੱਕ ਤੋਹਫੇ ਵਾਂਗ ਪ੍ਰਤੀਤ ਹੋਣ ਲੱਗ ਪਿਆ ਕਿਉਂਕਿ ਸਿਆਣੇ ਬਜ਼ੁਰਗਾਂ ਅਤੇ ਵੱਖ-ਵੱਖ ਭਾਈਚਾਰੇ ਨਾਲ਼ ਸਬੰਧ ਰੱਖਣ ਵਾਲ਼ੇ ਲੋਕਾਂ ਤੋਂ ਮੈਂ ਬਹੁਤ ਕੁੱਝ ਸਿੱਖ ਰਹੀ ਸਾਂ। ਇਹ ਸੋਚਦਿਆਂ-ਸੋਚਦਿਆਂ ਮੈਨੂੰ ਮੇਰੇ ਕੁੱਝ ਕਲਾਇੰਟ ਯਾਦ ਆਉਣ ਲੱਗੇ।

ਲੀਸਾ-ਜਿਸ ਤੋਂ ਮੈਂ ਗਾਰਡਨਿੰਗ ਕਰਨੀ ਸਿੱਖੀ ਸੀ, ਵੱਖ-ਵੱਖ ਕਿਸਮ ਦੇ ਫੁੱਲਾਂ ਤੇ ਬੂਟਿਆਂ ਦੇ ਨਾਮ ਸਿੱਖੇ ਸਨ, ਪੰਛੀਆਂ ਨੂੰ ਉੱਡਦੇ ਤੇ ਕਲੋਲਾਂ ਕਰਦੇ ਵੇਖਣਾ ਸਿੱਖਿਆ ਸੀ। ਜਦ ਵੀ ਕੋਈ ਪੰਛੀ ਲੀਸਾ ਦੀ ਬੈਕਯਾਰਡ ਵਿੱਚ ਆਉਂਦਾ ਤੇ ਜਦ ਵੀ ਕੋਈ ਨਵਾਂ ਫੁੱਲ ਖਿੜਦਾ ਤਾਂ ਉਹ, ਉਸ ਨੂੰ ਵੇਖ ਕੇ ਫੁੱਲੀ ਨਾਂ ਸਮਾਉਂਦੀ। ਉਹ ਝੱਟ ਹੀ ਆਪਣਾ ਕੈਮਰਾ ਕੱਢ ਲਿਆਉਂਦੀ ਤੇ ਉਹਨਾਂ ਦੀਆਂ ਫੋਟੋਆਂ ਖਿੱਚਦੀ। ਉਹ ਫਿਰ ਆਪਣੇ ਦੂਰ ਬੈਠੇ ਭੈਣ-ਭਰਾਵਾਂ ਨੂੰ ਫ਼ੋਨ ਕਰਕੇ ਦੱਸਦੀ ਕਿ ਅੱਜ ਆਹ-ਆਹ ਪੰਛੀ ਉਸਦੀ ਬੈਕਯਾਰਡ ਵਿੱਚ ਆਇਆ ਤੇ ਇਹ -ਇਹ ਨਵੇਂ ਫੁੱਲ ਖਿੜੇ ਹਨ। ਮੈਨੂੰ ਉਸ ਦੀਆਂ ਇਹ ਗੱਲਾਂ ਸੁਣ ਕੇ ਬਹੁਤ ਹੀ ਹਾਸਾ ਆਉਂਦਾ। ਮੇਰੀ ਇੱਕ ਹੋਰ ਕਲਾਇੰਟ ਸੀ-ਕਿੰਮ। ਜੋ 82 ਸਾਲਾਂ ਦੀ ਸੀ। ਉਹ ਬਹੁਤ ਹੀ ਸੁਲਝੀ ਹੋਈ ਔਰਤ ਸੀ। ਜਿਸਨੇ ਮੈਨੂੰ ਅੰਗਰੇਜ਼ੀ ਖਾਣਿਆਂ ਦੀਆਂ ਕਿੰਨੀਆਂ ਹੀ ਰੈਸਪੀਆਂ ਦੱਸੀਆਂ ਸਨ ਜਿਵੇਂ ਕਿ ਐਪਲ ਪਾਈ,ਜ਼ੁਕੀਨੀ ਬਰੈਂਡ,ਲਜ਼ਾਨੀਆਂ,ਸਪੀਨਿਚ ਡਿੱਪ,ਬਲੂਬੇਰੀ ਮਫਨ ਬਣਾਉਣੇ ਆਦਿ। ਜਦ ਵੀ ਮੈਂ ਉਸਨੂੰ ਕਿਸੇ ਵੀ ਰੈਸਪੀ ਦੇ ਬਾਰੇ ਪੁੱਛਦੀ ਕਿ ਕਿੰਮ ਕੀ ਤੈਨੂੰ ਇਸ ਰੈਸਪੀ ਦਾ

ਪਤਾ ਹੈ ਤਾਂ ਉਹ ਝੱਟ ਹੀ ਆਪਣੀ ਰੈਸਪੀ ਵਾਲ਼ੀ ਬੁੱਕ ਚੁੱਕ ਲਿਆਉਂਦੀ। ਇੱਕ ਕਾਰਡ ਉੱਤੇ ਉਹ ਰੈਸਪੀ ਮੈਨੂੰ ਉਸੇ ਵਕਤ ਹੀ ਲਿਖ ਕੇ ਦੇ ਦਿੰਦੀ।ਉਮਰ ਦੇ ਹਿਸਾਬ ਦੇ ਨਾਲ਼ ਉਸਦਾ ਫੁਰਤੀਲਾਪਣ ਵੇਖ ਕੇ ਮੈਂ ਅਕਸਰ ਹੀ ਉਸਦੀ ਤਾਰੀਫ ਕਰਦੀ ਸਾਂ।

ਮੇਰੀ ਇੱਕ ਹੋਰ ਕਲਾਇੰਟ ਸੀ ਸ਼੍ਰੀਮਤੀ ਬਰਾੜ।ਜੋ ਕਿ ਸਵੇਰੇ-ਸਵੇਰੇ ਸ਼੍ਰੀ ਗੁਰੂ ਗਰੰਥ ਸਾਹਿਬ ਦਾ ਪਾਠ ਆਪਣੀ ਸੁਰੀਲੀ ਅਵਾਜ਼ ਵਿੱਚ ਉੱਚੀ-ਉੱਚੀ ਕਰਿਆ ਕਰਦੀ ਸੀ।ਜੋ ਕਿ ਮੈਨੂੰ ਬਹੁਤ ਹੀ ਵਧੀਆ ਲਗਦਾ ਸੀ।ਜਿਸ ਵੱਲੋਂ ਆਪਣੇ ਹੱਥੀਂ ਸਿਲਾਈ ਕੀਤੇ ਕੱਪੜਿਆਂ ਨੂੰ ਵੇਖ ਕੇ ਤਾਂ ਮੈਂ ਆਪਣੀਆਂ ਕਿੰਨੀਆਂ ਹੀ ਯੂਨੀਫਾਰਮਜ਼ ਸਿਲਾਈ ਕੀਤੀਆਂ ਸਨ।

ਮੈਂ ਆਪਣੇ ਕਲਾਇੰਟ ਕਰਨਲ ਸ਼ਫਾਤ ਅਲੀ ਨੂੰ ਤਾਂ ਕਦੇ ਵੀ ਨਹੀਂ ਭੁੱਲ ਸਕਦੀ।ਜਿਸਨੇ ਆਪਣੀ ਜ਼ਿੰਦਗੀ ਦੇ ਆਖਰੀ ਦਿਨਾਂ 'ਚ ਤਾਂ ਮੈਨੂੰ ਕਵਿੱਤਰੀ ਹੀ ਬਣਾ ਦਿੱਤਾ ਸੀ।ਉਹ ਦਿੱਲੀ ਦੇ ਰਹਿਣ ਵਾਲ਼ੇ ਸਨ।ਦੇਹਰਾਦੂਨ ਅਕੈਡਮੀ 'ਚੋਂ ਉਹਨਾਂ ਨੇ ਫੌਜ ਦੀ ਟਰੇਨਿੰਗ ਲਈ ਸੀ।ਉਹਨਾਂ ਨੇ ਮੈਨੂੰ ਦੱਸਿਆ ਸੀ ਕਿ 1965 ਦੀ ਹਿੰਦ-ਪਾਕਿ ਦੀ ਲੜਾਈ ਵਿੱਚ ਉਹ ਖੇਮਕਰਨ ਦੇ ਮੁਹਾਜ਼ ਤੇ ਲੜੇ ਸਨ ਤੇ ਉਹਨਾਂ ਨੇ ਉਹ ਇਲਾਕਾ ਜਿੱਤਿਆ ਸੀ।ਉਹਨਾਂ ਦੇ ਮਹਾਤਮਾਂ ਗਾਂਧੀ ਦੇ ਪਰਿਵਾਰ ਨਾਲ਼ ਵੀ ਬਹੁਤ ਗੂੜ੍ਹੇ ਸਬੰਧ ਸਨ।

ਮੈਂ ਬੈੱਡ ਤੇ ਬੈਠੀ ਆਪਣੀ ਜ਼ਿੰਦਗੀ ਦੇ ਇਹਨਾਂ ਹੁਸੀਨ ਵਰਕਿਆਂ ਨੂੰ ਅਜੇ ਫਰੋਲ਼ ਹੀ ਰਹੀ ਸੀ ਕਿ ਅਚਾਨਕ ਟੈਲੀਫ਼ੋਨ ਦੀ ਘੰਟੀ ਟਰਨ-ਟਰਨ ਕਰਕੇ ਵੱਜਣੀ ਸ਼ੁਰੂ ਹੋ ਗਈ।ਮੈਂ ਭੱਜਕੇ ਫ਼ੋਨ ਉਠਾਇਆ ਤੇ ਹੈਲੋ ਕਹੀ।ਇਹ ਫ਼ੋਨ ਮੇਰੀ ਸਕੈਯੂਅਲ ਲੈਸਲੀ ਦਾ ਸੀ।ਉਹ ਮੈਨੂੰ ਪੁੱਛਣ ਲੱਗੀ,"ਜੈਸ ਕੀ ਤੂੰ ਅੱਜ ਪੰਜ ਕੁ ਘੰਟੇ ਕੰਮ ਕਰ ਸਕਦੀ ਹੈਂ।ਉਂਜ ਮੈਨੂੰ ਪਤਾ ਹੈ ਕਿ ਅੱਜ ਤੇਰਾ ਡੇ ਆਫ ਹੈ ਪਰ ਮੈਂ ਅੱਜ ਬਹੁਤ ਹੀ ਸਟੱਕ ਹੋ ਗਈ ਹਾਂ।ਅੱਜ ਮੈਨੂੰ ਤੇਰੀ ਹੈਲਪ ਦੀ ਲੋੜ ਹੈ ਕਿਉਂਕਿ ਮਦਰਜ਼ ਡੇਅ ਹੋਣ ਕਾਰਨ ਬਹੁਤ ਸਾਰੇ ਵਰਕਰਜ਼ ਨੇ ਛੁੱਟੀ ਕਰ ਲਈ ਹੈ।ਕੈਨ ਯੂ ਹੈਲਪ ਮੀ।ਪਲੀਜ਼-ਪਲੀਜ਼।"

ਭਾਵੇਂ ਮੇਰਾ ਵੀ ਆਪਣੇ ਪਰਿਵਾਰ ਨਾਲ਼ ਬਾਹਰ ਲੰਚ 'ਤੇ ਜਾਣ ਦਾ ਪ੍ਰੋਗਰਾਮ ਬਣਿਆ ਹੋਇਆ ਸੀ ਪਰ ਮੇਰੇ ਕੋਲੋਂ ਲੈਸਲੀ ਨੂੰ ਨਾਂਹ ਨਾ ਹੋਈ।ਮੈਂ,ਹਾਂ ਠੀਕ ਹੈ,ਮੈਂ ਅੱਜ ਪੰਜ ਕੁ ਘੰਟੇ ਕੰਮ ਕਰ ਲਵਾਂਗੀ ਆਖ ਕੇ ਲੈਸਲੀ ਤੋਂ ਆਪਣਾ ਸਕੈਯੂਅਲ ਲੈ ਲਿਆ।ਲੈਸਲੀ ਨੇ ਮੈਨੂੰ ਪੂਰੇ ਪੰਜ ਕਲਾਇੰਟ ਦਿੱਤੇ ਸਨ।ਸਵੇਰੇ ਅੱਠ ਵਜੇ ਤੋਂ ਲੈ ਕੇ ਦੁਪਹਿਰ ਇੱਕ ਵਜੇ ਤੱਕ।ਇੱਕ-ਇੱਕ ਘੰਟੇ ਦੇ ਕਲਾਇੰਟ ਸਨ।ਤਿਆਰ ਹੁੰਦੀ ਮੈਂ ਸੋਚ ਰਹੀ ਸਾਂ ਕਿ ਚਲੋ ਕੋਈ ਨਾ।ਮੈਂ ਡੇਢ ਵਜੇ ਵਾਪਸ ਆ ਜਾਵਾਂਗੀ।ਲੰਚ 'ਤੇ ਵੀ ਜਾਇਆ ਜਾਵੇਗਾ ਤੇ ਓਵਰ ਟਾਇਮ ਵੀ ਮਿਲ਼

ਜਾਵੇਗਾ। ਇਹ ਸੋਚ ਕੇ ਮੈਂ ਘਰੋਂ ਚੱਲ ਪਈ। ਚਾਅ-ਚਾਅ 'ਚ ਮੈਨੂੰ ਪਤਾ ਵੀ ਨਾ ਲੱਗਾ ਕਿ ਪਹਿਲੇ ਚਾਰ ਕਲਾਇੰਟ ਮੈਂ ਕਦੋਂ ਕਰ ਦਿੱਤੇ। ਆਖਰੀ ਕਲਾਇੰਟ ਕਰਨ ਦੇ ਲਈ ਵੀ ਆਪਣੀ ਗੱਡੀ ਕਲਾਇੰਟ ਦੇ ਡਰਾਈਵੇਅ ਵਿੱਚ ਜਾ ਖੜ੍ਹਾਈ। ਮੈਂ ਆਪਣੇ ਬੈਗ ਵਿੱਚੋਂ ਆਪਣੇ ਸਕੈਯੂਅਲ ਵਾਲ਼ੀ ਕਾਪੀ ਕੱਢੀ। ਉਸ ਉੱਤੋਂ ਕਲਾਇੰਟ ਦਾ ਨਾਂ,ਪਤਾ ਅਤੇ ਲਾਕ ਬਾਕਸ ਨੰਬਰ ਵੇਖਿਆ। ਲਾਕ ਬਾਕਸ ਇੱਕ ਜਿੰਦੇ ਦੀ ਸ਼ਕਲ ਵਰਗਾ ਬਾਕਸ ਹੁੰਦਾ ਹੈ ਜਿਸ ਉੱਤੇ ਕੁੱਝ ਨੰਬਰ ਸੈੱਟ ਕੀਤੇ ਹੁੰਦੇ ਹਨ। ਉਸ ਬਾਕਸ ਵਿੱਚ ਘਰ ਦੀ ਚਾਬੀ ਰੱਖੀ ਹੁੰਦੀ ਹੈ। ਉਹਨਾਂ ਨੰਬਰਾਂ ਨੂੰ ਦਬਾਅ ਕਿ ਘਰ ਦੀ ਚਾਬੀ ਕੱਢ ਕੇ ਦਰਵਾਜ਼ਾ ਖੋਲ੍ਹ ਲਿਆ ਜਾਂਦਾ ਹੈ ਤੇ ਅੰਦਰ ਜਾਇਆ ਜਾ ਸਕਦਾ ਹੈ। ਮੇਰੇ ਆਫਿਸ ਵੱਲੋਂ ਕਲਾਇੰਟ ਦੀ ਇਨਫਰਮੇਸ਼ਨ ਦੇ ਨਾਲ਼-ਨਾਲ਼ ਉਸ ਦੇ ਲਾਕ ਬਾਕਸ ਦਾ ਨੰਬਰ ਵੀ ਮੈਨੂੰ ਦੱਸ ਦਿੱਤਾ ਗਿਆ ਸੀ।

ਮੈਂ ਕਾਰ ਵਿੱਚੋਂ ਉੱਤਰ ਕੇ ਆਪਣਾ ਬੈਗ ਚੁੱਕ ਕੇ ਕਲਾਇੰਟ ਦੇ ਘਰ ਵੱਲ ਨੂੰ ਤੁਰ ਪਈ। ਘਰ ਬਹੁਤ ਹੀ ਵੱਡਾ ਤੇ ਖ਼ੂਬਸੂਰਤ ਬਣਿਆ ਹੋਇਆ ਸੀ। ਘਰ ਦੇ ਪੂਰੇ ਫਰੰਟ 'ਤੇ ਲਾਲ ਰੰਗ ਦੀ ਬਰਿੱਕ(ਛੋਟੀ ਇੱਟ)ਲੱਗੀ ਹੋਈ ਸੀ। ਚੌਹਾਂ ਪਾਸਿਆਂ ਉੱਪਰ ਕੈਮਰੇ ਲਾਏ ਹੋਏ ਸਨ। ਸੱਜੇ ਪਾਸੇ ਵੱਡੀ ਸਾਰੀ ਹਰੀ ਕਚੂਰ ਲਾਅਨ ਵਿੱਚ ਇੱਕ ਗੋਲ਼ ਵੱਡਾ ਸਾਰਾ ਪਾਣੀ ਦਾ ਫੁਹਾਰਾ ਚੱਲ ਰਿਹਾ ਸੀ। ਫੁਹਾਰੇ ਦੇ ਆਸੇ-ਪਾਸੇ ਲੱਗੇ ਪੈਨਜ਼ੀ ਦੇ ਫੁੱਲ ਮਨ ਨੂੰ ਮੋਹ ਰਹੇ ਸਨ। ਮੈਂ ਇਸ ਖ਼ੂਬਸੂਰਤ ਘਰ ਨੂੰ ਵੇਖ ਕੇ ਸੋਚ ਰਹੀ ਸਾਂ ਕਿ ਸਾਡੇ ਲੋਕਾਂ ਨੇ ਇੱਥੇ ਆ ਕੇ ਕਿੰਨੀ ਤਰੱਕੀ ਕੀਤੀ ਹੈ। ਇਹ ਮਾਂ-ਬਾਪ ਵੀ ਕਿੰਨੀ ਚੰਗੀ ਕਿਸਮਤ ਵਾਲ਼ੇ ਹਨ ਜਿਨ੍ਹਾਂ ਦੇ ਬੱਚਿਆਂ ਨੇ ਏਦਾਂ ਦੇ ਮਹਿਲਾਂ ਵਰਗੇ ਘਰ ਬਣਾਏ ਹੋਏ ਹਨ। ਇਹ ਸੋਚਦੀ-ਸੋਚਦੀ ਮੈਂ ਘਰ ਦੇ ਮੁੱਖ ਦਰਵਾਜ਼ੇ ਅੱਗੇ ਜਾ ਪਹੁੰਚੀ। ਮੈਂ ਆਸੇ-ਪਾਸੇ ਲਾਕ ਬਾਕਸ ਵੇਖਣ ਲੱਗੀ ਪਰ ਮੈਨੂੰ ਲਾਕ ਬਾਕਸ ਕਿਧਰੇ ਵੀ ਦਿਖਾਈ ਨਾ ਦਿੱਤਾ। ਮੈਂ ਦਰਵਾਜ਼ੇ ਵਿਚਲੇ ਸ਼ੀਸ਼ੇ ਵਿੱਚ ਦੀ ਅੰਦਰ ਨੂੰ ਝਾਤ ਮਾਰ ਕੇ ਵੇਖਿਆ ਤਾਂ ਮੈਨੂੰ ਅੰਦਰ ਇੱਕ ਔਰਤ ਖੜ੍ਹੀ ਦਿਖਾਈ ਦਿੱਤੀ। ਮੈਂ ਬੈੱਲ ਮਾਰਨ ਦੀ ਬਜਾਏ ਡੋਰ ਨਾਕ ਕੀਤਾ। ਉਸ ਔਰਤ ਨੇ ਆ ਕੇ ਦਰਵਾਜ਼ਾ ਖੋਲ੍ਹਿਆ। ਮੈਂ ਉਸਨੂੰ ਸਤਿ ਸ੍ਰੀ ਅਕਾਲ ਬੁਲਾਈ ਤੇ ਕਿਹਾ,"ਭੈਣ ਜੀ ਮੈਂ ਫਰੇਜ਼ਰ ਵਿਊ ਹੈਲਥ ਵੱਲੋਂ ਆਈ ਹਾਂ। ਬੀ ਜੀ ਕਰਮ ਕੌਰ ਦੇ ਲਈ।"

ਉਸਨੇ ਮੇਰੀ ਸਤਿ ਸ੍ਰੀ ਅਕਾਲ ਦਾ ਜੁਆਬ ਸਿਰ ਮਾਰ ਕੇ ਦਿੰਦਿਆਂ ਪੈਂਦੀ ਸੱਟੇ ਹੀ ਪੁੱਛਿਆ,"ਕੀ ਤੁਹਾਡੇ ਕੋਲ਼ ਲਾਕ ਬਾਕਸ ਨੰਬਰ ਨਹੀਂ ਹੈ?"

"ਨੰਬਰ ਤਾਂ ਹੈ ਪਰ ਮੈਨੂੰ ਇੱਥੇ ਕਿੱਧਰੇ ਲਾਕ ਬਾਕਸ ਦਿਖਾਈ ਨਹੀਂ ਦਿੱਤਾ।" ਮੈਂ ਉਸਨੂੰ ਆਖਿਆ।

"ਕੋਈ ਗੱਲ ਨਹੀਂ। ਤੁਸੀਂ ਇੱਥੋਂ ਖੱਬੇ ਜਾ ਕੇ ਖੱਬੇ ਹੀ ਮੁੜ ਜਾਇਓ। ਪਹਿਲਾ

ਹੀ ਦਰਵਾਜ਼ਾ ਹੈ।ਉਸਦੇ ਨਾ.ਲ ਲਾਕ ਬਾਕਸ ਲਮਕਦਾ ਹੈ।ਬੀਬੀ ਜੀ ਉੱਥੇ ਹੀ ਹਨ।" ਉਸਨੇ ਉਸ ਪਾਸੇ ਵੱਲ ਨੂੰ ਇਸ਼ਾਰਾ ਕਰਦੀ ਹੋਈ ਨੇ ਮੈਨੂੰ ਕਿਹਾ।

"ਅੱਛਾ, ਬੇਸਮੈਂਟ ਵਿੱਚ ਹਨ।ਦਫਤਰ ਵਾਲਿਆਂ ਨੇ ਮੈਨੂੰ ਇਹ ਨਹੀਂ ਸੀ ਦੱਸਿਆ ਕਿ ਬੀ ਜੀ ਬੇਸਮੈਂਟ ਵਿੱਚ ਰਹਿੰਦੇ ਹਨ।"

ਮੇਰੇ ਮੂੰਹੋਂ ਬੇਸਮੈਂਟ ਦਾ ਨਾਂ ਸੁਣ ਕੇ ਉਹ ਮੈਨੂੰ ਫਟਾ-ਫਟ ਕਹਿਣ ਲੱਗੀ,"ਨਹੀਂ-ਨਹੀਂ ਬੇਸਮੈਂਟ ਨਹੀਂ ਉਹ ਘਰ ਵਿੱਚ ਹੀ ਰਹਿੰਦੇ ਹਨ।"

"ਕੋਈ ਗੱਲ ਨਹੀਂ।ਮੈਂ ਉੱਧਰ ਦੀ ਚਲੀ ਜਾਂਦੀ ਹਾਂ।" ਮੈਂ ਉਸਨੂੰ ਹਲੀਮੀ ਭਰੇ ਲਹਿਜ਼ੇ ਵਿੱਚ ਕਿਹਾ।

ਮੈਂ ਦੂਜੇ ਦਰਵਾਜ਼ੇ ਵੱਲ ਨੂੰ ਜਾਣ ਲਈ ਖੱਬੇ ਵੱਲ ਨੂੰ ਮੁੜ ਪਈ।ਉਹ ਔਰਤ ਦਰਵਾਜ਼ਾ ਬੰਦ ਕਰਕੇ ਅੰਦਰ ਨੂੰ ਚਲੀ ਗਈ।ਮੈਂ ਅਜੇ ਦਰਵਾਜ਼ੇ ਨੂੰ ਖੋਲ੍ਹਣ ਦੇ ਲਈ ਲਾਕ ਬਾਕਸ ਨੂੰ ਹੱਥ ਪਾਇਆ ਹੀ ਸੀ ਤੇ ਉਸ ਔਰਤ ਨੇ ਮੈਨੂੰ ਪਿੱਛੋਂ ਦੀ ਅਵਾਜ਼ ਮਾਰੀ ਤੇ ਕਿਹਾ," ਭੈਣ ਜੀ ਤੁਹਾਨੂੰ ਆਪਣੀ ਕਾਰ ਡਰਾਈਵੇਅ ਵਿੱਚੋਂ ਮੂਵ ਕਰਨੀ ਪਵੇਗੀ। ਬਾਹਰ ਸਟਰੀਟ 'ਤੇ ਲਗਾ ਲਵੋ ਕਿਉਂਕਿ ਅਸੀਂ ਗੈਰਾਜ ਵਿੱਚੋਂ ਆਪਣਾ ਟਰੱਕ ਬਾਹਰ ਕੱਢਣਾ ਹੈ।ਅੱਜ ਮਦਰਜ਼ ਡੇਅ ਹੈ ਨਾ।ਸਾਡੇ ਬੱਚਿਆਂ ਨੇ ਅੱਜ ਸਾਨੂੰ ਬਾਹਰ ਲੰਚ ਕਰਵਾਉਣ ਲਈ ਲੈ ਕੇ ਜਾਣਾ ਹੈ।"

ਉਹ ਬਹੁਤ ਹੀ ਖੁਸ਼ ਹੋ ਕੇ ਮੈਨੂੰ ਦੱਸ ਰਹੀ ਸੀ।ਮੈਂ ਵੀ ਮੁਸਕਰਾ ਕੇ ਉਸਨੂੰ ਕਿਹਾ,"ਹਾਂ ਜੀ,ਕੋਈ ਗੱਲ ਨਹੀਂ ।ਮੈਂ ਹੁਣੇ ਹੀ ਆਪਣੀ ਕਾਰ ਡਰਾਈਵੇਅ ਵਿੱਚੋਂ ਹਟਾ ਕੇ ਬਾਹਰ ਸਟਰੀਟ 'ਤੇ ਲਾ ਦਿੰਦੀ ਹਾਂ।"ਏਨਾਂ ਆਖਦੀ ਹੋਈ ਮੈਂ ਆਪਣੀ ਕਾਰ ਮੂਵ ਕਰਨ ਚਲੀ ਗਈ।ਜਦ ਮੈਂ ਆਪਣੀ ਕਾਰ ਮੂਵ ਕਰ ਰਹੀ ਸੀ ਤਾਂ ਉਹ ਮੈਨੂੰ ਉੱਥੇ ਖੜ੍ਹੀ ਵੇਖ ਰਹੀ ਸੀ।ਉਹ ਉਸ ਵਕਤ ਬਹੁਤ ਹੀ ਖੁਸ਼ ਲੱਗ ਰਹੀ ਸੀ।ਜਦ ਮੈਂ ਕਾਰ ਬਾਹਰ ਲਾ ਕੇ ਆਈ ਤਾਂ ਉਹ ਮੈਨੂੰ ਥੈਂਕ ਯੂ ਆਖ ਕੇ ਅੰਦਰ ਚਲੀ ਗਈ।ਮੈਂ ਉਸ ਨੂੰ ਯੂਅਰ ਵੈਲਕਮ ਆਖ ਕੇ ਆਪਣੀ ਕਲਾਇੰਟ ਵੱਲ ਨੂੰ ਮੁੜ ਪਈ ਤੇ ਉਸ ਦਰਵਾਜ਼ੇ ਕੋ.ਲ ਪਹੁੰਚ ਗਈ ਜਿੱਥੇ ਲਾਕ ਬਾਕਸ ਲਮਕਦਾ ਸੀ।ਮੈਂ ਲਾਕ ਬਾਕਸ ਵਾ.ਲੇ ਨੰਬਰਾਂ ਨੂੰ ਦਬਾਇਆ ਤੇ ਵਿੱਚੋਂ ਚਾਬੀ ਕੱਢ ਕੇ ਅੰਦਰ ਚਲੀ ਗਈ।

ਅੰਦਰ ਵੜਨ ਸਾਰ ਮੈਨੂੰ ਇੰਜ ਲੱਗਿਆ ਜਿਵੇਂ ਮੈਂ ਕਿਸੇ ਸਟੋਰਜ਼ ਰੂਮ ਵਿੱਚ ਆ ਗਈ ਹੋਵਾਂ।ਸਾਹਮਣੀ ਕੰਧ ਦੇ ਨਾ.ਲ ਇੱਕ ਬਹੁਤ ਹੀ ਪੁਰਾਣਾ ਸੋਫਾ ਪਿਆ ਸੀ।ਉਸ ਉੱਤੇ ਬਹੁਤ ਹੀ ਮੈ.ਲੇ-ਕੁਚੈ.ਲੇ ਕੱਪੜੇ।ਸੋਫੇ ਦੇ ਨਾ.ਲ ਇੱਕ ਮੇਜ਼ ਪਿਆ ਸੀ ਜੋ ਕਿ ਨਿੱਕੀਆਂ-ਨਿੱਕੀਆਂ ਚੀਜ਼ਾਂ ਦੇ ਨਾ.ਲ ਭ੍ਰਰਿਆ ਹੋਇਆ ਸੀ।ਦੋ ਕਾ.ਲੇ ਰੰਗ ਦੀਆਂ ਲੋਹੇ ਦੀਆਂ ਕੁਰਸੀਆਂ ਕੰਧ ਦੇ ਨਾ.ਲ ਖੜ੍ਹੀਆਂ ਕੀਤੀਆਂ ਹੋਈਆਂ ਸਨ।ਉੱਥੇ ਹੀ ਖੂੰਜੇ ਵਿੱਚ ਇੱਕ ਛੋਟੀ ਜਿਹੀ ਫਰਿੱਜ ਵੀ ਪਈ ਸੀ।ਜਦ ਮੈਂ ਆਪਣੇ

ਸੱਜੇ ਪਾਸੇ ਨਿਗਾਹ ਘੁਮਾਈ ਤਾਂ ਕੱਪੜੇ ਧੋਣ ਵਾਲ਼ੀ ਮਸ਼ੀਨ,ਇੱਕ ਸਿੰਕ ਤੇ ਇੱਕ ਪਾਸੇ ਇੱਕ ਵੱਡਾ ਸਾਰਾ ਮੇਜ਼ ਪਿਆ ਸੀ ਜਿਸ ਉੱਤੇ ਹਾਟ ਪਲੇਟ(ਬਿਜਲੀ ਦੇ ਨਾ਼ਲ ਚੱਲਣ ਵਾਲਾ ਚੁੱਲ੍ਹਾ) ਪਿਆ ਸੀ ਤੇ ਆਸੇ-ਪਾਸੇ ਕੁੱਝ ਕੁ ਡੱਬੀਆਂ ਅਤੇ ਕੁੱਝ ਹੋਰ ਨਿੱਕਾ-ਮੋਟਾ ਸਮਾਨ ਪਿਆ ਸੀ।ਉਸ ਮੇਜ਼ ਦੇ ਨਾ਼ਲ ਹੀ ਇੱਕ ਗੂਹੜੇ ਨੀ਼ਲੇ ਰੰਗ ਦਾ ਪਰਦਾ ਲਮਕ ਰਿਹਾ ਸੀ ਜਿਸ ਦੇ ਅੰਦਰ ਕੁੱਝ ਦਿਖਾਈ ਨਹੀਂ ਸੀ ਦੇ ਰਿਹਾ।ਮੈਨੂੰ ਪਤਾ ਨਹੀਂ ਸੀ ਲੱਗ ਰਿਹਾ ਇਸ ਕਮਰੇ ਨੂੰ ਸਟੋਰਜ਼ ਰੂਮ ਕਹਾਂ ਜਾਂ ਲਾਂਡਰੀ ਰੂਮ।ਸੋਫੇ ਉੱਤੇ ਪਏ ਪੁਰਾਣੇ ਕੱਪੜਿਆਂ ਨੂੰ ਵੇਖ ਕੇ ਮੈਂ ਸੋਚਿਆ ਕਿ ਇਹ ਲਾਂਡਰੀ ਰੂਮ ਹੀ ਹੋ ਸਕਦਾ ਹੈ।

ਮੈਨੂੰ ਯਕੀਨ ਨਹੀਂ ਸੀ ਆ ਰਿਹਾ ਕਿ ਏਨੇ ਸੁਹਣੇ ਘਰ ਵਿੱਚ ਇਸ ਤਰ੍ਹਾਂ ਦਾ ਲਾਂਡਰੀ ਰੂਮ ਜਾਂ ਫਿਰ ਸਟੋਰਜ਼ ਰੂਮ ਵੀ ਹੋ ਸਕਦਾ ਹੈ।ਇਸ ਕਮਰੇ ਵਿੱਚ ਦੀ ਇੱਕ ਹੋਰ ਦਰਵਾਜ਼ਾ ਸੀ ਜਿਸ ਨੂੰ ਮੈਂ ਜਾ ਖੋਲ੍ਹਿਆ।ਉਸ ਦਰਵਾਜ਼ੇ ਵਿੱਚੋਂ ਨਿਕ਼ਲ ਕੇ ਮੈਂ ਉਸ ਖੂਬਸੂਰਤ ਘਰ ਵਿੱਚ ਫਿਰ ਦਾਖਲ ਹੋ ਗਈ।ਸਾਹਮਣੇ ਇੱਕ ਵਾਸ਼ਰੂਮ ਸੀ ਜਿਸ 'ਚ ਉਹ ਸਾਰਾ ਸਮਾਨ ਪਿਆ ਦਿਸ ਰਿਹਾ ਸੀ ਜੋ ਸਾਡੀ ਕੰਪਨੀ ਵੱਲੋਂ ਕਲਾਇੰਟਾਂ ਦੇ ਨਹਾਉਣ-ਧੋਣ ਦੇ ਲਈ ਹੋਣਾ ਜ਼ਰੂਰੀ ਸੀ ਜਿਵੇਂ ਕਿ ਨਹਾਉਣ ਦੇ ਲਈ ਕੁਰਸੀ ਵਾਂਗ ਢੋਅ ਲਾ ਕੇ ਬੈਠਣ ਵਾ਼ਲਾ ਬੈਂਚ(ਬਾਥ ਬੈਂਚ),ਹੱਥ ਨਾ਼ਲ ਫੜ ਕੇ ਪਾਣੀ ਪਾਉਣ ਵਾ਼ਲਾ ਸ਼ਾਵਰ(ਹੈਂਡ ਹੈਲਡ ਸ਼ਾਵਰ),ਟੱਬ ਵਿੱਚ ਰੱਖਣ ਲਈ ਨਾਨ-ਸਲਿੱਪ ਮੈਟ ਅਤੇ ਉੱਚੀ ਟੋਆਲਿਟ ਸੀਟ।

ਉਹੀ ਔਰਤ ਮੈਨੂੰ ਘਰ ਅੰਦਰ ਦਾਖਲ ਹੋਈ ਨੂੰ ਵੇਖ ਕੇ ਮੇਰੇ ਕੋ਼ਲ ਆਈ।ਮੈਂ ਉਸ ਨੂੰ ਵੇਖ ਕੇ ਪੁੱਛਿਆ,"ਭੈਣ ਜੀ ਬੀ ਜੀ ਕਿਹੜੇ ਕਮਰੇ ਵਿੱਚ ਹਨ?"

ਮੇਰਾ ਅੰਦਰ ਆਉਣਾ ਜਿਵੇਂ ਉਸਨੂੰ ਚੰਗਾ ਨਾ ਲੱਗਿਆ।ਉਹ ਥੋੜ੍ਹਾ ਖਿਝ ਕੇ ਮੱਥੇ 'ਤੇ ਤਿਊੜੀ ਪਾ ਕੇ ਰੁੱਖੀ ਜਿਹੀ ਅਵਾਜ਼ ਵਿੱਚ ਬੋਲੀ,"ਉਹ ਇੱਥੇ ਨਹੀਂ,ਉੱਥੇ ਹੀ ਹਨ,ਜਿੱਥੋਂ ਦੀ ਤੁਸੀਂ ਆਏ ਹੋ।"

"ਉੱਥੇ ਕਿੱਥੇ ਹਨ?"

ਮੈਂ ਆਪਣੇ ਆਪ ਨੂੰ ਸੁਆਲ ਕੀਤਾ ਤੇ ਫਿਰ ਪਿੱਛੇ ਨੂੰ ਹੀ ਮੁੜ ਗਈ।ਉਸ ਭਰੇ ਹੋਏ ਕਮਰੇ ਵਿੱਚ ਬੀ ਜੀ ਕਰਮ ਕੌਰ ਮੈਨੂੰ ਕਿਧਰੇ ਵੀ ਦਿਖਾਈ ਨਾ ਦਿੱਤੀ।ਮੈਂ ਆਸੇ-ਪਾਸੇ ਵੇਖਦੀ ਹੋਈ ਨੇ ਅਖੀਰ ਉਸ ਨੀਲੇ ਰੰਗ ਵਾ਼ਲੇ ਪਰਦੇ ਨੂੰ ਜਾ ਹਟਾਇਆ।ਬੀ ਜੀ ਦਾ ਨਿੱਕਾ ਜਿਹਾ ਮੰਜਾ ਉਸ ਪਰਦੇ ਦੇ ਪਿੱਛੇ ਡਾਹਿਆ ਹੋਇਆ ਸੀ।ਉਹ ਉਸ ਮੰਜੇ ਉੱਪਰ ਢੇਰ ਸਾਰੇ ਕੱਪੜੇ ਲਈ ਗੁੱਛ-ਮੁੱਛ ਹੋਈ ਪਈ ਸੀ।ਉਸਦੇ ਮੰਜੇ ਕੋ਼ਲ ਇੱਕ ਕੰਮੋਡ ਵੀ ਪਈ ਸੀ।ਕੰਮੋਡ ਇੱਕ ਚੱਕਵੀਂ ਟੋਆਲਿਟ ਦੀ ਤਰ੍ਹਾਂ ਹੁੰਦੀ ਹੈ।ਜਿਸ ਵਿੱਚ ਬੰਦਾ ਜਦ ਵਾਸ਼ਰੂਮ ਆਵੇ ਤਾਂ ਉੱਠ ਕੇ ਕਰ ਸਕਦਾ ਹੈ।ਇਹ ਵੀ ਫਰੇਜ਼ਰ ਵਿਊ ਹੈਲਥ ਵੱਲੋਂ ਉਸ ਬੰਦੇ ਦੀ ਸੁਰੱਖਿਆ ਲਈ ਲਾਜ਼ਮੀ ਹੁੰਦੀ

ਹੈ ਜੋ ਜ਼ਿਆਦਾ ਚੱਲ ਫਿਰ ਨਹੀਂ ਸਕਦਾ।

ਮੈਂ ਬੀ ਜੀ ਕਰਮ ਕੌਰ ਦੇ ਮੰਜੇ ਦੇ ਕੋਲ਼ ਸਿਰ੍ਹਾਣੇ ਵਾਲ਼ੇ ਪਾਸੇ ਖੜ੍ਹ ਕੇ ਉੱਚੀ ਦੇਣੇ ਕਿਹਾ,"ਬੀ ਜੀ ਸਤਿ ਸ੍ਰੀ ਅਕਾਲ।"

ਉਹਨਾਂ ਨੇ ਮੇਰੀ ਅਵਾਜ਼ ਸੁਣ ਕੇ ਆਪਣੇ ਮੂੰਹ ਤੋਂ ਕੱਪੜਾ ਇਕ ਦਮ ਲਾਹਿਆ।ਮੂੰਹ ਨੂੰ ਨੰਗਾ ਕੀਤਾ।ਥੋੜ੍ਹਾ ਜਿਹਾ ਆਪਣਾ ਸਿਰ ਉੱਪਰ ਨੂੰ ਚੁੱਕਿਆ।ਇੱਕ ਹੱਥ ਦੇ ਨਾਲ਼ ਵਾਲ਼ਾਂ ਨੂੰ ਠੀਕ ਕੀਤਾ।ਫਿਰ ਮੇਰੇ ਵੱਲ ਨੂੰ ਵੇਖ ਕੇ ਮੇਰੀ ਸਤਿ ਸ੍ਰੀ ਅਕਾਲ ਦਾ ਜੁਆਬ ਦਿੱਤਾ।ਮੈਂ ਉਹਨਾਂ ਨੂੰ ਆਪਣੇ ਬਾਰੇ ਦੱਸਦੀ ਹੋਈ ਨੇ ਕਿਹਾ,"ਬੀ ਜੀ ਮੇਰਾ ਨਾਮ ਜਸਦੀਪ ਹੈ।ਮੈਂ ਇੱਥੇ ਤੁਹਾਡੀ ਮਦਦ ਕਰਨ ਲਈ ਆਈ ਹਾਂ।"

"ਅੱਛਾ ਜਸਦੀਪ ਤੂੰ ਅੱਜ ਇੱਥੇ ਪਹਿਲੀ ਵਾਰੀ ਆਈਂ ਹੈਂ?"ਉਹਨਾਂ ਨੇ ਮੇਰੇ ਵੱਲ ਤੱਕ ਨੇ ਪੁੱਛਿਆ।

"ਹਾਂ ਜੀ ਬੀ ਜੀ,ਮੈਂ ਪਹਿਲੀ ਵਾਰੀ ਹੀ ਆਈ ਹਾਂ ਪਰ ਤੁਸੀਂ ਫਿਕਰ ਨਾ ਕਰੋ।ਜਿਸ ਤਰ੍ਹਾਂ ਤੁਸੀਂ ਕਹੋਂਗੇ ਮੈਂ ਉਂਜ ਹੀ ਕਰ ਦੇਵਾਂਗੀ।"

ਭਾਵੇਂ ਮੈਂ ਇਹ ਜਾਣਦੀ ਸੀ ਕਿ ਮੈਨੂੰ ਆਪਣੀ ਕੰਪਨੀ ਦੇ ਕਨੂੰਨ ਅਨੁਸਾਰ ਹੀ ਕੰਮ ਕਰਨਾ ਪਵੇਗਾ।ਵਾਧੂ ਕੰਮ ਮੈਂ ਨਹੀਂ ਕਰ ਸਕਦੀ ਪਰ ਫਿਰ ਵੀ ਮੈਂ ਬੀ ਜੀ ਦਾ ਦਿਲ ਰੱਖਣ ਦੇ ਲਈ ਇਹ ਗੱਲ ਆਖ ਦਿੱਤੀ।

ਉਹ ਹੱਸ ਪਈ ਤੇ 'ਕੋਈ ਨਾ' ਆਖ ਕੇ ਇਕ ਦਮ ਮੰਜੇ 'ਤੇ ਉੱਠ ਕੇ ਬੈਠ ਗਈ।ਉਹ ਮੇਰੇ ਵੱਲ ਬੜੇ ਗਹੁ ਨਾਲ਼ ਵੇਖਣ ਲੱਗੀ।ਮੈਂ ਉਸਦੇ ਲਾਗੇ ਹੀ ਪਈ ਹਰੇ ਰੰਗ ਦੀ ਫਾਇਲ ਜੋ ਮੇਰੇ ਆਫਿਸ ਵੱਲੋਂ ਰੱਖੀ ਗਈ ਸੀ, ਜਿਸ ਨੂੰ ਅਸੀਂ ਕੇਅਰ ਪਲੈਨ ਆਖਦੇ ਹਾਂ,ਨੂੰ ਪੜ੍ਹਨ ਲੱਗੀ ਤਾਂ ਕਿ ਮੈਨੂੰ ਇਹ ਪਤਾ ਲੱਗ ਸਕੇ ਕਿ ਮੈਂ ਇੱਥੇ ਇਸ ਕਲਾਇੰਟ ਦੇ ਕੀ ਕਰਨ ਆਈ ਹਾਂ।ਇਸ ਫਾਇਲ 'ਚ ਬੀ ਜੀ ਕਰਮ ਕੌਰ ਦੇ ਬਾਰੇ ਪੂਰੀ ਜਾਣਕਾਰੀ ਦਿੱਤੀ ਹੋਈ ਸੀ।ਕਰਮ ਕੌਰ ਦੀ ਉਮਰ 84 ਸਾਲ ਦੀ ਹੈ।ਇਸ ਦੇ ਦਿਲ ਦੀ ਸਰਜਰੀ ਹੋ ਚੁੱਕੀ ਹੈ।ਇਹ ਹਾਈ ਬਲੱਡ ਪ੍ਰੈਸ਼ਰ ਦੀ ਮਰੀਜ਼ ਹੈ।ਇਹ ਘਰ ਵਿੱਚ ਪਰਿਵਾਰ ਦੇ ਨਾਲ਼ ਰਹਿੰਦੀ ਹੈ।ਇਸ ਨੂੰ ਘਰ ਵਿੱਚ ਪੂਰੀ ਤਰ੍ਹਾਂ ਸੁਰੱਖਿਅਤ ਰੱਖਣਾ ਹੈ।ਹਰ ਰੋਜ਼ ਨਹਾਉਣਾ,ਵਾਲ਼ ਵਾਹੁਣੇ,ਕੱਪੜੇ ਪਾਉਣ ਵਿੱਚ ਮਦਦ ਕਰਨੀ ਅਤੇ ਉਸ ਲਈ ਨਾਸ਼ਤਾ ਬਣਾਉਣਾ ਹੈ।ਮੈਂ ਕੇਅਰ ਪਲੈਨ ਨੂੰ ਪੜ੍ਹਦਿਆਂ ਸਾਰ ਹੀ ਪੁੱਛਿਆ,"ਬੀ ਜੀ ਤੁਸੀਂ ਨਹਾਉਣਾ ਹੈ?"

"ਆਹ ਨੌਣ੍ਹਾ-ਨੂਹਣਾ ਕਿੱਥੇ ਹੈ ਧੀਏ।ਨੌਹਣ ਦਾ ਕਿੱਥੇ ਹੁਕਮ ਹੈ ਧੀਏ।ਇੱਥੋਂ ਕੋਈ ਤੌਲੀਆ ਚੁੱਕ ਕੇ ਗਿੱਲਾ ਕਰਕੇ ਦੇ ਦੇਵੀਂ।ਮੈਂ ਦੇਹ 'ਤੇ ਫੇਰ ਲਵਾਂਗੀ।" ਬੀ ਜੀ ਨੇ ਇੱਕ ਲੰਮਾ ਹਉਕਾ ਲੈ ਕੇ ਇਹ ਗੱਲ ਆਖੀ।

ਪਰ ਮੈਨੂੰ ਉਹਨਾਂ ਦੀ ਹਾਲਤ ਵੇਖ ਕੇ ਲੱਗ ਰਿਹਾ ਸੀ ਕਿ ਉਹਨਾਂ ਨੂੰ ਨਹਾਉਣ ਦੀ ਜ਼ਰੂਰਤ ਹੈ।ਮੈਨੂੰ ਉਹ ਆਪਣੇ ਵੱਲ ਨੂੰ ਤੱਕਦੀ ਹੋਈ ਨੂੰ ਵੇਖ ਕੇ ਬੋਲੇ," ਮੈਨੂੰ ਧੀਏ ਐਥੋਂ ਕੋਈ ਗਿੱਲਾ ਕੱਪੜਾ ਕਰ ਕੇ ਦੇ-ਦੇ। ਮੈਂ ਆਪੇ ਹੀ ਦੇਹ 'ਤੇ ਫੇਰ ਲਵਾਂਗੀ ਤੇ ਤੂੰ ਰੋਟੀ ਬਣਾ ਦੇ।ਇੱਕ ਪਰੌਂਠਾ ਤੂੰ ਲੂਣ ਪਾ ਕੇ ਲਾਹ ਦੇਈਂ, ਇੱਕ ਸਾਦੀ ਰੋਟੀ ਤੇ ਦੋ ਕੱਪ ਚਾਹ ਦੇ ਬਣਾ ਦੇਈਂ ਬੱਸ।"

"ਬੀ ਜੀ ਕੋਈ ਨੀ ਦੋ ਰੋਟੀਆਂ ਤਾਂ ਦੋ ਮਿੰਟਾਂ ਦੇ ਵਿੱਚ ਹੀ ਬਣ ਜਾਣੀਆਂ ਹਨ।ਮੈਂ ਬਣਾ ਦੇਵਾਂਗੀ ਪਰ ਪਹਿਲਾਂ ਤੁਸੀਂ ਨਹਾ ਲਵੋ।" ਮੈਂ ਬੀ ਜੀ ਦੀ ਹਾਲਤ ਨੂੰ ਵੇਖਦਿਆਂ ਹੋਇਆਂ ਕਿਹਾ।

"ਨਹੀਂ-ਨਹੀਂ ਇਹ ਚੁੱਲ੍ਹਾ ਬਹੁਤ ਛੋਟਾ ਹੈ।ਇਸ 'ਤੇ ਦੋ ਮਿੰਟ ਨਹੀਂ ਲਗਦੇ।ਕੁੜੀਆਂ ਕਹਿੰਦੀਆਂ ਹਨ ਕਿ ਇਸ ਤੇ ਰੋਟੀ ਬਣਾਉਣ ਲਈ ਬਹੁਤ ਟੈਮ ਲਗਦਾ ਹੈ।"

ਮੈਨੂੰ ਇਹ ਸਮਝਣ ਵਿੱਚ ਦੇਰ ਨਾ ਲੱਗੀ ਕਿ ਬੀ ਜੀ ਕਿਸ ਚੁੱਲ੍ਹੇ ਦੀ ਗੱਲ ਕਰਦੇ ਹਨ।ਮੈਂ ਬੀ ਜੀ ਨੂੰ ਕੱਪੜੇ ਧੋਣ ਵਾਲ਼ੀ ਮਸ਼ੀਨ ਦੇ ਕੋਲ਼ ਲੱਗੇ ਸਿੰਕ ਤੋਂ ਇੱਕ ਤੌਲੀਆ ਨਿੱਘੇ ਜਿਹੇ ਪਾਣੀ ਦੇ ਨਾਲ਼ ਗਿੱਲਾ ਕਰਕੇ ਦੇ ਦਿੱਤਾ।ਉਹ ਉਸ ਤੌਲੀਏ ਦੇ ਨਾਲ਼ ਆਪਣੀ ਦੇਹ ਨੂੰ ਸਾਫ ਕਰਨ ਲੱਗ ਪਈ।ਮੈਂ ਉਹਨਾਂ ਦੇ ਲਈ ਰੋਟੀ ਬਣਾਉਣ ਲੱਗ ਪਈ।ਸੱਚਮੁੱਚ ਹੀ ਮੈਨੂੰ ਉਸ ਚੁੱਲ੍ਹੇ 'ਤੇ ਦੋ ਰੋਟੀਆਂ ਤੇ ਦੋ ਕੱਪ ਚਾਹ ਦੇ ਬਣਾਉਂਦੀ ਨੂੰ ਬਹੁਤ ਸਮਾਂ ਲੱਗ ਗਿਆ।ਏਨੇ ਨੂੰ ਬੀ ਜੀ ਨੇ ਆਪਣੀ ਦੇਹ 'ਤੇ ਕੱਪੜਾ ਫੇਰ ਕੇ ਕੱਪੜੇ ਵੀ ਪਾ ਲਏ।ਉਹ ਤਿਆਰ ਹੋ ਕੇ ਉੱਥੇ ਪਏ ਸੋਫੇ 'ਤੇ ਆਣ ਬੈਠੇ।ਮੈਂ ਰੋਟੀ ਬਣਾ ਕੇ ਉਹਨਾਂ ਦੇ ਵਾਲ਼ ਵਾਹ ਦਿੱਤੇ।ਉਹਨਾਂ ਨੂੰ ਪੁੱਛ ਕੇ ਇੱਕ ਕੱਪ ਚਾਹ ਦਾ ਤੇ ਇੱਕ ਪਰੌਂਠਾ ਵੀ ਖਾਣ ਨੂੰ ਦੇ ਦਿੱਤਾ।ਉਹ ਅਜੇ ਆਪਣਾ ਪਰੌਂਠਾ ਖਾ ਰਹੇ ਸਨ।ਮੇਰੇ ਕੋਲ਼ ਥੋੜ੍ਹਾ ਜਿਹਾ ਸਮਾਂ ਬਚਦਾ ਸੀ।ਮੈਂ ਉਹਨਾਂ ਦੇ ਨਾਲ਼ ਗੱਲਾਂ ਕਰਨ ਲਈ ਬੈਠ ਗਈ।ਉਹਨਾਂ ਨੇ ਮੇਰੇ ਕੋਲੋਂ ਮੇਰੇ ਪਰਿਵਾਰ ਬਾਰੇ ਪੁੱਛਿਆ।ਮੈਂ ਉਹਨਾਂ ਕੋਲੋਂ ਉਹਨਾਂ ਦੇ ਪਰਿਵਾਰ ਬਾਰੇ ਪੁੱਛਿਆ।

ਕਾਫੀ ਵੱਡਾ ਪਰਿਵਾਰ ਸੀ ਬੀ ਜੀ ਕਰਮ ਕੌਰ ਦਾ।ਚਾਰ ਲੜਕੇ ਤੇ ਦੋ ਲੜਕੀਆਂ।ਸਾਰੇ ਦੇ ਸਾਰੇ ਉਹਨਾਂ ਦੇ ਦੱਸਣ ਮੁਤਾਬਿਕ ਕਨੇਡਾ,ਅਮਰੀਕਾ,ਇੰਗਲੈਂਡ ਅਤੇ ਕੁਵੈਤ ਵਿੱਚ ਸੈੱਟ ਸਨ।ਬੀ ਜੀ ਅਜੇ ਆਪਣੀ ਰੋਟੀ ਖਾ ਹੀ ਰਹੇ ਸਨ ਤੇ ਮੈਂ ਵਿੱਚੋਂ ਹੀ ਪੁੱਛ ਲਿਆ,"ਬੀ ਜੀ ਅੱਜ ਸਵੇਰੇ ਤੁਸੀਂ ਕੀ ਖਾਧਾ ਸੀ?"

"ਖਾਣਾ ਕੀ ਸੀ ਤੂੰ ਤਾਂ ਬਾਰਾਂ ਵਜੇ ਆਈ ਆਂ।" ਉਹਨਾਂ ਨੇ ਮੈਨੂੰ ਰੋਸ ਭਰੀ ਅਵਾਜ਼ ਵਿੱਚ ਕਿਹਾ।

"ਉਹ ਅੱਛਾ,ਤੁਸੀਂ ਸਵੇਰ ਦਿਆਂ ਨੇ ਕੁੱਝ ਨਹੀਂ ਖਾਧਾ? ਚਾਹ ਵੀ ਨਹੀਂ ਪੀਤੀ?,ਬਰੈੱਡ ਵੀ ਨਹੀਂ ਖਾਧੀ?ਹੁਣ ਤਾਂ ਇੱਕ ਵੱਜਣ ਵਾਲਾ ਹੋਇਆ ਪਿਆ

ਹੈ,ਏਨਾ ਲੇਟ!"

ਮੈਂ ਇਕੋ ਸਾਹ ਨਾਲ਼ ਉਹਨਾਂ ਤੋਂ ਕਿੰਨੇ ਹੀ ਸੁਆਲ ਪੁੱਛ ਲਏ।ਉਹਨਾਂ ਨੇ ਮੇਰੇ ਸਾਰੇ ਸੁਆਲਾਂ ਦਾ ਜੁਆਬ ਨਾਂਹ 'ਚ ਸਿਰ ਮਾਰ ਕੇ ਦੇ ਦਿੱਤਾ।ਮੈਂ ਆਪਣਾ ਸਿਰ ਮਾਰਦੀ ਹੋਈ ਉਹਨਾਂ ਵੱਲ ਤਰਸ ਭਰੀਆਂ ਨਜ਼ਰਾਂ ਨਾਲ਼ ਵੇਖਣ ਲੱਗੀ।ਏਨੇ ਨੂੰ ਬੀ ਜੀ ਦਾ ਪਰਿਵਾਰ ਹੱਥ ਵਿੱਚ ਤਾਜ਼ੇ ਫੁੱਲਾਂ ਦਾ ਗੁਲਦਸਤਾ ਲੈ ਕੇ ਉਸੇ ਵਿਚਕਾਰ ਵਾਲ਼ੇ ਦਰਵਾਜ਼ੇ ਥਾਣੀ ਅੰਦਰ ਆ ਗਿਆ।ਸਾਰੇ ਜਾਣੇ ਉੱਚੀ ਦੇਣੀ ਬੀ ਜੀ ਨੂੰ ਹੈਪੀ ਮਦਰਜ਼ ਡੇਅ ਕਹਿਣ ਲੱਗੇ।ਬੀ ਜੀ ਮੈਨੂੰ ਇਕੱਲੇ-ਇਕੱਲੇ ਬਾਰੇ ਜਾਣਕਾਰੀ ਦੇਣ ਲੱਗੀ।ਉਹ ਆਪਣੇ ਲੜਕੇ ਵੱਲ ਨੂੰ ਹੱਥ ਕਰਕੇ ਕਹਿਣ ਲੱਗੀ। "ਇਹ ਮੇਰਾ ਵੱਡਾ ਪੁੱਤ ਹੈ ਤੇ ਉਸ ਔਰਤ ਵੱਲ ਨੂੰ ਇਸ਼ਾਰਾ ਕਰਦੀ ਹੋਈ, ਜਿਸਨੇ ਦਰਵਾਜ਼ਾ ਖੋਲ੍ਹਿਆ ਸੀ ਕਹਿਣ ਲੱਗੀ ਇਹ ਮੇਰੀ ਨੂੰਹ ਹੈ।ਇਹ ਮੇਰਾ ਪੋਤਾ ਤੇ ਇਹ ਮੇਰੀ ਪੋਤ ਨੂੰਹ ਹੈ।" ਸਾਰੇ ਹੀ ਬਹੁਤ ਖੁਸ਼ ਦਿਖਾਈ ਦੇ ਰਹੇ ਸਨ।ਬੀ ਜੀ ਵੀ ਉਹਨਾਂ ਨੂੰ ਵੇਖ ਕੇ ਫੁੱਲੀ ਨਹੀਂ ਸੀ ਸਮਾਂ ਰਹੀ।ਬੀ ਜੀ ਦੀ ਰੋਟੀ ਅਜੇ ਵਿਚਕਾਰ ਹੀ ਪਈ ਸੀ।ਪਲੇਟ ਵਿੱਚ ਪਈ ਰੋਟੀ ਨੂੰ ਵੇਖ ਕੇ ਬੀ ਜੀ ਦੇ ਪੁੱਤਰ ਨੇ ਹੱਸ ਕੇ ਕਿਹਾ," ਬੀ ਜੀ ਤੁਸੀਂ ਕਰੋ ਆਪਣਾ ਲੰਚ।ਅਸੀਂ ਵੀ ਆਪਣਾ ਲੰਚ ਕਰਨ ਲਈ ਬਾਹਰ ਚੱਲੇ ਹਾਂ।"

ਏਨਾ ਆਖ ਕੇ ਉਹ ਸਾਰੇ ਜਣੇ ਉੱਥੋਂ ਚਲੇ ਗਏ।ਮੇਰਾ ਵੀ ਟਾਈਮ ਹੋ ਗਿਆ ਸੀ।ਮੈਂ ਵੀ ਬੀ ਜੀ ਨੂੰ ਖਾਂਦਿਆਂ ਛੱਡ ਕੇ ਆਪਣੇ ਘਰ ਵਾਪਸ ਆ ਗਈ।

•

ਨਰਾਜ਼ਗੀ

ਮੇਰੀ ਤੇ ਜੈਨਟ ਦੀ ਦੋਸਤੀ ਕੋਈ ਬਹੁਤੀ ਪੁਰਾਣੀ ਨਹੀਂ ਸੀ।ਸਿਰਫ ਛੇ ਕੁ ਹਫਤਿਆਂ ਤੋਂ ਹੀ ਅਸੀਂ ਇੱਕ ਦੂਜੇ ਨੂੰ ਜਾਨਣ ਲੱਗੀਆਂ ਸਾਂ।ਇਹਨਾਂ ਛੇਆਂ ਹਫਤਿਆਂ ਵਿੱਚ ਹੀ ਮੈਂ ਜੈਨਟ ਦੀ ਰਗ-ਰਗ ਦੀ ਵਾਕਫ ਹੋ ਗਈ ਸਾਂ।ਜੈਨਟ ਇੱਕ ਤੀਹ ਕੁ ਸਾਲ ਦੀ ਲੰਮੀ ਅਤੇ ਪਤਲੀ ਅਫਰੀਕਨ ਮੁਟਿਆਰ ਸੀ ਜੋ ਮੇਰੇ ਨਾ਼ਲ ਹੀ ਹੋਮ ਹੈਲਥ-ਕੇਅਰ ਦਾ ਕੰਮ ਕਰਦੀ ਸੀ।ਵੈਨਕੂਵਰ ਦੇ ਸ਼ਹਿਰ ਸਰ੍ਹੀ ਦੀ ਇੱਕ ਮਸ਼ਹੂਰ ਪਾਰਕ ਵਿੱਚ ਉਹ ਮੈਨੂੰ ਮਿ਼ਲੀ ਸੀ।ਜਦੋਂ ਮੈਂ ਆਪਣੀ ਕਲਾਇੰਟ ਹਰਬੰਤ ਕੌਰ ਨੂੰ ਸੈਰ ਕਰਵਾਉਣ ਲਈ ਉਸ ਪਾਰਕ ਵਿੱਚ ਲੈ ਕੇ ਗਈ ਸਾਂ।ਉਹ ਵੀ ਆਪਣੀ ਕਲਾਇੰਟ ਸੁਖਜੀਤ ਕੌਰ ਨੂੰ ਉਸੇ ਪਾਰਕ 'ਚ ਲੈ ਕੇ ਆਈ ਹੋਈ ਸੀ।

ਉਸ ਦੀ ਕਲਾਇੰਟ ਸੁਖਜੀਤ ਕੌਰ ਪੰਦਰਾਂ-ਵੀਹ ਔਰਤਾਂ ਦੇ ਝੁੰਡ 'ਚ ਆਪਣੀ ਵ੍ਹੀਲ-ਚੇਅਰ ਉੱਤੇ ਬੈਠੀ ਗੱਲਾਂ ਮਾਰ ਰਹੀ ਸੀ।ਜੈਨਟ ਉਸਦੇ ਲਾਗੇ ਹੀ ਇੱਕ ਖਾਲੀ ਪਏ ਬੈਂਚ ਉੱਪਰ ਹਲਕੇ ਨੀਲੇ ਰੰਗ ਦੀ ਵਰਦੀ ਪਾਈ ਬੈਠੀ ਸੀ।ਮੈਂ ਵੀ ਆਪਣੀ ਕਲਾਇੰਟ ਹਰਬੰਤ ਕੌਰ ਨੂੰ ਸੁਖਜੀਤ ਕੌਰ ਦੇ ਲਾਗੇ ਹੀ ਉਸਦੇ ਉਸ ਚਾਰ- ਪਹੀਆਂ ਵਾ਼ਲੇ ਵਾਕਰ ਉੱਪਰ ਬਰੇਕ ਲਾ ਕੇ ਬਿਠਾ ਦਿੱਤਾ,ਜਿਸ ਨੂੰ ਉਹ ਰੋੜ੍ਹ ਕੇ ਲਿਆਈ ਸੀ।ਮੈਂ ਆਪ ਉਸ ਬੈਂਚ ਵੱਲ ਨੂੰ ਹੋ ਗਈ ਜਿੱਥੇ ਜੈਨਟ ਬੈਠੀ ਹੋਈ ਸੀ।ਮੈਨੂੰ ਵੇਖਦਿਆਂ ਸਾਰ ਹੀ ਉਹ ਉੱਠ ਕੇ ਖੜ੍ਹੀ ਹੋ ਗਈ।ਉਹ ਮੁਸਕਰਾ ਕੇ ਆਪਣਾ ਹੱਥ ਮੇਰੇ ਵੱਲ ਵਧਾ ਕੇ ਕਹਿਣ ਲੱਗੀ,"ਹੈਲੋ।"

" ਮੇਰਾ ਨਾਮ ਜੈਨਟ ਹੈ,ਮੈਂ ਫਰੇਜ਼ਰ ਵਿਊ ਹੈਲਥ ਨਾ਼ਲ ਕੰਮ ਕਰਦੀ ਹਾਂ।"

ਉਸੇ ਹੀ ਲਹਿਜ਼ੇ ਵਿੱਚ ਮੈਂ ਵੀ ਉਸ ਦਾ ਹੱਥ ਫੜ ਘੁੱਟਦੀ ਹੋਈ ਨੇ ਉਸਨੂੰ ਕਿਹਾ,"ਹੈਲੋ,ਮੇਰਾ ਨਾਮ ਜਸਮੀਤ ਹੈ ਤੇ ਮੈਂ ਵੀ ਫਰੇਜ਼ਰ ਵਿਊ ਹੈਲਥ ਨਾ਼ਲ ਹੀ ਕੰਮ ਕਰਦੀ ਹਾਂ।"

ਫਿਰ ਅਸੀਂ ਦੋਵੇਂ ਜਾਣੀਆਂ ਉਸੇ ਹੀ ਬੈਂਚ ਉੱਪਰ ਬੈਠ ਗਈਆਂ ਜਿੱਥੇ ਉਹ ਪਹਿਲਾਂ ਬੈਠੀ ਹੋਈ ਸੀ।ਗੱਲਾਂ-ਬਾਤਾਂ ਦੀ ਸ਼ੁਰੂਆਤ ਪਹਿਲਾਂ ਜੈਨਟ ਨੇ ਕੀਤੀ।ਉਹ ਮੈਨੂੰ ਪੁੱਛਣ ਲੱਗੀ,"ਜਸਮੀਤ ਕਿੰਨਾ ਚਿਰ ਹੋ ਗਿਆ ਤੁਹਾਨੂੰ ਇਸ ਕੰਪਨੀ 'ਚ ਕੰਮ ਕਰਦਿਆਂ?"

"ਬਾਰਾਂ।"

"ਬਾਰਾਂ.. ਸਾਲ!"

ਉਸਨੇ ਹੈਰਾਨੀ ਨਾਲ਼ ਆਪਣੇ ਭਰਵੱਟੇ ਤਾਂਹ ਚੁੱਕਦਿਆਂ ਹੋਇਆਂ ਮੇਰੇ ਵੱਲ ਤੱਕਦਿਆਂ ਕਿਹਾ," ਕਾਫੀ ਸਾਲ ਹੋ ਗਏ। ਤੁਹਾਨੂੰ ਇਹ ਕੰਮ ਕਰਦਿਆਂ ਹੋਇਆਂ।ਇਸ ਕਰਕੇ ਮੈਂ ਪੂਰੇ ਯਕੀਨ ਨਾਲ਼ ਇਹ ਕਹਿ ਸਕਦੀ ਹਾਂ ਕਿ ਇਸ ਕੰਮ ਨੂੰ ਤੁਸੀਂ ਬਹੁਤ ਹੀ ਪਸੰਦ ਕਰਦੇ ਹੋਵੋਗੇ।"

"ਹਾਂ, ਬਿਲਕੁਲ ਸਹੀ।ਸੱਚਮੁੱਚ ਹੀ ਇਹ ਕੰਮ ਮੈਨੂੰ ਬਹੁਤ ਪਸੰਦ ਹੈ।"

"ਤੁਹਾਨੂੰ ਕਿੰਨੇ ਸਾਲ ਹੋ ਗਏ?"

"ਡੇਢ ਸਾਲ।"

"ਕਿਸ ਤਰ੍ਹਾਂ ਲੱਗਾ? ਪਸੰਦ ਆਇਆ?" ਮੈਂ ਇੱਕੋ ਦਮ ਉਸਨੂੰ ਦੋ ਸੁਆਲ ਕੀਤੇ।

"ਹਾਂ,ਪਸੰਦ ਤਾਂ ਹੈ ।"

"ਪਰ... ?"

ਉਹ ਥੋੜ੍ਹੀ ਗੰਭੀਰ ਜਿਹੀ ਹੋ ਕੇ ਬੋਲੀ।

"ਪਰ ਕੀ?"

ਮੈਂ ਉਸਦੇ ਗੰਭੀਰ ਚਿਹਰੇ ਨੂੰ ਤੱਕਦਿਆਂ ਹੋਇਆਂ ਉਸ ਤੋਂ ਪੁੱਛਿਆ।

"ਪਰ ਮੈਨੂੰ ਡੇਢ ਸਾਲ ਤੋਂ ਹੀ ਬਹੁਤ ਸਾਰੀਆਂ ਸਮੱਸਿਆਵਾਂ ਦਾ ਸਾਹਮਣਾ ਕਰਨਾ ਪੈ ਰਿਹਾ ਹੈ।" ਉਹਨੇ ਇੱਕ ਹਉਕਾ ਜਿਹਾ ਲੈ ਕੇ ਆਖਿਆ।

"ਸਮੱਸਿਆਵਾਂ!"

"ਹਾਂ"

"ਉਹ ਕਿਹੜੀਆਂ?"

ਉਹ ਮੈਨੂੰ ਆਪਣਾ ਮਨ ਭਰ ਕੇ ਦੱਸਣ ਲੱਗੀ।

"ਜਿਵੇਂ ਕਿ ਕੰਪਨੀ ਨੇ ਮੈਨੂੰ ਸਿਰਫ ਤੇ ਸਿਰਫ ਇਸ ਏਰੀਏ ਲਈ ਹੀ ਕੰਮ 'ਤੇ ਰੱਖਿਆ ਹੈ।ਇੱਥੇ ਪਚਾਨਵੇਂ ਪਰਸੈਂਟ ਕਲਾਇੰਟ ਪੰਜਾਬੀ ਹਨ ਕਿਉਂਕਿ ਇਹ ਪੂਰੇ ਦਾ ਪੂਰਾ ਏਰੀਆ ਪੰਜਾਬੀਆਂ ਦਾ ਹੈ।ਬਹੁਤੇ ਪੰਜਾਬੀ ਮੈਨੂੰ ਪਸੰਦ ਨਹੀਂ ਕਰਦੇ।ਜਦੋਂ ਮੈਂ ਉਹਨਾਂ ਦੀ ਕੇਅਰ ਕਰਨ ਲਈ ਜਾਂਦੀ ਹਾਂ ਤਾਂ ਉਹ ਮੈਨੂੰ ਕਾਲ਼ੀ ਆ ਗਈ,ਕਾਲ਼ੀ ਆ ਗਈ ਆਖ ਕੇ ਨੱਕ ਚੜ੍ਹਾਉਂਦੇ ਹਨ।ਜਦ ਮੈਂ ਕਿਸੇ ਚੀਜ਼ ਨੂੰ ਹੱਥ ਲਾਉਣ ਲੱਗਦੀ ਹਾਂ ਤਾਂ ਆਖਦੇ ਹਨ..ਇਹਨੂੰ ਨਾ ਛੇੜ..ਇਹਨੂੰ ਨਾ ਹੱਥ ਲਾ।ਖਾਣਾ ਦੇਣ ਦੀ ਗੱਲ ਤਾਂ ਬਹੁਤ ਦੂਰ ਦੀ ਗੱਲ ਹੈ ਬਹੁਤੇ ਤਾਂ ਮੇਰੇ ਹੱਥੋਂ ਦਵਾਈ ਲੈਣੀ ਵੀ ਪਸੰਦ ਨਹੀਂ ਕਰਦੇ।ਉਹ ਆਫਿਸ ਨੂੰ ਫ਼ੋਨ ਕਰਕੇ ਮੇਰੀਆਂ ਸ਼ਿਕਾਇਤਾਂ ਲਗਾਉਂਦੇ ਹਨ ਕਿ ਮੈਂ ਉਹਨਾਂ ਦੀ ਪੂਰੀ ਕੇਅਰ ਨਹੀਂ ਕਰਦੀ।ਜਦ ਕਿ ਮੈਂ ਪੂਰੀ ਇਮਾਨਦਾਰੀ ਨਾਲ਼ ਉਹ ਸਾਰਾ ਕੰਮ ਕਰਨ ਦੇ ਲਈ ਤਿਆਰ ਹੁੰਦੀ ਹਾਂ ਜੋ ਸਾਨੂੰ

ਉਹਨਾਂ ਲਈ ਕਰਨਾ ਚਾਹੀਦਾ ਹੈ।ਇਸ ਕਰਕੇ ਉਹ ਮੇਰੀ ਫਾਇਲ 'ਤੇ 'ਡੂ ਨਾਟ ਸਿੰਡ' ਪਵਾ ਦਿੰਦੇ ਹਨ।ਜਦ ਕੇ ਮੇਰਾ ਕੋਈ ਕਸੂਰ ਨਹੀਂ ਹੁੰਦਾ ਤੇ ਨਾ ਹੀ ਮੈਂ ਕੋਈ ਗ਼ਲਤੀ ਕੀਤੀ ਹੁੰਦੀ ਹੈ।"

ਆਪਣਾ ਹਾਲ ਬਿਆਨ ਕਰ ਰਹੀ ਜੈਨਟ ਦੀਆਂ ਅੱਖਾਂ ਤੇ ਮਨ ਭਰਿਆ ਹੋਇਆ ਸੀ।ਉਸਦਾ ਦੁੱਖ ਸੁਣ ਕੇ ਮੈਨੂੰ ਵੀ ਉਸ ਤੇ ਤਰਸ ਆ ਰਿਹਾ ਸੀ।ਮੈਂ ਉਸ ਤੋਂ ਪੁੱਛਿਆ,"ਕੀ ਤੂੰ ਏਰੀਆ ਬਦਲਣ ਦੀ ਅਰਜ਼ੀ ਨਹੀਂ ਭਰੀ?"

"ਹਾਂ,ਭਰੀ ਸੀ।ਪਰ ਆਫਿਸ ਵਾਲ਼ੇ ਕਹਿੰਦੇ ਅਜੇ ਤਾਂ ਸਾਨੂੰ ਸਿਰਫ ਤੇ ਸਿਰਫ ਏਸੇ ਏਰੀਏ ਲਈ ਹੀ ਵਰਕਰਜ਼ ਦੀ ਲੋੜ ਹੈ।ਕਿਉਂ ਕਿ ਇੱਥੇ ਨਵੇਂ ਕਲਾਇੰਟ ਬਹੁਤ ਆ ਰਹੇ ਹਨ।ਉਹਨਾਂ ਨੇ ਅਜੇ ਤੱਕ ਮੈਨੂੰ ਬਦਲਿਆ ਨਹੀਂ।ਪੂਰਾ ਸਾਲ ਹੋ ਗਿਆ ਹੈ ਅਰਜ਼ੀ ਭਰੀ ਨੂੰ।ਹੁਣ ਤਾਂ ਕਲਾਇੰਟ ਤਾਂ ਕੀ ਉਹਨਾਂ ਦੀਆਂ ਫੈਮਲੀਆਂ ਵੀ ਘੱਟ ਨਹੀਂ ਕਰਦੀਆਂ।ਹਮੇਸ਼ਾਂ ਉਹ ਕੰਮ ਕਰਨ੍ਹ ਨੂੰ ਆਖਦੀਆਂ ਹਨ ਜੋ ਕਲਾਇੰਟ ਦੀ ਕੇਅਰ-ਪਲੈਨ ਵਿੱਚ ਵੀ ਨਹੀਂ ਹੁੰਦਾ।ਜਦ ਜੁਆਬ ਦਿੰਦੀ ਹਾਂ ਤਾਂ ਆਫਿਸ ਨੂੰ ਮੇਰੇ ਖਿਲਾਫ ਹੋਰ ਵਾਧੂ ਗੱਲਾਂ ਬਣਾ ਕੇ ਦੱਸਦੀਆਂ ਹਨ।"

ਜੈਨਟ ਦੀ ਕਹਾਣੀ ਨੇ ਸੱਚਮੁੱਚ ਹੀ ਮੈਨੂੰ ਸੋਚਾਂ ਵਿੱਚ ਪਾ ਦਿੱਤਾ ਸੀ।ਕਈ ਸੁਆਲ ਮੇਰੇ ਜ਼ਿਹਨ 'ਚ ਆਏ ਸਨ ਕਿ ਅਸੀ ਪੰਜਾਬੀ ਲੋਕ ਏਨੇ ਬੁਰੇ ਕਿਉਂ ਹਾਂ? ਕਿਉਂ ਨਹੀਂ ਆਉਂਦੀ ਸਾਨੂੰ ਦੂਜੇ ਲੋਕਾਂ ਦੀਆਂ ਭਾਵਨਾਵਾਂ ਦੀ ਕਦਰ ਕਰਨੀ ? ਕਿਉਂ ਅਜੇ ਤੱਕ ਸਾਡੇ ਅੰਦਰ ਛੂਤ-ਛਾਤ,ਊਚ-ਨੀਚ ਤੇ ਕਾਲ਼ੇ-ਗੋਰੇ ਦਾ ਭੇਦ ਵੜਿਆ ਹੋਇਆ ਹੈ? ਕਿਉਂ ਨਹੀਂ ਅਸੀਂ ਅਜੇ ਤੱਕ ਬਦਲੇ? ਕਿੰਨੇ ਸਾਲ ਹੋ ਗਏ ਸਾਨੂੰ ਇਸ ਦੇਸ਼ ਵਿੱਚ ਆਇਆਂ ਨੂੰ।ਏਨੇ ਸਾਲਾਂ ਵਿੱਚ ਵੀ ਅਸੀਂ ਇਥੋਂ ਕੁੱਝ ਕਿਉਂ ਨਹੀਂ ਸਿੱਖਿਆ ?

ਇਸ ਤਰ੍ਹਾਂ ਮੈਂ ਆਪਣੇ ਆਪ ਨਾਲ਼ ਝਗੜਦੀ ਤੇ ਜੈਨਟ ਨੂੰ ਦਿਲਾਸਾ ਦਿੰਦੀ ਹੋਈ ਨੇ ਕਿਹਾ,"ਜੈਨਟ ਤੂੰ ਫਿਕਰ ਨਾ ਕਰ।ਇੱਕ ਦਿਨ ਪਰਮਾਤਮਾ ਤੇਰੀ ਜ਼ਰੂਰ ਸੁਣੇਗਾ।ਤੈਨੂੰ ਤੇਰੇ ਕਲਾਇੰਟ ਜ਼ਰੂਰ ਸਮਝ ਲੈਣਗੇ ਕਿਉਂਕਿ ਤੂੰ ਡੇਢ ਸਾਲ ਤੋਂ ਉਹਨਾਂ ਦੇ ਨਾਲ਼ ਵਧੀਆ ਸਬੰਧ ਬਣਾਉਣ ਦੀ ਕੋਸ਼ਿਸ਼ ਕਰ ਰਹੀ ਹੈਂ।"

"ਮੈਂ ਵੀ ਇਹੋ ਉਮੀਦ ਰੱਖਦੀ ਹਾਂ।" ਉਹ ਪੂਰੇ ਵਿਸ਼ਵਾਸ ਨਾਲ ਮੁਸਕਰਾ ਕੇ ਬੋਲੀ।

ਇਸ ਤਰ੍ਹਾਂ ਮੈਂ ਤੇ ਜੈਨਟ ਹਫਤੇ ਵਿੱਚ ਘੱਟੋ-ਘੱਟ ਤਿੰਨ ਵਾਰ ਤਾਂ ਜ਼ਰੂਰ ਮਿਲ਼ਦੀਆਂ।ਇਸ ਵਾਰ ਗਰਮੀਆਂ ਦੇ ਦਿਨ ਵੀ ਬਹੁਤ ਸੁਹਣੇ ਲੱਗ ਰਹੇ ਸਨ।ਸਾਡੇ ਕਲਾਇੰਟ ਵੀ ਬਾਹਰ ਪਾਰਕ ਵਿੱਚ ਜਾਣਾ ਪਸੰਦ ਕਰਦੇ ਸਨ।ਕਿਉਂਕਿ ਉੱਥੇ ਜਾ ਕੇ ਦੂਸਰੀਆਂ ਔਰਤਾਂ ਨਾਲ਼ ਗੱਲਾਂ-ਬਾਤਾਂ ਕਰਕੇ ਉਹਨਾਂ ਨੂੰ ਸਕੂਨ ਮਿਲ਼ਦਾ ਸੀ।ਅਸੀਂ ਦੋਵੇਂ ਵੀ ਕਲਾਇੰਟਾਂ ਤੋਂ ਥੋੜ੍ਹੀ ਜਿੰਨੀ ਦੂਰ ਜਿੱਥੇ ਥਾਂ ਮਿਲ਼ਦੀ ਕਦੇ

ਬੈਂਚ ਤੇ ਅਤੇ ਕਦੇ ਘਾਹ ਤੇ ਜਾ ਬੈਠਦੀਆਂ।ਜੈਨਟ ਹਰ ਵਾਰ ਆਪਣੀਆਂ ਕੁੱਝ ਸਮੱਸਿਆਵਾਂ ਮੇਰੇ ਨਾਲ਼ ਸਾਂਝੀਆਂ ਕਰਦੀ।ਕੁੱਝ ਕੁ ਦੇ ਮੈਂ ਉਸਨੂੰ ਹੱਲ ਵੀ ਦੱਸ ਦੀ।ਜੈਨਟ ਨੂੰ ਮੇਰੇ 'ਤੇ ਬਹੁਤ ਆਸਾਂ ਸਨ ਕਿ ਮੇਰਾ ਤਜ਼ਰਬਾ ਉਸ ਦੇ ਕਲਾਇੰਟਾਂ ਨਾਲ਼ ਸਬੰਧ ਸੁਧਾਰਨ ਵਿੱਚ ਜ਼ਰੂਰ ਉਸਦੀ ਮਦਦ ਕਰੇਗਾ।ਪਰ ਉਸ ਦੀਆਂ ਗੱਲਾਂ ਸੁਣ ਕੇ ਤੇ ਆਪਣੇ ਲੋਕਾਂ ਵੱਲੋਂ ਉਸ ਨਾਲ਼ ਕੀਤਾ ਜਾਂਦਾ ਭੇਦ-ਭਾਵ ਵੇਖ ਕੇ ਕਈ ਵਾਰ ਮੈਂ ਵੀ ਬਹੁਤ ਬੇਚੈਨ ਹੋ ਜਾਂਦੀ।

ਕੰਮ ਉੱਪਰ ਤਾਂ ਜੈਨਟ ਨੂੰ ਔਖੇ ਹੋਣਾ ਪੈਂਦਾ ਹੀ, ਪਰ ਹੁਣ ਤਾਂ ਪਾਰਕ ਵਿੱਚ ਵੀ ਆਪਣੀਆਂ ਬੀਬੀਆਂ ਨੇ ਉਸ ਨਾਲ਼ ਮਾੜਾ ਸਲੂਕ ਕਰਨ ਦੀ ਕਸਰ ਬਾਕੀ ਨਹੀਂ ਸੀ ਛੱਡੀ।ਪਰ ਇੱਕ ਜੈਨਟ ਹੀ ਸੀ, ਜਿਸਨੇ ਕਦੇ ਵੀ 'ਹੂ ਕੇਅਰ' ਨਹੀਂ ਸੀ ਆਖਿਆ ਸਗੋਂ ਆਪਣੇ ਆਪ ਨੂੰ ਸੁਧਾਰਨ ਦੀ ਕੋਸ਼ਿਸ਼ ਵਿੱਚ ਲੱਗੀ ਹੋਈ ਸੀ।

ਉਸ ਨੇ ਇੱਕ ਦਿਨ ਮੈਨੂੰ ਅੱਖਾਂ ਭਰ ਕੇ ਇਹ ਵੀ ਦੱਸਿਆ ਸੀ ਕਿ ਪਹਿਲਾਂ-ਪਹਿਲਾਂ ਜਦੋਂ ਉਸਨੇ ਬੀਬੀ ਸੁਖਜੀਤ ਕੌਰ ਨੂੰ ਪਾਰਕ ਵਿੱਚ ਲਿਆਉਣਾ ਸ਼ੁਰੂ ਕੀਤਾ ਸੀ ਤਾਂ ਬੀਬੀ ਨੂੰ ਬਿਠਾ ਕੇ ਉੱਥੇ ਇੱਕ ਦਿਨ ਉਹ ਉਸ ਬੈਂਚ ਉੱਪਰ ਬੈਠ ਗਈ ਜਿੱਥੇ ਦੋ ਬੀਬੀਆਂ ਪਹਿਲਾਂ ਹੀ ਬੈਠੀਆਂ ਹੋਈਆਂ ਸਨ ।ਬੈਂਚ ਉੱਪਰ ਜਗ੍ਹਾ ਖਾਲੀ ਸੀ।ਇਸ ਕਰਕੇ ਉਹ ਵੀ ਉਹਨਾਂ ਦੇ ਨਾਲ਼ ਹੀ ਬੈਠ ਗਈ।ਉਸ ਦੇ ਬੈਠਣ ਸਾਰ ਹੀ ਦੋਨੋਂ ਬੀਬੀਆਂ ਉਸ ਬੈਂਚ ਤੋਂ ਉੱਠ ਖੜ੍ਹੀਆਂ ਤੇ ਦੂਜੀਆਂ ਬੀਬੀਆਂ ਕੋਲ਼ ਜਾ ਕੇ ਥੱਲੇ ਘਾਹ 'ਤੇ ਬੈਠ ਗਈਆਂ।ਉਹ ਉਸ ਵੱਲ ਤੱਕ ਉਸ ਬਾਰੇ ਦੂਜੀਆਂ ਬੀਬੀਆਂ ਨਾਲ਼ ਗੱਲਾਂ ਕਰਕੇ ਉਚੀ-ਉਚੀ ਹੱਸਣ ਲੱਗ ਪਈਆਂ।ਉੱਥੋਂ ਉਸ ਨੂੰ ਉਸ ਸਮੇਂ ਨਾਮੋਸ਼ ਹੋ ਕੇ ਉੱਠਣਾ ਪਿਆ ਸੀ।ਇਸ ਕਰਕੇ ਉਸ ਦਿਨ ਤੋਂ ਬਾਅਦ ਉਹ ਕਦੇ ਵੀ ਉਹਨਾਂ ਬੀਬੀਆਂ ਦੇ ਕੋਲ਼ ਨਹੀ ਸੀ ਬੈਠੀ।

ਮੈਂ ਜੈਨਟ ਦੇ ਮੂੰਹੋਂ ਸਾਡੀਆਂ ਪੰਜਾਬਣਾਂ ਦੀਆਂ ਗੱਲਾਂ ਸੁਣ-ਸੁਣ ਕੇ ਸ਼ਰਮਿੰਦੀ ਹੋਈ ਜਾ ਰਹੀ ਸਾਂ।ਮੈਂ ਵੀ ਕਈ ਵਾਰੀ ਇਹ ਨੋਟਿਸ ਕੀਤਾ ਸੀ ਕਿ ਪਾਰਕ ਵਿੱਚ ਬੈਠੀਆਂ ਇਹ ਬੀਬੀਆਂ ਸੱਚਮੁੱਚ ਹੀ ਜੈਨਟ ਨੂੰ ਪਸੰਦ ਨਹੀਂ ਸਨ ਕਰਦੀਆਂ।ਉਸ ਨੂੰ ਕਾਲ਼ੀ-ਕਾਲ਼ੀ ਆਖ ਉਸ ਦੇ ਬਾਰੇ ਗੱਲਾਂ ਕਰ-ਕਰ ਉਚੀ-ਉਚੀ ਹੱਸਦੀਆਂ ਸਨ।ਉਹ ਕਦੇ-ਕਦੇ ਆਪਣੀਆਂ ਨੂੰਹਾਂ ਜਾਂ ਹੋਰ ਰਿਸ਼ਤੇਦਾਰ ਕੁੜੀਆਂ ਦੇ ਰੰਗ-ਰੂਪ ਦੀ ਤੁਲਨਾ ਜੈਨਟ ਦੇ ਰੰਗ-ਰੂਪ ਤੇ ਨੈਣ-ਨਕਸ਼ਾਂ ਦੇ ਨਾਲ਼ ਕਰਦੀਆਂ ਸਨ।ਉਹਨਾਂ ਦੁਆਰਾ ਜੈਨਟ ਪ੍ਰਤੀ ਕੀਤੀਆਂ ਜਾਣ ਵਾਲੀਆਂ ਟੀਕਾ-ਟਿੱਪਣੀਆਂ ਨੂੰ ਸੁਣ ਕੇ ਮੇਰਾ ਮਨ ਤਾਂ ਬਹੁਤ ਦੁਖਦਾ ਪਰ ਮੈਂ ਜੈਨਟ ਸਾਹਮਣੇ ਕੁੱਝ ਨਾ ਬੋਲਦੀ ਤੇ ਨਾ ਹੀ ਜੈਨਟ ਨੂੰ ਕੁੱਝ ਦੱਸਦੀ।

ਮੈਂ ਨਹੀਂ ਸੀ ਚਾਹੁੰਦੀ ਕਿ ਜੈਨਟ ਹੋਰ ਦੁਖੀ ਹੋਵੇ।ਪਰ ਜੈਨਟ ਇਸ ਗੱਲ

ਤੋਂ ਭਲੀ-ਭਾਂਤ ਜਾਣੂ ਸੀ।ਕਿਉਂਕਿ ਇਹਨਾਂ ਬੀਬੀਆਂ ਦੇ ਨਾ.ਲ ਆਏ ਪੋਤੇ-ਪੋਤੀਆਂ ਤੇ ਦੋਹਤੇ-ਦੋਹਤੀਆਂ ਮੇਰੀ ਛੁੱਟੀ ਵਾ.ਲੇ ਦਿਨ ਖੇਡਦੇ-ਖੇਡਦੇ ਜੈਨਟ ਕੋ.ਲ ਆ ਜਾਂਦੇ। ਉਹ ਸਾਰੀਆਂ ਗੱਲਾਂ ਜੈਨਟ ਨੂੰ ਦੱਸ ਜਾਂਦੇ ਜੋ ਉਹਨਾਂ ਦੀਆਂ ਦਾਦੀਆਂ-ਨਾਨੀਆਂ ਜੈਨਟ ਬਾਰੇ ਉੱਥੇ ਬੈਠੀਆਂ ਕਰਦੀਆਂ ਸਨ।ਇਸ ਤਰ੍ਹਾਂ ਵਿਚਾਰੀ ਜੈਨਟ ਇਸ ਦਵੈਤ ਨਾ.ਲ ਭਰੀ-ਪੀਤੀ ਰਹਿੰਦੀ ਤੇ. ਆਪਣਾ ਦੁੱਖ ਮੇਰੇ ਅੱਗੇ ਫਰੋਲਦੀ।

ਇੱਕ ਦਿਨ ਮੈਨੂੰ ਬੜੀ ਹੈਰਾਨੀ ਹੋਈ ਜਦ ਉਸਨੇ ਮੈਨੂੰ ਦੱਸਿਆ ਕਿ ਉਹ ਪੰਜਾਬੀ ਕਮਿਉਨਟੀ ਵਿੱਚ ਐਡਜਸਟ ਹੋਣਾ ਚਾਹੁੰਦੀ ਹੈ।

ਮੈਂ ਉਸਨੂੰ ਹੈਰਾਨ ਹੋ ਕਿ ਪੁੱਛਿਆ,"ਕੀ ਗੱਲ ਜੈਨਟ, ਤੂੰ ਪੰਜਾਬੀ ਕਮਿਉਨਟੀ ਵਿੱਚ ਐਡਜਸਟ ਕਿਉਂ ਹੋਣਾ ਚਾਹੁੰਦੀ ਹੈਂ?"

"ਕਿਉਂ ਕਿ ਮੇਰਾ ਮਿੱਤਰ ਮੁੰਡਾ ਪੰਜਾਬੀ ਹੈ।ਉਹ ਮੇਰੇ ਨਾ.ਲ ਵਿਆਹ ਕਰਵਾਉਣਾ ਚਾਹੁੰਦਾ ਹੈ।ਅਸੀਂ ਤਕਰੀਬਨ ਡੇਢ ਸਾਲ ਤੋਂ ਹੀ ਇਕੱਠੇ ਘੁੰਮਦੇ-ਫਿਰਦੇ ਹਨ।" ਉਸਨੇ ਮੈਨੂੰ ਬੜਾ ਖੁਸ਼ ਹੋ ਕੇ ਦੱਸਿਆ।

"ਕੀ ਉਹ ਤੇਰੇ ਨਾ.ਲ ਰਹਿੰਦਾ ਹੈ?"

"ਨਹੀਂ,ਉਹ ਆਪਣੇ ਆਂਟੀ-ਅੰਕਲ ਨਾ.ਲ ਰਹਿੰਦਾ ਹੈ।ਉਹ ਮੇਰੇ ਕੋ.ਲ ਕਾਫੀ ਆਉਂਦਾ-ਜਾਂਦਾ ਹੈ।ਕਿੰਨੇ-ਕਿੰਨੇ ਘੰਟੇ ਅਸੀਂ ਇਕੱਠੇ ਰਹਿੰਦੇ ਹਾਂ।ਬਾਹਰ ਘੁੰਮਣ-ਫਿਰਨ ਜਾਂਦੇ ਹਾਂ ਤੇ ਪੰਜਾਬੀ ਰੈਸਟੋਰੈਂਟਾਂ ਤੋਂ ਖਾਣਾ ਵੀ ਇਕੱਠੇ ਹੀ ਲੈਣ ਜਾਂਦੇ ਹਾਂ।"

ਮੈਂ ਜੈਨਟ ਨੂੰ ਹੱਸਦੀ ਨੇ ਪੁੱਛਿਆ,"ਖਾਣਾ, ਕੀ ਗੱਲ ਰੈਸਟੋਰੈਂਟ ਵਿੱਚ ਨਹੀਂ ਬੈਠ ਕਿ ਖਾਂਦੇ?"

"ਨਹੀਂ,ਜ਼ਿਆਦਾ ਤਾਂ ਘਰ ਲਿਆ ਕੇ ਹੀ ਖਾਂਦੇ ਹਾਂ।" ਉਸਨੇ ਨੇ ਹੱਸ ਕਿ ਹੀ ਮੈਨੂੰ ਜੁਆਬ ਦਿੱਤਾ।

ਉਹ ਮੈਨੂੰ ਆਪਣੀ ਪਿਆਰ-ਕਹਾਣੀ ਪੂਰੀ ਕਰਦੀ ਹੋਈ ਫਿਰ ਦੱਸਣ ਲੱਗੀ,"ਉਸ ਲੜਕੇ ਦਾ ਨਾਂ ਸੈਮਾ ਹੈ।ਪਰ ਮੈਂ ਉਸਨੂੰ 'ਸੈਮ' ਆਖ ਕਿ ਬੁਲਾਉਂਦੀ ਹਾਂ।ਉਹ ਮੇਰੇ ਨਾ.ਲ ਛੇਤੀ ਤੋਂ ਛੇਤੀ ਵਿਆਹ ਕਰਵਾਉਣਾ ਚਾਹੁੰਦਾ ਹੈ।ਉਹ ਆਖਦਾ ਹੈ ਕਿ ਵਿਆਹ ਤੋਂ ਬਾਅਦ ਉਹ ਇੱਕ ਵਧੀਆ ਘਰ ਖ਼ੀਦਣਗੇ ਕਿਉਂਕਿ ਉਸ ਕੋ.ਲ ਕੁੱਝ ਸੇਵਿੰਗ ਵੀ ਕੀਤੀ ਹੋਈ ਹੈ।ਉਸਦੇ ਮਾਂ-ਬਾਪ ਵੀ ਵਿਆਹ ਤੋਂ ਬਾਅਦ ਇੱਕ ਲੱਖ ਕਨੇਡੀਅਨ ਡਾਲ.ਰ ਦੀ ਘਰ ਖ਼ੀਦਣ 'ਚ ਸਾਡੀ ਮਦਦ ਕਰਨਗੇ।

ਜੈਨਟ ਦੇ ਮੂੰਹੋਂ ਵਿਆਹ ਤੋਂ ਬਾਅਦ ਸੈਮ ਦੇ ਮਾਪਿਆਂ ਵੱਲੋਂ ਇੱਕ ਲੱਖ ਕਨੇਡੀਅਨ ਡਾਲਰ ਦੀ ਮਦਦ ਨੇ ਮੇਰੇ ਮਨ ਵਿੱਚ ਕਈ ਸੁਆਲ ਪੈਦਾ ਕਰ ਦਿੱਤੇ ਸਨ।

ਮੈਂ ਜੈਨੇਟ ਨੂੰ ਇੱਕ ਸੁਆਲ ਕੀਤਾ,"ਉਹ ਐਨੀ ਛੇਤੀ ਤੇਰੇ ਨਾਲ਼ ਵਿਆਹ ਕਿਉਂ ਕਰਵਾਉਣਾ ਚਾਹੁੰਦਾ ਹੈ?"

"ਕਿਉਂਕਿ ਉਸ ਕੋਲ਼ ਕਨੇਡੀਅਨ ਇਮੀਗਰੇਸ਼ਨ ਨਹੀਂ ਹੈ।ਜੇਕਰ ਮੈਂ ਉਸ ਨਾਲ਼ ਵਿਆਹ ਕਰਵਾ ਲਵਾਂ ਤਾਂ ਉਹ ਇੱਥੇ ਪੱਕਾ ਹੋ ਸਕਦਾ ਹੈ।" ਜੈਨਟ ਨੇ ਦੱਸਿਆ।

ਜੈਨਟ ਦੀਆਂ ਗੱਲਾਂ ਸੁਣ ਕਿ ਮੈਨੂੰ ਦਾਲ਼ ਵਿੱਚ ਕੁੱਝ ਕਾਲ਼ਾ ਨਜ਼ਰ ਆਉਣ ਲੱਗਾ।ਮੈਂ ਉਸ ਨੂੰ ਸਮਝਾਉਣ ਦੀ ਬਹੁਤ ਹੀ ਕੋਸ਼ਿਸ਼ ਕੀਤੀ ਪਰ ਉਹ ਟੱਸ ਤੋਂ ਮੱਸ ਨਾ ਹੋਈ।ਉਹ ਤਾਂ ਉਸ ਮੁੰਡੇ ਦੇ ਹੀ ਗੁਣ ਗਾਈ ਜਾ ਰਹੀ ਸੀ ਕਿ ਉਹ ਕਿੰਨਾ ਚੰਗਾ ਹੈ।ਉਸਨੂੰ ਕਿੰਨਾ ਪਿਆਰ ਕਰਦਾ ਹੈ,ਰੈਸਟੋਰੈਂਟਾਂ ਤੋਂ ਉਹ ਉਸ ਲਈ ਬਟਰ-ਚਿਕਨ ਤੇ ਨਾਨ ਲੈ ਕੇ ਆਉਂਦਾ ਹੈ।ਉਹ ਜਦ ਇਕੱਠੇ ਕਿਤੇ ਵੀ ਘੁੰਮਣ ਜਾਂਦੇ ਹਨ ਤਾਂ ਉਹ ਉਸ ਤੋਂ ਕੋਈ ਪੈਸਾ ਨਹੀਂ ਲੈਂਦਾ।ਉਸਦੇ ਮਾਂ-ਬਾਪ ਵੀ ਬਹੁਤ ਚੰਗੇ ਹਨ।ਜਦੋਂ ਕੋਈ ਇੰਡੀਆ ਤੋਂ ਆਉਂਦਾ ਹੈ ਤਾਂ ਉਹ ਉਸ ਲਈ ਕਦੇ ਸ਼ਾਲ ਤੇ ਕਦੇ ਬਲਾਊਜ਼ ਭੇਜਦੇ ਹਨ।

ਜੈਨਟ ਦੀਆਂ ਗੱਲਾਂ ਸੁਣ-ਸੁਣ ਕਿ ਮੈਂ ਹੈਰਾਨ ਹੁੰਦੀ।ਮੈਨੂੰ ਪਤਾ ਨਾ ਲਗਦਾ ਕਿ ਇਸ ਰਿਸ਼ਤੇ ਵਿੱਚ ਕਿੰਨੀ ਕੁ ਸਚਾਈ ਹੈ।ਜੈਨਟ ਦਾ ਪਿਆਰ ਤਾਂ ਸੱਚਾ ਜਾਪਦਾ ਪਰ ਉਸਦੇ ਪ੍ਰੇਮੀ ਬਾਰੇ ਕੁੱਝ ਪਤਾ ਨਾ ਲੱਗਦਾ ਕਿ ਉਹ ਸੱਚਮੁੱਚ ਹੀ ਜੈਨਟ ਨੂੰ ਪਿਆਰ ਕਰਦਾ ਹੈ ਜਾਂ ਫਿਰ ਸਿਰਫ ਪੱਕੇ ਹੋਣ ਦੇ ਲਈ ਹੀ ਉਸਨੂੰ ਵਰਤ ਰਿਹਾ ਹੈ।ਮੇਰੇ ਮਨ ਵਿੱਚ ਵੀ ਕਈ ਸ਼ੰਕੇ ਪੈਦਾ ਹੁੰਦੇ।ਉਸਦੇ ਮਾਂ-ਬਾਪ ਦੁਆਰਾ ਭੇਜੇ ਜਾਂਦੇ ਤੋਹਫਿਆਂ ਪਿੱਛੇ ਵੀ ਕਈ ਬਾਰ ਸੁਆਰਥ ਨਜ਼ਰ ਆਉਂਦਾ।ਇੱਕ ਲੱਖ ਕਨੇਡੀਅਨ ਡਾਲਰ ਦੀ ਮਦਦ ਕਰਨਾ ਮੇਰੇ ਲਈ ਇੱਕ ਬਹੁਤ ਵੱਡਾ ਸੁਆਲ ਸੀ।ਪਰ ਜੈਨਟ ਨੂੰ ਤਾਂ ਇਹ ਸਭ ਕੁੱਝ ਸੱਚ ਹੀ ਦਿਸ ਰਿਹਾ ਸੀ।ਮੈਂ ਜੈਨਟ ਤੋਂ ਉਸ ਮੁੰਡੇ ਬਾਰੇ ਵਾਰ-ਵਾਰ ਕੁੱਝ ਨਾ ਕੁੱਝ ਆਪਣੀ ਤਸੱਲੀ ਕਰਨ ਦੇ ਲਈ ਪੁੱਛਦੀ ਰਹਿੰਦੀ।ਇੱਕ ਦਿਨ ਮੈਂ ਉਸ ਨੂੰ ਪੁਛਿਆ," ਕੀ ਜੈਨਟ ਤੂੰ ਉਸ ਮੁੰਡੇ ਨਾਲ਼ ਸੱਚਮੁੱਚ ਹੀ ਵਿਆਹ ਕਰਵਾਉਣ ਦੇ ਲਈ ਤਿਆਰ ਹੈਂ"।

"ਤਿਆਰ ਤਾਂ ਨਹੀਂ... ਅਜੇ ਮੈਂ ਐਲ ਪੀ ਐਨ ਕਰਨੀ ਹੈ।ਅੱਗੇ ਹੋਰ ਪੜ੍ਹਨਾ ਚਾਹੁੰਦੀ ਹਾਂ ਪਰ ਉਹ ਮੈਨੂੰ ਕਾਫੀ ਜ਼ੋਰ ਪਾ ਰਿਹਾ ਹੈ।ਉਸਦੇ ਅੰਟੀ-ਅੰਕਲ ਵੀ ਇਹ ਹੀ ਕਹਿ ਰਹੇ ਹਨ ਕਿ ਵਿਆਹ ਤੋਂ ਬਾਅਦ ਉਹ ਉਸ ਨੂੰ ਇੰਡੀਆ ਲਿਜਾਣਾ ਚਾਹੁੰਦੇ ਹਨ।"

ਮੈਂ ਜੈਨਟ ਨੂੰ ਉਸ ਨਾਲ਼ ਹੋਣ ਵਾਲ਼ੇ ਧੋਖੇ ਤੋਂ ਬਚਾਉਣਾ ਚਾਹੁੰਦੀ ਸੀ ਪਰ ਉਸਦੇ ਦਿਲ ਨੂੰ ਕਿਸੇ ਕਿਸਮ ਦੀ ਠੇਸ ਨਹੀਂ ਸੀ ਪਹੁੰਚਾਉਣਾ ਚਾਹੁੰਦੀ।ਗੱਲਾਂ-ਗੱਲਾਂ ਵਿੱਚ ਮੈਂ ਉਸਨੂੰ ਪੂਰੀ ਤਰ੍ਹਾਂ ਸੁਚੇਤ ਕਰ ਰਹੀ ਸੀ ਕਿ ਜੈਨਟ ਤੂੰ ਪਹਿਲਾਂ

ਉਸ ਮੁੰਡੇ ਬਾਰੇ ਪੂਰੀ ਤਰ੍ਹਾਂ ਪਤਾ ਕਰ ਲੈ,ਉਸਨੂੰ ਪਹਿਲਾਂ ਚੰਗੀ ਤਰ੍ਹਾਂ ਸਮਝ ਲੈ,ਉਹ ਕਿਤੇ ਤੈਨੂੰ ਕੋਈ ਧੋਖਾ ਤਾਂ ਨਹੀਂ ਦੇ ਰਿਹਾ,ਕਿਤੇ ਤੇਰਾ ਪਿਆਰ ਇੱਕ ਪਾਸੜ ਹੀ ਤਾਂ ਨਹੀਂ।ਸਮਝਾਉਂਦੀ-ਸਮਝਾਉਂਦੀ ਮੈਂ ਉਸਦੇ ਭੋਲ਼ੇ-ਭਾਲ਼ੇ ਚਿਹਰੇ ਵੱਲ ਵੇਖਦੀ।ਉਸ ਦਾ ਵਿਸ਼ਵਾਸ ਹੀ ਏਨਾ ਪੱਕਾ ਸੀ ਕਿ ਉਹ ਟੱਸ ਤੋਂ ਮੱਸ ਨਾ ਹੁੰਦੀ।ਮੈਂ ਉਸਦੇ ਬਾਰੇ ਸੋਚਦੀ ਕਿ ਕੰਮ ਵੱਲੋਂ ਵਿਚਾਰੀ ਪਹਿਲਾਂ ਹੀ ਏਨੀ ਦੁਖੀ ਹੈ ਕਿਤੇ ਉਸਦਾ ਮਿੱਤਰ-ਮੁੰਡਾ ਆਪਣਾ ਉੱਲੂ ਸਿੱਧਾ ਕਰਕੇ ਉਸਨੂੰ ਧੋਖਾ ਹੀ ਨਾ ਦੇ ਜਾਵੇ।ਜੈਨਟ ਇੱਕ ਬਹੁਤ ਹੀ ਨਾਜ਼ੁਕ ਜਿਹੇ ਸੁਭਾਅ ਦੀ ਕੁੜੀ ਸੀ।ਕੁੱਝ ਕਲਾਇੰਟਾਂ ਦੇ ਦੱਸਣ ਮੁਤਾਬਕ ਉਹ ਆਪਣਾ ਕੰਮ ਵੀ ਬੜੀ ਭਾਵਨਾ ਦੇ ਨਾਲ਼ ਕਰਦੀ ਸੀ।

ਇੰਜ ਹੀ ਮੈਂ ਤੇ ਜੈਨਟ ਤਕਰੀਬਨ ਹਫਤੇ ਵਿੱਚ ਤਿੰਨ ਦਿਨ ਪੂਰਾ ਇੱਕ ਘੰਟਾ, ਇਕੱਠੀਆਂ ਬਤੀਤ ਕਰਦੀਆਂ।ਇਸ ਸਮੇਂ ਦੌਰਾਨ ਅਸੀਂ ਦੋਹਾਂ ਨੇ ਹਜ਼ਾਰਾਂ ਹੀ ਗੱਲਾਂ ਸਾਂਝੀਆਂ ਕੀਤੀਆਂ।ਉਸ ਨੇ ਵੀ ਮੇਰੇ ਤੋਂ ਮੇਰੇ ਬਾਰੇ ਸਭ ਕੁੱਝ ਜਾਣ ਲਿਆ ਸੀ।ਮੈਂ ਵੀ ਜੈਨਟ ਦੀ ਰਗ਼-ਰਗ਼ ਦੀ ਵਾਕਿਫ ਹੋ ਚੁੱਕੀ ਸਾਂ।ਅਸੀਂ ਆਪਣੇ ਫ਼ੋਨ ਨੰਬਰ ਵੀ ਵਟਾ ਲਏ ਸਨ।ਜਦ ਵੀ ਕਿਸੇ ਨਵੇਂ ਕਲਾਇੰਟ ਦੇ ਜਾਣਾ ਹੁੰਦਾ ਤਾਂ ਇੱਕ ਦੂਜੇ ਤੋਂ ਉਸਦੇ ਬਾਰੇ ਪੁੱਛ ਲੈਂਦੀਆਂ ਸਾਂ।ਤਕਰੀਬਨ ਇੱਕ ਦੂਜੇ ਨੂੰ ਹਰ ਰੋਜ਼ ਫ਼ੋਨ ਕਰਕੇ ਹਾਲ਼-ਚਾਲ ਪੁੱਛਣਾ ਹੁਣ ਸਾਡੀ ਆਦਤ ਜਿਹੀ ਬਣ ਗਈ ਸੀ।

ਪਿਛਲੇ ਹਫਤੇ ਮੇਰੀ ਰਿਸ਼ਤੇਦਾਰੀ 'ਚੋਂ ਇੱਕ ਲੜਕੀ ਦਾ ਵਿਆਹ ਸੀ।ਮੈਂ ਵਿਆਹ ਦੇ ਕਰਕੇ ਚਾਰ-ਪੰਜ ਛੁੱਟੀਆਂ ਲੈ ਲਈਆਂ ਸਨ ਕਿਉਂਕਿ ਮੇਰੇ ਘਰ ਕੁੱਝ ਰਿਸ਼ਤੇਦਾਰ ਆਏ ਹੋਏ ਸਨ ਜਿਨ੍ਹਾਂ ਨੇ ਵੀ ਵਿਆਹ 'ਤੇ ਜਾਣਾ ਸੀ।ਇਸ ਤਰ੍ਹਾਂ ਵਿਆਹ ਵਿੱਚ ਰੁੱਝੀ ਹੋਣ ਕਾਰਨ ਮੈਂ ਜੈਨਟ ਨੂੰ ਫ਼ੋਨ ਨਾ ਕਰ ਸਕੀ ਅਤੇ ਨਾ ਹੀ ਜੈਨਟ ਦੇ ਫ਼ੋਨ ਦਾ ਜੁਆਬ ਦੇ ਸਕੀ।ਪਰ ਉਂਜ ਮਨ ਵਿੱਚ ਜੈਨਟ ਬਾਰੇ ਜ਼ਰੂਰ ਸੋਚ ਰਹੀ ਸੀ।

ਛੁੱਟੀਆਂ ਤੋਂ ਬਾਅਦ ਜਦ ਮੈਂ ਵਾਪਸ ਕੰਮ ਤੇ ਗਈ ਤਾਂ ਆਪਣੀ ਕਲਾਇੰਟ ਹਰਬੰਤ ਕੌਰ ਤੋਂ ਜੈਨਟ ਬਾਰੇ ਪੁੱਛਿਆ ਕਿ ਉਹ ਸੁਖਜੀਤ ਕੌਰ ਨੂੰ ਲੈ ਕਿ ਪਾਰਕ ਵਿੱਚ ਆਉਂਦੀ ਹੁੰਦੀ ਹੈ।ਹਰਬੰਤ ਕੌਰ ਨੇ ਦੱਸਿਆ ਕਿ ਹਾਂ,ਉਹ ਆਉਂਦੀ ਹੁੰਦੀ ਹੈ।ਉਹ ਬੱਚਿਆਂ ਦੇ ਨਾਲ਼ ਰੁੱਝੀ ਹੁੰਦੀ ਹੈ।ਸਾਰੇ ਨਿਆਣੇ ਉਸਦੇ ਦੁਆਲ਼ੇ ਘੇਰਾ ਪਾਈ ਖੜ੍ਹੇ ਹੁੰਦੇ ਹਨ।ਪਤਾ ਨਹੀਂ ਲੱਗਦਾ ਕਿ ਉਹ ਅੰਗਰੇਜ਼ੀ ਵਿੱਚ ਉਸਦੇ ਨਾਲ਼ ਕੀ ਗਿੱਟ-ਮਿੱਟ,ਗਿੱਟ-ਮਿੱਟ ਕਰਦੇ ਹੁੰਦੇ ਹਨ।ਮੈਨੂੰ ਹਰਬੰਤ ਕੌਰ ਦੀ ਗੱਲ ਸੁਣ ਕੇ ਹਾਸਾ ਆ ਗਿਆ।ਮੈਂ ਇੰਤਜ਼ਾਰ ਕਰਨ ਲੱਗੀ ਕਿ ਕਦ ਪਾਰਕ ਜਾਵਾਂ ਤੇ ਕਦ ਜੈਨਟ ਨੂੰ ਜਾ ਕਿ ਮਿਲਾਂ।

ਸਾਡੇ ਪਾਰਕ ਪਹੁੰਚਣ ਤੋਂ ਪਹਿਲਾਂ ਹੀ ਜੈਨਟ ਪਾਰਕ ਵਿੱਚ ਆਪਣੀ

ਕਲਾਇੰਟ ਸੁਖਜੀਤ ਕੌਰ ਨੂੰ ਲਈ ਬੈਠੀ ਸੀ। ਮੈਂ ਪਹਿਲਾਂ ਦੀ ਤਰ੍ਹਾਂ ਆਪਣੀ ਕਲਾਇੰਟ ਹਰਬੰਤ ਕੌਰ ਨੂੰ ਜੈਨਟ ਦੀ ਕਲਾਇੰਟ ਸੁਖਜੀਤ ਕੌਰ ਦੇ ਲਾਗੇ ਬਿਠਾ ਕਿ ਆਪ ਜੈਨਟ ਕੋਲ਼ ਨੂੰ ਆ ਗਈ।

ਜੈਨਟ ਪਹਿਲਾਂ ਵਾਂਗ ਹੀ ਹਲਕੇ ਨੀਲੇ ਰੰਗ ਦੀ ਵਰਦੀ ਪਾਈ ਉਸੇ ਹੀ ਬੈਂਚ ਉੱਪਰ ਬੈਠੀ ਸੀ ਜਿੱਥੇ ਅਸੀਂ ਦੋਵੇਂ ਪਹਿਲਾਂ ਹੀ ਬੈਠਿਆ ਕਰਦੀਆਂ ਸਾਂ।ਮੈਂ ਜਾਂਦਿਆਂ ਸਾਰ ਹੀ ਜੈਨਟ ਨੂੰ 'ਹਾਏ' ਕਿਹਾ ਤੇ ਉਸਨੇ ਵੀ ਮੇਰੀ 'ਹਾਏ' ਦਾ ਜੁਆਬ 'ਹਾਏ' ਵਿੱਚ ਹੀ ਦਿੱਤਾ ਤੇ ਉਹ ਅੱਗੋਂ ਮੇਰੇ ਨਾ਼ਲ ਕੁੱਝ ਹੋਰ ਨਾ ਬੋਲੀ।ਉਹ ਚੁੱਪ-ਚਾਪ ਆਪਣੇ ਫ਼ੋਨ 'ਤੇ ਹੀ ਕੁੱਝ ਵੇਖਦੀ ਰਹੀ।

ਮੈਂ ਉਸਦੀ ਚੁੱਪ ਨੂੰ ਵੇਖਦਿਆਂ ਹੋਇਆਂ ਉਸਨੂੰ ਪੁੱਛਿਆ,"ਕੀ ਹਾਲ ਹੈ ਜੈਨਟ?"

"ਠੀਕ ਹੈ।"

"ਤੇਰਾ ਬੁਆਏ ਫਰੈਂਡ ਕਿਵੇਂ ਹੈ?"

"ਠੀਕ ਹੈ।"

"ਤੇਰੀ ਸਿਹਤ ਕਿਵੇਂ ਹੈ?"

"ਠੀਕ ਹੈ।"

ਮੈਂ ਉਸਨੂੰ ਬਾਰ-ਬਾਰ ਕਈ ਸੁਆਲ ਪੁੱਛਦੀ ਗਈ।ਉਹ ਮੈਨੂੰ ਅਜਨਬੀਆਂ ਵਾਂਗ ਟੂ ਦਾ ਪੁਆਇੰਟ ਹੀ ਜੁਆਬ ਦਿੰਦੀ ਰਹੀ।ਮੈਨੂੰ ਜਾਪਦਾ ਸੀ ਕਿ ਉਹ ਮੇਰੇ ਨਾ਼ਲ ਕਿਸੇ ਗੱਲੋਂ ਨਰਾਜ਼ ਹੋ ਗਈ ਹੈ।ਉਸ ਦੀ ਚੁੱਪ ਬਾਰੇ ਮੇਰੇ ਮਨ ਵਿੱਚ ਇਹ ਸੁਆਲ ਪੈਦਾ ਹੋ ਰਹੇ ਸਨ।

ਕਿਤੇ ਆਫਿਸ ਵੱਲੋਂ ਤਾਂ ਨਹੀਂ ਜੈਨਟ ਨੂੰ ਕੋਈ ਵਾਰਨਿੰਗ ਦਿੱਤੀ ਗਈ?

ਕਿਸੇ ਕਲਾਇੰਟ ਜਾਂ ਫਿਰ ਕਲਾਇੰਟ ਦੀ ਫੈਮਿਲੀ ਨੇ ਤਾਂ ਨਹੀਂ ਜੈਨਟ ਦੇ ਨਾ਼ਲ ਕੋਈ ਮਾੜਾ ਸਲੂਕ ਕੀਤਾ?

ਕਿਤੇ ਇਸਦਾ ਮਿੱਤਰ-ਮੁੰਡਾ ਤਾਂ ਨਹੀਂ ਇਸ ਨੂੰ ਛੱਡ ਕਿ ਚਲਾ ਗਿਆ?

ਮੇਰੇ ਵਾਰ-ਵਾਰ ਪੁੱਛਣ 'ਤੇ ਵੀ ਜੈਨਟ ਵੱਲੋਂ ਮੇਰੇ ਕਿਸੇ ਵੀ ਸੁਆਲ ਦਾ ਜੁਆਬ ਨਹੀਂ ਸੀ ਮਿਲਿਆ।ਜੈਨਟ ਏਨੀ ਚੁੱਪ ਤੇ ਉਦਾਸ ਕਿਵੇਂ ਹੋ ਸਕਦੀ ਹੈ।ਜ਼ਰੂਰ ਇਸਦੇ ਨਾ਼ਲ ਕੋਈ ਗੱਲ ਹੋਈ ਹੋਵੇਗੀ।

"ਜੈਨਟ ਕੀ ਤੇਰੀ ਮੇਰੇ ਨਾ਼ਲ ਕੋਈ ਨਰਾਜ਼ਗੀ ਹੈ?" ਮੈਂ ਉਸਦਾ ਹੱਥ ਫੜ ਘੁੱਟਦੀ ਨੇ, ਉਸ ਤੋਂ ਪੁੱਛਿਆ।

ਉਸਨੇ ਨਾਂਹ ਵਿੱਚ ਸਿਰ ਮਾਰਿਆ ਤੇ ਉਹ ਉਂਚੀ-ਉਂਚੀ ਰੋਣ ਲੱਗ ਪਈ।ਉਹ ਏਨਾ ਉੱਚੀ ਰੋਣ ਲੱਗੀ ਜਿਵੇਂ ਕਿ ਉਸ ਨਾ਼ਲ ਕੋਈ ਬਹੁਤ ਹੀ ਵੱਡੀ ਘਟਨਾ ਵਾਪਰੀ ਹੋਵੇ।ਮੈਂ ਉਸ ਦੀ ਪਿੱਠ ਤੇ ਹੱਥ ਫੇਰਦੀ ਤੇ ਉਸ ਤੋਂ ਪੁੱਛਦੀ ਕਿ ਜੈਨਟ

ਮੈਨੂੰ ਦੱਸ ਕਿ ਤੈਨੂੰ ਕੀ ਹੋ ਗਿਆ ਹੈ? ਤੂੰ ਰੋ ਕਿਉਂ ਰਹੀ ਹੈਂ? ਉਹ ਤਾਂ ਰੋਣੋ ਚੁੱਪ ਨਹੀਂ ਸੀ ਕਰ ਰਹੀ।ਲਾਗੇ ਵਾਲ਼ੇ ਬੈਂਚ 'ਤੇ ਬੈਠੀਆਂ ਕੁੱਝ ਬੀਬੀਆਂ ਉਸਨੂੰ ਰੋਂਦੀ ਨੂੰ ਵੇਖ ਕਿ ਇੰਜ ਉੱਚੀ-ਉੱਚੀ ਹੱਸਣ ਲੱਗੀਆਂ ਜਿਵੇਂ ਉਹਨਾਂ ਨੂੰ ਕੁੱਝ ਮਿਲ਼ ਗਿਆ ਹੋਵੇ।

ਉਹਨਾਂ ਬੀਬੀਆਂ ਨੂੰ ਉੱਚੀ-ਉੱਚੀ ਹੱਸਦੀਆਂ ਵੇਖ ਕੇ ਜੈਨਟ ਇੱਕ ਦਮ ਉੱਠੀ ਤੇ ਉਹਨਾਂ ਕੋਲ਼ ਚਲੀ ਗਈ।ਮੈਂ ਵੀ ਉਸਦੇ ਪਿੱਛੇ ਹੀ ਹੋ ਤੁਰੀ।ਬੀਬੀਆਂ ਕੋਲ਼ ਜਾ ਕੇ ਉਹ ਉੱਚੀ ਦੇਣੀ ਚੀਕ ਕੇ ਬੋਲੀ,"ਬੰਦ ਕਰੋ ਇਹ ਹਾਸਾ,ਮੈਥੋਂ ਨਹੀਂ ਇਹ ਸਹਿ ਹੁੰਦਾ।ਘੱਟੋ-ਘੱਟ ਅੱਜ ਤਾਂ ਨਾ ਹੱਸੋ।"

ਜੈਨਟ ਦੇ ਇਹ ਕਹਿਣ 'ਤੇ ਸਾਰੀਆਂ ਬੀਬੀਆਂ ਖਾਮੋਸ਼ ਹੋ ਗਈਆਂ ਤੇ ਉਸਦੇ ਮੂੰਹ ਵੱਲ ਨੂੰ ਵੇਖਣ ਲੱਗੀਆਂ।ਜੈਨਟ ਦਾ ਚਿਹਰਾ ਗੁੱਸੇ ਨਾਲ਼ ਲਾਲ ਹੋ ਰਿਹਾ ਸੀ।

"ਤੁਹਾਨੂੰ ਤਾਂ ਅੱਜ ਰੋਣਾ ਚਾਹੀਦਾ ਹੈ।" ਉਹ ਗਰਜ ਕਿ ਬੋਲੀ," ਪਰ ਤੁਸੀਂ ਤਾਂ ਪੂਰੀਆਂ ਢੀਠ ਹੋ।ਤੁਹਾਨੂੰ ਤਾਂ ਸਿਵਾਏ ਹੱਸਣ,ਦੂਜਿਆਂ ਦਾ ਮਜ਼ਾਕ ਉਡਾਉਣ 'ਤੇ ਇੱਕ-ਦੂਜੇ ਦੀਆਂ ਚੁਗਲੀਆਂ ਕਰਨ ਤੋਂ ਬਿਨਾ ਹੋਰ ਕੁੱਝ ਨਹੀਂ ਆਉਂਦਾ।ਤੁਸੀਂ ਕਦੇ ਆਪਣੇ ਚੌਗਿਰਦੇ ਵਿੱਚ ਵੇਖਿਆ ਕਿ ਕੀ ਹੋ ਰਿਹਾ ਹੈ?"

ਉਹ ਫਿਰ ਰੁਕ ਕੇ ਬੋਲੀ,"ਨਹੀਂ ਨਾ।ਕੀ ਤੁਹਾਨੂੰ ਪਤਾ ਕਿ ਅੱਜ ਤੁਹਾਡੇ ਭਾਈਚਾਰੇ ਵਿੱਚ ਕੀ ਹੋਇਆ ਹੈ?"

ਉਸਦੇ ਪੁੱਛਣ 'ਤੇ ਸਾਰੀਆਂ ਬੀਬੀਆਂ ਨੇ ਮੇਰੇ ਵੱਲ ਵੇਖ ਕੇ ਹੈਰਾਨੀ ਨਾਲ਼ ਉਸ ਵੱਲ ਵੇਖਿਆ।ਉਹ ਫਿਰ ਬੋਲੀ,"ਅੱਜ ਤੁਹਾਡੀ ਹੀ ਉਮਰ ਦੀ ਇੱਕ ਔਰਤ ਨੂੰ ਉਸਦੇ ਪਤੀ ਨੇ ਬੜੀ ਬੇਰਹਿਮੀ ਨਾਲ਼ ਪ੍ਰੈੱਸਾਂ ਲਾ-ਲਾ ਕੇ ਮਾਰ ਦਿੱਤਾ ਹੈ।ਤੁਸੀਂ ਹੋ ਕਿ ਅੱਜ ਵੀ ਤੁਸੀਂ ਹੱਸੀ ਹੀ ਜਾ ਰਹੀਆਂ ਹੋ।ਤੁਹਾਨੂੰ ਉਸ ਦਾ ਅਫਸੋਸ ਕਰਨਾ ਚਾਹੀਦਾ।"

ਉਹ ਸਾਰਾ ਕੁੱਝ ਬੀਬੀਆਂ ਨੂੰ ਪੰਜਾਬੀ ਵਿੱਚ ਦੱਸ ਦਿੱਤਾ।

ਸ਼ੇਰਨੀ ਵਾਂਗ ਗਰਜਦੀ ਜੈਨਟ ਦੇ ਹੰਝੂ ਲਗਾਤਾਰ ਵਹਿ ਰਹੇ ਸਨ।

ਏਨਾ ਕੁੱਝ ਆਖ ਕਿ ਉਹ ਪਰ੍ਹਾਂ ਬੈਂਚ ਉੱਪਰ ਜਾ ਬੈਠੀ ਤੇ ਮੈਂ ਉਸਦੀ ਨਰਾਜ਼ਗੀ ਦਾ ਕਾਰਨ ਘੋਖਣ ਲੱਗੀ।

•

ਨਵੀਂ ਪਨੀਰੀ

ਕਮਲ ਕਨੇਡਾ ਦੀ ਜੰਮੀ-ਪਲ਼ੀ ਚੌਵੀ-ਪੱਚੀ ਕੁ ਸਾਲ ਦੀ ਲੜਕੀ ਹੈ। ਪਿਛਲੇ ਸਾਲ ਉਸਨੂੰ ਇੰਡੀਆ ਘੁੰਮਣ-ਫਿਰਨ ਗਈ ਨੂੰ ਇੱਕ ਲੜਕਾ ਪਸੰਦ ਆ ਗਿਆ। ਉਹ ਲੜਕਾ ਭਾਵੇਂ ਹੋਰ ਜਾਤ ਨਾ.ਲ ਸਬੰਧ ਰੱਖਦਾ ਸੀ ਪਰ ਇਸ ਗੱਲ ਨਾ.ਲ ਕਮਲ ਨੂੰ ਕੋਈ ਫਰਕ ਨਹੀਂ ਸੀ ਪੈਂਦਾ, ਕਿਉਂਕਿ ਜਾਤਾਂ-ਪਾਤਾਂ ਦਾ ਤਾਂ ਉਸਨੂੰ ਬਚਪਨ ਤੋਂ ਹੀ ਕੋਈ ਗਿਆਨ ਨਹੀਂ ਸੀ। ਉਸਨੂੰ ਤਾਂ ਸਿਰਫ ਸੱਚੇ ਤੇ ਪਿਆਰ ਕਰਨ ਵਾ.ਲ਼ੇ ਇਨਸਾਨਾ ਦੀ ਹੀ ਕਦਰ ਕਰਨੀ ਆਉਂਦੀ ਸੀ। ਭਾਵੇਂ ਉਹ ਕਿਸੇ ਵੀ ਰੰਗ,ਧਰਮ,ਨਸਲ ਜਾਂ ਜਾਤ ਨਾ.ਲ ਸਬੰਧਤ ਹੋਣ। ਉਸਨੇ ਆਪਣੇ ਮਾਪਿਆਂ ਨੂੰ ਵੀ ਇਸ ਭੇਦ-ਭਾਵ ਤੋਂ ਬਗੈਰ ਆਪਣਾ ਵਿਆਹ ਕਰਵਾਉਣ ਲਈ ਮਨਾ ਲਿਆ । ਇਸ ਲਈ ਉਸ ਦੇ ਮਾਪਿਆਂ ਨੇ ਉਸ ਦਾ ਪਿਛਲੇ ਸਾਲ ਇੰਡੀਆ ਜਾ ਕੇ ਵਿਆਹ ਕਰ, ਦਿੱਤਾ ਸੀ ।

ਉਹ ਪਾਰਕ ਵਿੱਚ ਲੱਕੜ ਦੇ ਬੈਂਚ ਉੱਪਰ ਆਪਣੇ ਹਮਉਮਰ ਲੜਕੇ ਹਰਜੋਤ ਨਾ.ਲ ਬੈਠੀ ਸੀ। ਕਮਲ ਤੇ ਹਰਜੋਤ ਬਚਪਨ ਦੇ ਦੋਸਤ ਸਨ। ਕਿੰਡਰਗਾਰਡਨ ਤੋਂ ਲੈ ਕੇ ਬਾਰਵੀਂ ਤੱਕ ਦੀ ਪੜ੍ਹਾਈ ਉਹਨਾਂ ਦੋਹਾਂ ਨੇ ਇਕੱਠਿਆਂ ਹੀ ਕੀਤੀ ਸੀ। ਉਹ ਦੋਵੇਂ ਜਣੇ ਆਪਣੀਆਂ ਗੱਲਾਂ ਵਿੱਚ ਮਸਰੂਫ ਸਨ। ਉਹਨਾਂ ਦੇ ਲਾਗੇ ਹੀ ਥੋੜ੍ਹੀ ਕੁ ਦੂਰ 'ਤੇ ਕੁੱਝ ਹੋਰ ਬੈਂਚ ਪਏ ਸਨ। ਉਹਨਾਂ ਉੱਪਰ ਛੇ-ਸੱਤ ਬੀਬੀਆਂ ਬੈਠੀਆਂ ਸਨ। ਇਹ ਬੀਬੀਆਂ ਲਾਗਲੇ ਘਰਾਂ 'ਚ ਹੀ ਰਹਿੰਦੀਆਂ ਸਨ ਤੇ ਇੱਕ ਦੂਜੀ ਦੀਆਂ ਪੂਰੀਆਂ ਸਹੇਲੀਆਂ ਸਨ। ਇਹ ਅਕਸਰ ਹੀ ਇੱਥੇ ਗ਼ਰਮੀਆਂ ਦੀ ਰੁੱਤ ਵਿੱਚ ਤ੍ਰਕਾਲਾਂ ਨੂੰ ਆਉਂਦੀਆਂ ਤੇ ਇੱਕ-ਦੂਜੀ ਨਾ.ਲ ਆਪਣਾ ਦੁੱਖ-ਸੁਖ ਸਾਂਝਾ ਕਰਕੇ ਜਾਂ ਫਿਰ ਇਧਰ-ਉਧਰ ਦੀਆਂ ਗੱਲਾਂ-ਬਾਤਾਂ ਕਰਕੇ ਸੂਰਜ ਛਿੱਪਣ ਨਾ.ਲ ਹੀ ਹੱਸਦੀਆਂ-ਖੇਡਦੀਆਂ ਆਪੋ-ਆਪਣੇ ਘਰਾਂ ਨੂੰ ਚਲੀਆਂ ਜਾਂਦੀਆਂ ।

ਉੱਥੇ ਉਹਨਾਂ ਬੀਬੀਆਂ ਵਿੱਚ ਬੈਠੀ ਇੱਕ ਬੀਬੀ ਗੁਰਮੇਲ ਕੌਰ ਜਿਸ ਨੂੰ ਸਾਰੀਆਂ ਮੇਲੋ ਸੱਦ ਦੀਆਂ ਸਨ। ਉਹ ਆਪਣੇ ਮੂੰਹ 'ਤੇ ਹੱਥ ਧਰ ਦੂਸਰੇ ਬੈਂਚ 'ਤੇ ਬੈਠੀ ਕਮਲ ਵੱਲ ਇਸ਼ਾਰਾ ਕਰਦਿਆਂਹੋਇਆਂ,ਆਪਣੀਆਂ ਸਾਥਣਾ ਤੋਂ ਹੌ.ਲ਼ੀ ਜਿਹੀ ਅਵਾਜ਼ ਵਿੱਚ ਪੁੱਛ ਦੀ ਹੈ।

"ਕੁੜੇ..ਔਹ ਕੁੜੀ ਦਾ ਪ੍ਰਾਹੁਣਾ...ਆ ਗਿਐ.. ਭਲਾ?"

" ਹੂੰ..ਤੂੰ ਆ ਗਏ ਦੀ ਗੱਲ ਕਰਦੀ ਐਂ...ਉਹ ਤਾਂ..ਆ ਕੇ ਚਲੇ ਵੀ

ਗਿਆ।" ਮੇਲੋ ਦੇ ਸਾਹਮਣੇ ਬੈਠੀ ਬੰਸੋ ਮੁਸਕਰੀਆਂ ਭਰੇ ਲਹਿਜ਼ੇ ਵਿੱਚ ਮੇਲੋ ਨੂੰ ਹੱਸ ਕੇ ਜੁਆਬ ਦਿੰਦੀ ਹੈ।

"ਚਲਿਆ ਵੀ ਗਿਐ!ਔਹ ਕੌਣ ਐ... ਜਿਹੜਾ ਇਹਦੇ ਨਾ.ਲ ਬੈਠਾ?"

ਮੇਲੋ ਨੇ ਬੰਸੋ ਵੱਲ ਤੱਕਦੀ ਹੋਈ ਨੇ ਇਹ ਸੁਆਲ ਅਜੇ ਉਸ ਤੋਂ ਪੁੱਛਿਆ ਹੀ ਸੀ ਕਿ ਸਾਰੀਆਂ ਬੀਬੀਆਂ ਮੂੰਹ ਘੁੰਮਾ ਕੇ ਉਸ ਬੈਂਚ ਵੱਲ ਨੂੰ ਵੇਖਣ ਲੱਗੀਆਂ ਜਿੱਥੇ ਕਮਲ ਤੇ ਉਸ ਨਾ.ਲ ਉਸ ਦਾ ਹਮਉਮਰ ਮੁੰਡਾ ਹਰਜੋਤ ਬੈਠਾ ਸੀ।

"ਨੀ... ਐਂ ਨਾ ਦੇਖੋ! ਅਗਲੇ ਸੋਚਣਗੇ.. ਕਿ.. ਸਾਡੀਆਂ.. ਗੱਲਾਂ ਕਰਦੀਆਂ। ਕੋਈ ਹੋਊਗਾ ਸੇਲ੍ਹਾ। ਇੱਥੇ ਕਿਹੜਾ ਅੱਜਕਲ ਦੇ ਨਿਆਣਿਆਂ ਦਾ ਕੁੱਝ ਪਤਾ ਲਗਦੈ।"

ਪਾਲੋ ਜੋ ਪ੍ਰਾਇਮਰੀ ਸਕੂਲ ਵਿੱਚੋਂ ਅਧਿਆਪਕਾ ਰਿਟਾਇਡ ਹੋਈ ਸੀ ਤੇ ਜਿਸਨੂੰ ਪਾਰਕ ਵਿੱਚ ਸਭ ਬੀਬੀਆਂ ਮਾਸਟਰਨੀ ਆਖਦੀਆਂ ਸਨ, ਨੇ ਸਭ ਦਾ ਧਿਆਨ ਕਮਲ ਵੱਲੋਂ ਹਟਾਉਂਦਿਆਂ 'ਤੇ ਆਪਣੇ ਵੱਲ ਨੂੰ ਖਿੱਚਦਿਆਂ ਹੋਇਆਂ ਕਿਹਾ।

"ਭਲਾ ਕੀ ਹੋਇਐ..ਨੀ ਬੰਸੋ?ਏਨੀ ਛੇਤੀ ਉਹ ਚਲਿਆ ਕਾਹਤੋਂ ਗਿਆ?"

ਮੇਲੋ ਆਪਣੀ ਉਤਸੁਕਤਾ ਜ਼ਾਹਿਰ ਕਰਦੀ ਹੋਈ ਬੰਸੋ ਨੂੰ ਫਿਰ ਪੁੱਛਦੀ ਹੈ।

"ਸਹੁੰ ਖਾਓ..ਤੁਹਾਨੂੰ..ਸੱਚੀਂ ਨੀ ਪਤਾ !"

ਬੰਸੋ ਸਾਰੀਆਂ ਬੀਬੀਆਂ ਵੱਲ ਹੈਰਾਨੀ ਭਰੀਆਂ ਨਜ਼ਰਾਂ ਨਾ.ਲ ਵੇਖਦੀ ਹੋਈ ਪੁੱਛਦੀ ਹੈ।

"ਸਹੁੰ ਲੱਗੇ.. ਸਹੁੰ ਲੱਗੇ" ਸਭ ਦੇ ਮੂੰਹੋਂ ਨਿਕ.ਲਦਾ ਹੈ।

ਉਸ ਸਮੇਂ ਉੱਥੇ ਬੀਬੀਆਂ ਦੀ ਢਾਣੀ ਵਿੱਚ ਇਕ ਦਮ ਚੁੱਪ ਪਸਰ ਜਾਂਦੀ ਹੈ ਤੇ ਸਾਰੀਆਂ ਇੱਕ ਦੂਜੀ ਦੇ ਨੇੜੇ ਹੋ ਗੱਲ ਸੁਣਨ ਲਈ ਬੈਠ ਜਾਂਦੀਆਂ ਹਨ।ਉਹ ਸਾਰੀਆਂ ਬੰਸੋ ਦੇ ਮੂੰਹ ਵੱਲ ਇੰਜ ਤੱਕਣ ਲੱਗਦੀਆਂ ਹਨ ਜਿਵੇਂ ਬੱਚੇ ਕੋਈ ਕਹਾਣੀ ਸੁਣਨ ਦੇ ਲਈ ਦਾਦੀ ਮਾਂ ਦੇ ਮੂੰਹ ਵੱਲ ਤੱਕਦੇ ਹਨ।

ਬੰਸੋ ਦੱਸਣ ਲੱਗਦੀ ਹੈ,"ਇੱਕ ਸਾਡੇ ਇੱਥੇ ਜਾਣ-ਪਛਾਣ ਵਾ.ਲੇ ਐ...ਉਹਨਾਂ ਦੇ ਨਾ.ਲ ਏਸ ਕੁੜੀ ਦੀ ਬਹੁਤ ਹੀ ਲਿਹਾਜ ਐ।ਇਹ ਉਹਨਾਂ ਦੀਆਂ ਇੰਸ਼ੋਰੈਂਸਾਂ ਵੀ ਕਰਦੀ ਐ।ਉਹਨਾਂ ਦੀ ਆਪਣੀ ਫੈਕਟਰੀ ਐ... ਡੋਰਾਂ ਦੀ।ਇੱਕ ਦਿਨ ਇਹਨੇ ਉਹਨਾਂ ਨੂੰ ਫ਼ੋਨ ਕੀਤਾ.. ਤੇ ਦੱਸਿਆ.. ਕਿ ਮੇਰੇ ਘਰ ਵਾ.ਲਾ ਇੰਡੀਆ ਤੋਂ ਆ ਗਿਐ।ਉਹ ਅਜੇ ਵਿਹਲਾ ਈ ਐ।ਉਹਦਾ ਇੱਥੇ ਦਿਲ ਨੀ ਲੱਗਦਾ।ਜੇਕਰ ਤੁਹਾਡੇ ਕੋ.ਲ ਫੈਕਟਰੀ ਵਿੱਚ ਕੋਈ ਕੰਮ ਹੈਗਾ ਤਾਂ ਉਸਨੂੰ ਨਾ.ਲ ਲੈ ਜਾਇਆ ਕਰੋ।ਜਿੰਨੀ ਦੇਰ ਉਹਨੂੰ ਹੋਰ ਕੰਮ ਨਹੀਂ ਮਿ.ਲਦਾ ਉੱਨੀ ਦੇਰ ਉਹ ਤੁਹਾਡੇ ਨਾ.ਲ ਕੰਮ ਕਰ ਲਵੇਗਾ।"

"ਆਹੋ ਭਾਈ... ਕੰਮ ਤਾਂ ਐਥੇ ਕਰਨਾ ਈ ਪੈਂਦਾ।ਨਾਲ਼ੇ ਚਾਰ ਪੈਸੇ... ਆ ਜਾਂਦੇ ਨੇ ।"ਪ੍ਰੀਤਮ ਕੌਰ ਨੇ ਸਿਰ ਹਿਲਾਉਂਦੀ ਹੋਈ ਨੇ ਵਿੱਚੋਂ ਹੀ ਕਿਹਾ।

"ਹਾਂ"

ਬੰਸੋ ਆਪਣੀ ਗੱਲ ਨੂੰ ਅੱਗੇ ਤੋਰਦੀ ਦੱਸਣ ਲੱਗੀ,"ਅੱਗੋਂ ਉਹਨਾਂ ਨੇ ਇਹਨੂੰ ਪੁੱਛਿਆ ਕਿ ਉਹਦਾ ਸ਼ੋਸ਼ਲ ਇਨਸ਼ੋਰੈਂਸ ਕਾਰਡ ਆ ਗਿਐ।ਇਹ ਕਹਿੰਦੀ... ਨਹੀਂ,ਅਜੇ ਨੀ ਆਇਆ। ਅੱਗੋਂ ਉਹ ਕਹਿੰਦੇ...ਨਹੀਂ ਫਿਰ ਨੀ ਅਸੀਂ ਅਜੇ ਲਿਜਾ ਸਕਦੇ।"

"ਅੱਜ ਕੱਲ੍ਹ ਤਾਂ ਚੈਕਿੰਗ ਵੀ ਬਹੁਤ ਹੀ ਹੁੰਦੀ ਐ।ਥਾਂ-ਥਾਂ 'ਤੇ....।" ਮਾਸਟਰਨੀ ਪਾਲੋ ਅਜੇ ਆਪਣੀ ਗੱਲ ਅੱਗੇ ਕਰਨ ਹੀ ਲੱਗੀ ਸੀ ਕਿ ਮੇਲੋ ਨੇ ਉਸਦੇ ਗੋਡੇ ਤੇ ਹੱਥ ਮਾਰ ਰੋਕਦਿਆਂ ਹੋਇਆਂ ਤੇ ਬੰਸੋ ਵੱਲ ਨੂੰ ਇਸ਼ਾਰਾ ਕਰਦਿਆਂ ਹੋਇਆਂ ਕਿਹਾ,"ਸੁਣ..ਪਹਿਲਾਂ।ਤੂੰ ਇਹਦੀ ਗੱਲ ਸੁਣ।"

"ਹਾਂ"

ਬੰਸੋ ਆਪਣੀ ਗੱਲ ਅੱਗੇ ਤੋਰਦੀ ਹੈ,"ਉਦੋਂ ਤਾਂ ਉਹਨਾਂ ਨੇ ਇਹਨੂੰ ਜੁਆਬ ਦੇ ਦਿੱਤਾ।"

"ਫੇਰ"

"ਫੇਰ ਕੀ ਹੋਇਆ..ਇੱਕ ਦਿਨ ਉਹਨਾਂ ਨੂੰ ਕੰਮ ਤੇ ਬੰਦੇ ਦੀ ਲੋੜ ਪੈ ਗਈ।ਉਹਨਾਂ ਨੇ ਇਹਨੂੰ ਫ਼ੋਨ ਕਰ ਲਿਆ ਕਿ ਜੇ ਤੇਰੇ ਘਰਵਾ਼ਲਾ ਅਜੇ.. ਵਿਹਲਾ ਹੈ ਤਾਂ ਅਸੀਂ ਉਹਨੂੰ ਆ ਕੇ... ਕੰਮ 'ਤੇ ਲੈ ਜਾਂਦੇ ਹਾਂ।ਸਾਨੂੰ ਅੱਜ ਬੰਦੇ ਦੀ ਲੋੜ ਆ...ਅੱਗੋਂ ਇਹ ਕਹਿੰਦੀ ਉਹ ਤਾਂ ਮੈਂ ਇੰਡੀਆ ਭੇਜ ਤਾ...ਪੱਕਾ ਈ..।"

"ਪੱਕਾ ਈ!"

"ਉਹ ਕਾਹਤੋਂ?" ਮੇਲੋ ਹੈਰਾਨ ਹੋਈ ਪੁੱਛਣ ਲੱਗੀ।

ਛਾਣੀ ਵਿੱਚ ਬੈਠੀਆਂ ਸਾਰੀਆਂ ਬੀਬੀਆਂ ਅੱਗੋਂ ਕੀ ਹੋਇਆ ? ਸੁਣਨ ਲਈ ਤਤਪਰ ਹੋ, ਚੁੱਪ-ਚਾਪ ਬੰਸੋ ਦੇ ਮੂੰਹ ਵੱਲ ਨੂੰ ਤੱਕਣ ਲੱਗੀਆਂ।

ਬੰਸੋ ਵੀ ਆਪਣੀ ਕਹਾਣੀ ਨੂੰ ਪੂਰੀ ਕਰਦਿਆਂ ਦੱਸਣ ਲੱਗੀ,"ਇੱਕ ਦਿਨ ਉਹਨੇ ਕਿਤੇ ਪਾਰਕ ਵਿੱਚ ਕਿਸੇ ਗੋਰੀ ਨੂੰ ਛੇੜ ਦਿੱਤਾ।ਉਹਨੇ ਅਗਲੀ ਨੇ... ਉਹਦੇ 'ਤੇ ਚਾਰਜ ਲੁਆ ਦਿੱਤੇ।ਬੱਸ ਫੇਰ ਕੀ ਸੀ... ਕੇਸ ਕੋਰਟ ਵਿੱਚ ਚਲਾ ਗਿਆ।ਅੱਗੋਂ ਜੱਜ ਇਹਨੂੰ ਕਹਿਣ ਲੱਗਾ ਕਿ ਦੋ ਹੀ ਗੱਲਾਂ ਨੇ... ਜਾਂ ਤਾਂ ਫਿਰ ਇਹਨੂੰ ਸਜ਼ਾ ਮਿ਼ਲੂਗੀ ਜਾਂ ਫਿਰ ਇਸ ਨੂੰ ਡਿਪੋਟ ਕੀਤਾ ਜਾਊ।ਅੱਗੋਂ... ਇਹ ਕਹਿੰਦੀ..ਤੁਸੀਂ ਇਹਨੂੰ ਡਿਪੋਟ ਹੀ ਕਰ ਦਿਓ।ਜਿਹਨੇ ਆਉਂਦੇ ਨੇ ਹੀ...ਏਡਾ ਵੱਡਾ.. ਕੰਮ ਕਰ ਦਿੱਤਾ ਤਾਂ ਪੂਰੀ ਜ਼ਿੰਦਗੀ ਇਹਦੇ 'ਤੇ ਮੈਂ ਕਿਵੇਂ ਭਰੋਸਾ ਕਰੂੰਗੀ।ਮੈਨੂੰ ਨਹੀਂ ਚਾਹੀਦਾ ਇਹੋ ਜਿਹਾ ਬੰਦਾ ।ਇਸ ਤਰ੍ਹਾਂ ਇਹਨੇ...ਉਹਨੂੰ ਇੱਥੋਂ... ਡਿਪੋਟ ਹੀ ਕਰਵਾ

ਦਿੱਤਾ।"

ਬੰਸੋ ਕਹਾਣੀ ਸੁਣਾ ਸਾਰੀਆਂ ਬੀਬੀਆਂ ਦੇ ਮੂੰਹ ਵੱਲ ਨੂੰ ਵੇਖਣ ਲੱਗੀ।ਸਭ ਆਪੋ-ਆਪਣੀ ਬਿਆਨਬਾਜ਼ੀ ਕਰ ਰਹੀਆਂ ਸਨ।

"ਹੈ ਲੋੜ੍ਹਾ!,ਦੇਖ ਲਵੋ।"

"ਅੱਜਕੱਲ ਦੇ ਜੁਆਕ...!"

"ਪ੍ਰਵਾਹ ਨੀ.. ਕਰਦੇ... ਕਿਸੇ ਦੀ।"

" ਮਿੰਟ ਲਾਉਂਦੇ ਨੇ....।"

"ਰਿਸ਼ਤੇ ਤਾਂ ਇਹਨਾਂ ਭਾਂਦੇ ਖੇਡ ਈ ਐ।"

"ਹੁਣ ਨੀ ਕਦਰ,ਹੁਣ ਨੀ ਕਦਰ"

ਉੱਥੇ ਬੈਠੀਆਂ ਸਭ ਬੀਬੀਆਂ ਆਪੋ-ਆਪਣੇ ਵਿਚਾਰ ਪੇਸ਼ ਕਰ ਰਹੀਆਂ ਸਨ।ਪਾਲੋ ਜਿਹੜੀ ਚੁੱਪ-ਚਾਪ ਬੈਠੀ ਸਾਰੀ ਗੱਲ ਬੜੇ ਧਿਆਨ ਨਾਲ਼ ਸੁਣ ਰਹੀ ਸੀ ।ਉਹ ਹਉਕਾ ਲੈ ਕੇ ਆਖਣ ਲੱਗੀ,"ਸਾਡੇ ਵੇਲ਼ੇ ਵੀ ਕਿਹੋ-ਜਿਹੇ ਸਨ? ਅਸੀਂ ਕਿੰਨੀਆਂ ਭੋਲ਼ੀਆਂ ਸਾਂ!ਅਸੀਂ ਭਲਾ ਏਡਾ ਵੱਡਾ ਕਦਮ ਏਨੀ ਛੇਤੀ ਚੁੱਕ ਸਕਦੀਆਂ ਸਾਂ? ਬੰਦਾ ਚਾਹੇ ਸਾਡਾ ਜਿੰਨਾ ਮਰਜੀ ਸ਼ਰਾਬੀ-ਕੁਆਬੀ ਤੇ ਐਬੀ-ਵੈਲੀ ਹੋਵੇ ਉਵੇਂ ਹੀ ਸਾਰੀ ਜ਼ਿੰਦਗੀ ਉਹਨੂੰ ਜੀ-ਜੀ ਕਰਦੀਆਂ ਨੇ ਕੱਢ ਦੇਣੇ, ਤੇ ਆਹ ਹੁਣ ਵੇਖ ਲਵੋ..ਨਿਆਣੇ ਇੱਕ ਮਿੰਟ ਨੀ ਲਾਉਂਦੇ।ਜ਼ਿੰਦਗੀ ਦੇ ਵੱਡੇ-ਵੱਡੇ ਫੈਸਲੇ ਇਕੱਲੇ ਹੀ ਲੈ-ਲੈਂਦੇ ਹਨ।

"ਨਵੀਂ ਪਨੀਰੀ ਐ ਨਾ।"ਬੰਸੋ ਨੇ ਹੱਸਦੀ ਹੋਈ ਨੇ ਕਿਹਾ।

•

ਉਹ ਮੈਂ ਹੀ ਸੀ

ਟੈਲੀਫ਼ੋਨ ਦੀ ਘੰਟੀ ਟਰਨ-ਟਰਨ ਕਰਕੇ ਵੱਜ ਰਹੀ ਸੀ। ਬਲਵਿੰਦਰ ਨੇ ਉੱਠ ਕੇ ਵੇਖਿਆ ਤਾਂ ਕਾਲਰ ਆਈ.ਡੀ ਉੱਤੇ ਬਲਦੀਪ ਦਾ ਫ਼ੋਨ ਆ ਰਿਹਾ ਸੀ। ਬਲਵਿੰਦਰ ਨੇ ਫ਼ੋਨ ਉਠਾਇਆ ਤਾਂ ਬਲਦੀਪ ਨੇ ਪਹਿਲਾਂ ਬਲਵਿੰਦਰ ਨੂੰ ਸਤਿ ਸ੍ਰੀ ਅਕਾਲ ਬੁਲਾਈ ਤੇ ਫਿਰ ਨਾ.ਲ ਹੀ ਪੁੱਛਿਆ,"ਦੀਦੀ ਕੀ ਤੁਸੀਂ ਅੱਜ ਸਾਡੇ ਘਰ ਆ ਸਕਦੇ ਹੋ?"

"ਹਾਂ ਆ ਸਕਦੀ ਹਾਂ। ਕੀ ਗੱਲ ਹੋ ਗਈ? ਸੁੱਖ ਹੈ,ਸਵੇਰੇ-ਸਵੇਰੇ!" ਬਲਵਿੰਦਰ ਨੇ ਬਲਦੀਪ ਨੂੰ ਬੜੀ ਹੈਰਾਨੀ ਨਾ.ਲ ਪੁੱਛਿਆ।

"ਹਾਂ, ਸੁੱਖ ਤਾਂ ਹੈ ਪਰ ਅਮਨ।"

"ਪਰ ਅਮਨ ਕੀ?"

"ਦੀਦੀ ਅਮਨ ਨੇ ਦੋ-ਤਿੰਨ ਦਿਨਾਂ ਦੀ ਘਰ ਵਿੱਚ ਬਹੁਤ ਹੀ ਲੜਾਈ ਪਾਈ ਹੋਈ ਹੈ। ਉਹ ਕਹਿੰਦੀ ਕਿ ਮੈਂ ਇੰਡੀਆ ਨਹੀਂ ਜਾਣਾ। ਜਦ ਕਿ ਹੁਣ ਸਾਰੀਆਂ ਤਿਆਰੀਆਂ ਹੋ ਚੁੱਕੀਆਂ ਹਨ। ਛੁੱਟੀਆਂ ਲੈ ਲਈਆਂ,ਟਿਕਟਾਂ ਚੁੱਕ ਲਈਆਂ ਅਤੇ ਸਾਰੀ ਸ਼ੌਪਿੰਗ ਵੀ ਕਰ ਲਈ ਹੈ। ਇੰਡੀਆ ਵਾ.ਲੇ ਰਿਸ਼ਤੇਦਾਰ ਵੀ ਸਾਰੇ ਸਾਨੂੰ ਉਡੀਕ ਰਹੇ ਹਨ। ਵੀਰੇ ਹੁਣਾਂ ਨੇ ਤਾਂ ਸਾਡੇ ਆਉਣ ਦੇ ਚਾਅ 'ਚ ਘਰ 'ਤੇ ਕਾਫੀ ਪੈਸੇ ਵੀ ਖਰਚ ਦਿੱਤੇ ਹਨ। ਇਹ ਮੈਡਮ ਹੁਣ ਕਹਿੰਦੀ ਮੈਂ ਨਹੀਂ ਜਾਣਾ। ਮੇਰੀ ਟਿਕਟ ਕੈਂਸਲ ਕਰਵਾ ਦੇ।"

ਬਲਦੀਪ ਨੇ ਸਾਰੀਆਂ ਗੱਲਾਂ ਬਲਵਿੰਦਰ ਨੂੰ ਭੁਰਨ-ਭੁਰਨ ਕਰਕੇ ਫ਼ੋਨ ਉੱਪਰ ਹੀ ਦੱਸ ਦਿੱਤੀਆਂ। ਬਲਵਿੰਦਰ ਨੇ ਅਮਨ ਨੂੰ ਉਸ ਦੇ ਘਰ ਜਾ ਕੇ ਸਮਝਾਉਣ ਦਾ ਬਲਦੀਪ ਵਾਅਦਾ ਨਾ.ਲ ਕਰਕੇ ਆਪਣਾ ਫ਼ੋਨ ਰੱਖ ਦਿੱਤਾ। ਉਹ ਨਾਸ਼ਤਾ ਕਰਕੇ ਤੇ ਥੋੜ੍ਹਾ ਬਹੁਤਾ ਘਰ ਦਾ ਕੰਮ ਨਿਪਟਾ ਕੇ ਅਮਨ ਦੇ ਘਰ ਪਹੁੰਚ ਗਈ। ਅਮਨ ਨੇ ਦਰਵਾਜ਼ਾ ਖੋਲ੍ਹਿਆ। ਉਹ ਬਲਵਿੰਦਰ ਨੂੰ ਆਪਣੇ ਘਰ ਬਿਨਾਂ ਦੱਸੇ ਆਈ ਨੂੰ ਵੇਖ ਕੇ ਬੜੀ ਹੈਰਾਨ ਹੋਈ। ਉਸਨੇ ਬਲਵਿੰਦਰ ਨੂੰ ਫੈਮਲੀ ਰੂਮ ਵਿੱਚ ਪਏ ਸੋਫੇ 'ਤੇ ਬੈਠਣ ਲਈ ਕਿਹਾ। ਬਲਵਿੰਦਰ ਨੂੰ ਉਸ ਦਾ ਹਾਲ-ਚਾਲ ਪੁੱਛ ਕੇ ਉਹ ਕਿਚਨ ਕਾਊਂਟਰ ਤੋਂ ਕਾਰ ਦੀਆਂ ਚਾਬੀਆਂ ਚੁੱਕ ਲਿਆਈ ਤੇ ਕਹਿਣ ਲੱਗੀ,"ਦੀਦੀ ਮੈਂ ਪ੍ਰੀਆ ਨੂੰ ਉਸਦੀ ਸਹੇਲੀ ਦੇ ਘਰ ਪੰਜ ਮਿੰਟਾਂ ਵਿੱਚ ਹੀ ਛੱਡ ਕਿ ਵਾਪਸ ਆਉਂਦੀ ਹਾਂ ਜਦ ਤੱਕ ਤੁਸੀਂ ਬੈਠੋ।"

ਏਨਾ ਆਖਦੀ ਹੋਈ ਅਮਨ ਨੇ ਬਲਵਿੰਦਰ ਲਈ ਟੀ ਵੀ ਔਨ ਕਰ ਦਿੱਤਾ। ਉਹ ਪ੍ਰੀਆ ਨੂੰ ਉਸ ਦੀ ਸਹੇਲੀ ਦੇ ਘਰ ਛੱਡਣ ਚਲੀ ਗਈ। ਬਲਵਿੰਦਰ ਕੰਧ ਉੱਤੇ ਲੱਗੀਆਂ ਅਮਨ,ਬਲਦੀਪ ਤੇ ਬੱਚਿਆਂ ਦੀਆਂ ਤਸਵੀਰਾਂ ਵੇਖਣ ਲੱਗ ਪਈ। ਗੋਰੀ ਚਿੱਟੀ ਤੇ ਗੋਲ਼-ਮਟੋਲ਼ ਜਿਹੀ ਅਮਨ ਕਿਸੇ ਐਕਟਰੈੱਸ ਤੋਂ ਘੱਟ ਨਹੀਂ ਸੀ ਲੱਗ ਰਹੀ। ਉਸ ਦੇ ਦੋਵੇਂ ਬੱਚੇ ਤੇ ਉਸ ਦਾ ਪਤੀ ਬਲਦੀਪ ਬਹੁਤ ਸੁਹਣੇ ਲੱਗ ਰਹੇ ਸਨ। ਬੇਟੀ ਵੱਡੀ ਸੀ ਜਿਹੜੀ ਕਿ ਅਮਨ ਦੀ ਹੀ ਹੂਬਹੂ ਕਾਪੀ ਸੀ। ਛੋਟੂ ਤਾਂ ਬਿਲਕੁਲ ਹੀ ਆਪਣੇ ਪਾਪਾ ਵਰਗਾ ਲਗਦਾ ਸੀ-ਪਤਲਾ ਜਿਹਾ ਤੇ ਥੋੜ੍ਹਾ ਜਿਹਾ ਸਾਂਵਲਾ।

"ਗੱਲ ਪਤਾ ਨਹੀਂ ਕਿ ਕੀ ਹੈ? ਅਮਨ ਪਤਾ ਨਹੀਂ ਕਿਉਂ ਨਹੀਂ ਇੰਡੀਆ ਜਾਣਾ ਚਾਹੁੰਦੀ?"

ਬਲਵਿੰਦਰ ਅਜੇ ਅਮਨ ਬਾਰੇ ਸੋਚ ਹੀ ਰਹੀ ਸੀ ਤੇ ਅਮਨ ਪ੍ਰੀਆ ਨੂੰ ਛੱਡ ਕਿ ਵਾਪਸ ਆ ਗਈ। ਉਹ ਬਲਵਿੰਦਰ ਦੇ ਨਾਲ਼ ਹੀ ਉਸੇ ਸੋਫੇ 'ਤੇ ਬੈਠਦੀ ਹੋਈ ਹੱਸ ਕੇ ਬੋਲੀ,"ਹਾਂ ਦੀਦੀ,ਹੋਰ ਦੱਸੋ। ਤੁਹਾਡੇ ਕੀ ਹਾਲ-ਚਾਲ ਨੇ?"

ਮੇਰੇ ਤਾਂ ਹਾਲ-ਚਾਲ ਦੋਨੋਂ ਹੀ ਵਧੀਆ ਹਨ। ਤੂੰ ਦੱਸ ਅਮਨ ਤੇਰਾ ਕੀ ਹਾਲ ਹੈ?ਕਰ ਲਈ ਤੂੰ ਇੰਡੀਆ ਜਾਣ ਦੀ ਤਿਆਰੀ?"ਬਲਵਿੰਦਰ ਨੇ ਵੀ ਹੱਸਦੀ ਹੋਈ ਨੇ, ਅਮਨ ਨੂੰ ਪੁੱਛਿਆ।

ਬਲਵਿੰਦਰ ਦੇ ਮੂੰਹੋਂ ਕਰ ਲਈ ਤਿਆਰੀ ਇੰਡੀਆ ਜਾਣ ਦੀ ਇਹ ਸ਼ਬਦ ਸੁਣ ਕੇ ਅਮਨ ਥੋੜ੍ਹਾ ਜਿਹਾ ਚੁੱਪ ਕਰ ਗਈ। ਉਹ ਬਲਵਿੰਦਰ ਦੇ ਮੂੰਹ ਵੱਲ ਨੂੰ ਵੇਖਣ ਲੱਗੀ। ਬਲਵਿੰਦਰ ਨੇ ਵੀ ਉਹ ਸਭ-ਕੁੱਝ ਅਮਨ ਦੀਆਂ ਅੱਖਾਂ ਵਿੱਚੋਂ ਪੜ੍ਹ ਲਿਆ ਜੋ ਅੱਜ ਉਸਦੇ ਪਤੀ ਬਲਦੀਪ ਨੇ ਉਸ ਨੂੰ ਫ਼ੋਨ ਉੱਪਰ ਦੱਸਿਆ ਸੀ।

"ਨਹੀਂ ਦੀਦੀ ਤਿਆਰੀ ਹੋਈ ਹੀ ਪਈ ਹੈ।" ਅਮਨ ਦੁਖੀ ਮਨ ਦੇ ਨਾਲ਼ ਢਿੱਲੀ ਜਿਹੀ ਹੋ ਕੇ ਬੋਲੀ।

"ਹੋਈ ਹੀ ਪਈ ਹੈ! ਇਸ ਦਾ ਕੀ ਮਤਲਬ ਅਮਨ?ਕੀ ਗੱਲ ਤੂੰ ਇੰਡੀਆ ਜਾਣ ਵਿੱਚ ਖੁਸ਼ ਨਹੀਂ?"

"ਹਾਂ ਦੀਦੀ,ਮੈਂ ਇੰਡੀਆ ਜਾਣਾ ਨਹੀਂ ਚਾਹੁੰਦੀ।"

"ਜਾਣਾ ਨਹੀਂ ਚਾਹੁੰਦੀ!"ਬਲਵਿੰਦਰ ਨੇ ਜਾਣਦਿਆਂ ਹੋਇਆਂ ਵੀ ਹੈਰਾਨੀ ਭਰੇ ਲਹਿਜ਼ੇ ਵਿੱਚ ਪੁੱਛਿਆ।

"ਹਾਂ,ਦੀਦੀ ਮੈਂ ਨਹੀਂ ਜਾਣਾ ਇੰਡੀਆ।"

"ਪਰ ਕਿਉਂ?"

"ਬੱਸ ਉਂਜ ਹੀ।"

"ਕਾਰਨ ਤਾਂ ਕੋਈ ਜ਼ਰੂਰ ਹੋਵੇਗਾ?"

"ਨਹੀਂ ਦੀਦੀ ਕੋਈ ਕਾਰਨ ਨਹੀਂ ਹੈ।"ਅਮਨ ਨੇ ਆਪਣੀ ਗੱਲ ਨੂੰ ਛੁਪਾਉਂਦਿਆਂ ਹੋਇਆਂ ਕਿਹਾ।

"ਨਹੀਂ ਅਮਨ ਇਸ ਤਰ੍ਹਾਂ ਕਿੰਜ ਹੋ ਸਕਦਾ ਹੈ ਕਿ ਬਗੈਰ ਕਾਰਨ ਤੂੰ ਆਪਣਾ ਪ੍ਰੋਗਰਾਮ ਕੈਂਸਲ ਕਰ ਦੇਵੇਂ।ਤੂੰ ਅਜੇ ਮੈਨੂੰ ਪਿਛਲੇ ਹਫਤੇ ਹੀ ਦੱਸਿਆ ਸੀ ਕਿ ਤੁਸੀਂ ਇੰਡੀਆ ਜਾਣਾ ਹੈ।ਬਲਦੀਪ ਨੂੰ ਛੁੱਟੀਆਂ ਵੀ ਮਿਲ਼ ਗਈਆਂ, ਟਿਕਟਾਂ ਵੀ ਲੈ ਲਈਆਂ ਤੇ ਸਾਰੀਆਂ ਤਿਆਰੀਆਂ ਵੀ ਕਰ ਲਈਆਂ।ਫਿਰ ਅਚਾਨਕ ਤੈਨੂੰ ਕੀ ਹੋ ਗਿਆ?"

ਅਮਨ ਬਲਵਿੰਦਰ ਦੀ ਗੱਲ ਸੁਣ ਕੇ ਕੁੱਝ ਨਾ ਬੋਲੀ ਤੇ ਨੀਵੀਂ ਪਾਈ ਬੈਠੀ ਰਹੀ।ਬਲਵਿੰਦਰ ਨੇ ਪਿਆਰ ਨਾਲ਼ ਉਸ ਦੇ ਸਿਰ ਤੇ ਹੱਥ ਰੱਖ ਉਸ ਨੂੰ ਫਿਰ ਪੁੱਛਿਆ,"ਅਮਨ ਤੂੰ ਮੈਨੂੰ ਦੱਸ ਤਾਂ ਸਹੀ ਕਿ ਵਿੱਚੋਂ ਗੱਲ ਕੀ ਹੈ? ਸ਼ਾਇਦ ਮੈਂ ਤੇਰੀ ਕੋਈ ਮਦਦ ਕਰ ਸਕਾਂ।ਤੂੰ ਐਨ ਮੌਕੇ 'ਤੇ ਆ ਕੇ ਕਿਉਂ ਬਦਲ ਰਹੀ ਹੈਂ? ਤੈਨੂੰ ਪਤਾ ਹੈ ਕਿ ਇਸ ਤਰ੍ਹਾਂ ਤੇਰੇ ਨਾ ਜਾਣ ਦੇ ਨਾਲ਼ ਬਲਦੀਪ ਦਾ ਮਨ ਕਿੰਨਾ ਖਰਾਬ ਹੋਵੇਗਾ।ਉਸ ਵਿਚਾਰੇ ਨੇ ਵੀ ਕਿੰਨੇ ਸਾਲਾਂ ਦੇ ਬਾਅਦ ਇੰਡੀਆ ਜਾਣਾ ਹੈ।ਉਸ ਦਾ ਵੀ ਆਪਣੇ ਭੈਣ-ਭਰਾਵਾਂ ਨੂੰ ਮਿਲਣ ਦੇ ਲਈ ਦਿਲ ਕਰਦਾ ਹੋਵੇਗਾ।"

ਬਲਵਿੰਦਰ ਦੇ ਵਾਰ-ਵਾਰ ਪੁੱਛਣ 'ਤੇ ਵੀ ਅਮਨ ਕੋਈ ਲੜ ਸਿਰਾ ਨਹੀਂ ਸੀ ਫੜਾ ਰਹੀ।ਉਹੀ ਅਮਨ ਸੀ ਜੋ ਪਿਛਲੇ ਚਾਰ ਸਾਲਾਂ ਤੋਂ ਆਪਣੀ ਹਰ ਸਲਾਹ ਬਲਵਿੰਦਰ ਤੋਂ ਲਿਆ ਕਰਦੀ ਸੀ।ਇੱਥੋਂ ਤੱਕ ਕੇ ਉਸ ਦਾ ਪਤੀ ਬਲਦੀਪ ਵੀ ਬਲਵਿੰਦਰ ਦਾ ਬਹੁਤ ਹੀ ਸਤਿਕਾਰ ਕਰਦਾ ਸੀ।ਬਲਵਿੰਦਰ ਹੀ ਸੀ ਜਿਸਨੇ ਇਸ ਜੋੜੇ ਦੇ ਜੀਵਨ ਵਿੱਚ ਖੁਸ਼ਹਾਲੀ ਭਰੀ ਸੀ।ਜਿਸਦੇ ਕਾਰਨ ਉਹਨਾਂ ਦੇ ਵਿਹੜੇ 'ਚ ਇੱਕ ਚੰਦ ਜਿਹਾ ਲਾਲ ਖੇਡ ਰਿਹਾ ਸੀ।ਅੱਜ ਤੋਂ ਤਕਰੀਬਨ ਚਾਰ ਕੁ ਸਾਲ ਪਹਿਲਾਂ ਅਮਨ ਬਲਵਿੰਦਰ ਨੂੰ ਮਿਲ਼ੀ ਸੀ।ਉਸ ਸਮੇਂ ਉਹ ਬਹੁਤ ਹੀ ਜ਼ਿਆਦਾ ਮਾਨਸਿਕ ਤਣਾਓ ਵਿੱਚੋਂ ਗੁਜ਼ਰ ਰਹੀ ਸੀ ਕਿਉਂਕਿ ਉਸ ਦੀ ਪ੍ਰੈਗਨੈਂਸੀ ਖਰਾਬ ਹੋ ਗਈ ਸੀ।ਉਸ ਦੇ ਪਹਿਲੇ ਵਿਆਹ ਦੀ ਇੱਕ ਬੇਟੀ ਸੀ ਪ੍ਰੀਆ।ਉਸ ਤੋਂ ਬਾਅਦ ਉਸਦਾ ਪਤੀ ਨਾਲੋਂ ਕਿਸੇ ਕਾਰਨ ਕਰਕੇ ਤਲਾਕ ਹੋ ਗਿਆ ਸੀ। ਉਸ ਦਾ ਦੂਜਾ ਵਿਆਹ ਬਲਦੀਪ ਨਾਲ਼ ਹੋਇਆ ਸੀ।

ਬਲਦੀਪ ਇੱਕ ਬਹੁਤ ਹੀ ਸਾਊ ਅਤੇ ਮਿਹਨਤੀ ਲੜਕਾ ਸੀ।ਉਹ ਅਮਨ ਨੂੰ ਬਹੁਤ ਹੀ ਪਿਆਰ ਕਰਦਾ।ਉਸ ਦੀ ਬੇਟੀ ਪ੍ਰੀਆ ਨੂੰ ਵੀ ਆਪਣੀ ਅਸਲੀ ਧੀ ਹੀ ਸਮਝਦਾ ਤੇ ਉਹਨਾਂ ਦੋਹਾਂ ਦਾ ਪੂਰਾ ਖਿਆਲ ਰੱਖਦਾ।ਪਰ ਅਮਨ ਨੂੰ ਪਤਾ ਨਹੀਂ ਕੀ ਹੋ ਗਿਆ ਉਹ ਆਪਣੇ ਪਹਿਲੇ ਪਤੀ ਨੂੰ ਦਿਮਾਗ ਵਿੱਚੋਂ ਨਹੀਂ ਸੀ ਕੱਢ ਸਕੀ।ਉਸ ਦੇ ਨਾਲ਼ ਹੰਢਾਏ ਪਲ਼ ਅਤੇ ਉਸ ਦੁਆਰਾ ਸ਼ਰਾਬ ਪੀ ਕੇ ਉਸ ਦੇ ਨਾਲ਼ ਕੀਤੀਆਂ ਜ਼ਿਆਦਤੀਆਂ ਹਮੇਸ਼ਾਂ ਹੀ ਉਸਨੂੰ ਪ੍ਰੇਸ਼ਾਨ ਕਰਦੀਆਂ।ਇਸੇ

ਪ੍ਰੇਸ਼ਾਨੀ ਦੇ ਕਾਰਨ ਹੀ ਉਹ ਬਲਦੀਪ ਦੇ ਨਾਲ਼ ਵਧੀਆ ਸਬੰਧ ਬਣਾਉਣ ਵਿੱਚ ਸਫਲ ਨਹੀਂ ਸੀ ਹੋ ਰਹੀ।ਇਸੇ ਤਣਾਅ ਕਾਰਨ ਹੀ ਉਸ ਦੀ ਪ੍ਰੈਗਨੈਂਸੀ ਅੱਠਵੇਂ ਮਹੀਨੇ ਹੀ ਖਰਾਬ ਹੋ ਗਈ। ਉਸ ਦਾ ਬੱਚਾ, ਜੋ ਲੜਕਾ ਸੀ, ਅੰਦਰ ਹੀ ਖਤਮ ਹੋ ਗਿਆ ਸੀ।ਜਿਸਨੇ ਅਮਨ ਨੂੰ ਹੋਰ ਵੀ ਤਣਾਅ ਗ੍ਰਸਤ ਕਰ ਦਿੱਤਾ ਸੀ।ਉਹ ਹਰ ਸਮੇਂ ਆਪਣੇ ਬੱਚੇ ਨੂੰ ਯਾਦ ਕਰਕੇ ਰੋਂਦੀ ਰਹਿੰਦੀ।ਸਾਰਾ-ਸਾਰਾ ਦਿਨ ਅੰਦਰ ਹੀ ਪਈ ਰਹਿੰਦੀ।ਉਹ ਨਾ ਘਰ ਤੋਂ ਬਾਹਰ ਨਿਕਲ਼ਦੀ ਤੇ ਨਾ ਹੀ ਕਿਸੇ ਨਾਲ਼ ਗੱਲ ਕਰਦੀ। ਘਰ ਦਾ ਕੋਈ ਵੀ ਕੰਮ ਨਾ ਕਰਦੀ ਤੇ ਨਾ ਹੀ ਆਪਣੀ ਸਿਹਤ ਦਾ ਖਿਆਲ ਰੱਖਦੀ।ਉਸ ਦਾ ਭਾਰ ਵੀ ਪਹਿਲਾਂ ਨਾਲੋਂ ਕਿੰਨਾ ਹੀ ਵਧ ਗਿਆ।ਉਸ ਦੀ ਅਜਿਹੀ ਹਾਲਤ ਵੇਖ ਕਿ ਉਸ ਦੇ ਪਤੀ ਬਲਦੀਪ ਨੇ ਕਈ ਮਾਹਿਰ ਡਾਕਟਰਾਂ ਦੀ ਸਲਾਹ ਲਈ।ਸਭ ਦਾ ਇਹੋ ਹੀ ਕਹਿਣਾ ਸੀ ਕਿ ਇਹੋ ਜਿਹੇ ਕੇਸ 'ਚ ਅਕਸਰ ਹੀ ਅਜਿਹਾ ਹੋ ਜਾਂਦਾ ਹੈ।ਇਸ ਦਾ ਵਧੀਆ ਇਲਾਜ ਇਹੋ ਹੀ ਹੈ ਕਿ ਮਰੀਜ਼ ਨੂੰ ਵਧੀਆ ਮਹੌਲ ਦਿੱਤਾ ਜਾਵੇ।ਜੇਕਰ ਮਰੀਜ਼ ਹੱਸਣ-ਖੇਡਣ ਵਾਲ਼ੇ ਮਹੌਲ ਵਿੱਚ ਰਹੇਗਾ ਤਾਂ ਉਸ ਦਾ ਧਿਆਨ ਵੀ ਉੱਧਰ ਹੀ ਲੱਗ ਜਾਵੇਗਾ।ਇਸ ਤਰ੍ਹਾਂ ਉਹ ਆਪਣੇ ਆਪ ਹੀ ਜਲਦੀ ਠੀਕ ਹੋ ਸਕਦਾ ਹੈ।ਇਸ ਤਰ੍ਹਾਂ ਡਾਕਟਰਾਂ ਦੀ ਰਾਇ ਮੰਨ ਕੇ ਬਲਦੀਪ ਨੇ ਅਮਨ ਨੂੰ ਦੋ ਮਹੀਨੇ ਦੀਆਂ ਟਿਕਟਾਂ ਲੈ ਕੇ ਇੰਡੀਆ ਭੇਜ ਦਿੱਤਾ।ਉਸ ਨੇ ਸੋਚਿਆ ਕਿ ਉੱਥੇ ਉਸ ਦਾ ਸੰਯੁਕਤ ਪਰਿਵਾਰ ਹੈ।ਘਰ ਦੇ ਕਾਫੀ ਮੈਂਬਰ ਹਨ।ਸਾਰੇ ਅਮਨ ਦਾ ਖਿਆਲ ਰੱਖਣਗੇ।ਇਸ ਦੇ ਨਾਲ਼ ਅਮਨ ਛੇਤੀ ਠੀਕ ਹੋ ਜਾਵੇਗੀ।ਆਂਢ-ਗੁਆਂਢ ਅਤੇ ਰਿਸ਼ਤੇਦਾਰਾਂ ਨੂੰ ਮਿਲਣ ਦੇ ਨਾਲ਼ ਇਸਦਾ ਮਨ ਵੀ ਬਦਲ ਜਾਵੇਗਾ।

ਬਲਦੀਪ ਨੇ ਜੋ ਸੋਚਿਆ ਸੀ ਪਰ ਹੋਇਆ ਉਸ ਤੋਂ ਉਲਟ।ਅਮਨ ਜਦ ਦੋ ਮਹੀਨੇ ਬਾਅਦ ਵਾਪਸ ਆਈ ਤਾਂ ਉਹਦੀ ਹਾਲਤ ਪਹਿਲਾਂ ਨਾਲੋਂ ਜ਼ਿਆਦਾ ਖਰਾਬ ਹੋ ਗਈ ਸੀ।ਉਹ ਹੁਣ ਰੋਂਦੀ ਤਾਂ ਨਹੀਂ ਸੀ ਪਰ ਬੋਲਦੀ ਵੀ ਨਹੀਂ ਸੀ।ਉਹ ਸਾਰਾ ਦਿਨ ਗੁੰਮ-ਸੁੰਮ ਜਿਹੀ ਹੋਈ ਰਹਿੰਦੀ।ਘਰ ਦਾ ਕੰਮ ਵੀ ਉਸਦਾ ਉਂਜ ਹੀ ਪਿਆ ਰਹਿੰਦਾ ਜੋ ਬਲਦੀਪ ਕੰਮ ਤੋਂ ਆ ਕੇ ਕਰਦਾ।ਬਲਦੀਪ ਵੀ ਅਮਨ ਦੀ ਇਹ ਹਾਲਤ ਵੇਖ ਕੇ ਕਾਫੀ ਚਿੰਤਤ ਸੀ।ਕੰਮ 'ਤੇ ਵੀ ਉਸਦਾ ਮਨ ਨਾ ਲਗਦਾ।ਉਹ ਕੰਮ ਤੋਂ ਛੁੱਟੀਆਂ ਵੀ ਨਹੀਂ ਸੀ ਕਰ ਸਕਦਾ ਕਿਉਂਕਿ ਘਰ ਦਾ ਸਾਰਾ ਖਰਚਾ ਵੀ ਉਸਦੇ ਸਿਰ 'ਤੇ ਹੀ ਚੱਲਦਾ ਸੀ।ਉਹ ਹਮੇਸ਼ਾਂ ਹੀ ਅਮਨ ਬਾਰੇ ਸੋਚਦਾ ਰਹਿੰਦਾ।

ਇੱਕ ਦਿਨ ਉਹ ਕੰਮ ਤੋਂ ਘਰ ਨੂੰ ਵਾਪਸ ਆ ਰਿਹਾ ਸੀ।ਜਦ ਉਸਨੇ ਕਾਰ ਦਾ ਰੇਡੀਓ ਔਨ ਕੀਤਾ ਤਾਂ ਇੱਕ ਔਰਤ ਰੇਡੀਓ 'ਤੇ ਬੋਲ ਰਹੀ ਸੀ।ਉਹ ਔਰਤਾਂ ਲਈ ਕਿਸੇ ਸੈਮੀਨਾਰ ਬਾਰੇ ਦੱਸ ਰਹੀ ਸੀ ਜੋ ਕਿ ਅਗਲੇ ਹਫਤੇ ਸ਼ੁਰੂ ਹੋ ਰਿਹਾ

ਸੀ।ਬਲਦੀਪ ਨੇ ਫਟਾਫਟ ਰੇਡੀਓ ਸਟੇਸ਼ਨ 'ਤੇ ਫ਼ੋਨ ਕਰਕੇ ਉਸ ਔਰਤ ਦਾ ਫ਼ੋਨ ਨੰਬਰ ਲਿਆ ਤੇ ਘਰ ਆ ਕੇ ਉਸ ਨਾਲ਼ ਗੱਲ ਕੀਤੀ।ਉਸ ਔਰਤ ਦਾ ਨਾਂ ਬਲਵਿੰਦਰ ਸੀ ।ਉਸਨੇ ਸੈਮੀਨਾਰ ਦੀ ਸਾਰੀ ਜਾਣਕਾਰੀ ਬਲਦੀਪ ਨੂੰ ਦਿੱਤੀ।ਬਲਦੀਪ ਨੇ ਅਮਨ ਦਾ ਨਾਂ ਫ਼ੋਨ 'ਤੇ ਹੀ ਰਜਿਸਟਰ ਕਰਵਾ ਦਿੱਤਾ।ਅਮਨ ਨੂੰ ਵੀ ਇਸ ਲਈ ਰਾਜ਼ੀ ਕਰ ਲਿਆ।

ਇਹ ਸੈਮੀਨਾਰ ਕੇਵਲ ਔਰਤਾਂ ਦੇ ਹੀ ਲਈ ਸੀ।ਜੋ ਕਿ ਲਾਗਲੇ ਸ਼ਹਿਰ ਦੇ ਇੱਕ ਕਲੱਬ ਹਾਊਸ ਵਿੱਚ ਆਯੋਜਿਤ ਕੀਤਾ ਗਿਆ ਸੀ। ਇਸ 'ਚ ਤਕਰੀਬਨ ਚਾਲ਼ੀ ਕੁ ਔਰਤਾਂ ਨੇ ਭਾਗ ਲਿਆ ਸੀ।ਇਹ ਉਹ ਔਰਤਾਂ ਸਨ ਜੋ ਕਿਸੇ ਨਾ ਕਿਸੇ ਪੱਖੋਂ ਦੁਖੀ ਸਨ ਤੇ ਢੇਰ ਸਾਰੀਆਂ ਦਵਾਈਆਂ ਖਾ ਰਹੀਆਂ ਸਨ।ਜਿਨ੍ਹਾਂ 'ਚੋਂ ਕੁੱਝ ਕੁ ਨੇ ਤਾਂ ਜ਼ਿੰਦਗੀ ਜਿਉਣ ਦੀ ਲਾਲਸਾ ਹੀ ਮੁਕਾ ਛੱਡੀ ਸੀ।ਇਹ ਸੈਮੀਨਾਰ ਪੂਰੇ ਦੋ ਹਫਤਿਆਂ ਦਾ ਸੀ।ਸਵੇਰੇ ਸੱਤ ਵਜੇ ਤੋਂ ਲੈ ਕੇ ਸ਼ਾਮ ਦੇ ਸੱਤ ਵਜੇ ਤੱਕ ਚੱਲਦਾ ਸੀ।ਜਿਸ ਦਾ ਮੁੱਖ ਮੰਤਵ ਔਰਤਾਂ ਨੂੰ ਜੀਵਨ ਸੇਧ ਦੇ ਕੇ ਨਵੀਂ ਨਿਰੋਈ ਜੀਵਨ ਜਾਂਚ ਸਿਖਾਉਣਾ ਸੀ। ਔਰਤਾਂ ਲਈ ਸਵੇਰ ਤੋਂ ਲੈ ਕੇ ਸ਼ਾਮ ਤੱਕ ਸਮਾਂ-ਸਾਰਨੀ ਬਣਾਈ ਜਾਂਦੀ ਸੀ।ਉਹ ਸਾਰੀਆਂ ਔਰਤਾਂ ਉਸ ਦੇ ਅਨੁਸਾਰ ਆਪਣਾ ਦਿਨ ਬਤੀਤ ਕਰਦੀਆਂ ਸਨ।ਇਸ ਵਿੱਚ ਔਰਤਾਂ ਨੂੰ ਦੱਸਿਆ ਜਾਂਦਾ ਸੀ ਕਿ ਕਿਵੇਂ ਆਪਣੇ ਦਿਨ ਦੀ ਸ਼ੁਰੂਆਤ ਕਰਨੀ ਹੈ-ਸਭ ਤੋਂ ਪਹਿਲਾਂ ਸੈਰ ਕਰਨੀ,ਕਸਰਤ ਕਰਨੀ ਜਾਂ ਫਿਰ ਯੋਗ ਆਸਣ ਕਰਨਾ,ਨਹਾ ਧੋ ਕਿ ਪਾਠ-ਪੂਜਾ ਕਰਨੀ, ਸੰਤੁਲਤ ਭੋਜਨ ਬਣਾਉਣਾ ਤੇ ਕਿੰਨੀ-ਕਿੰਨੀ ਮਾਤਰਾ ਵਿੱਚ ਖਾਣਾ,ਪਸੰਦ ਦੀ ਕਿਤਾਬ,ਅਖ਼ਬਾਰ ਜਾਂ ਕੋਈ ਮੈਗਜ਼ੀਨ ਪੜ੍ਹਨਾ।ਆਪਣੀ-ਆਪਣੀ ਰੁਚੀ ਅਨੁਸਾਰ ਕੰਮ ਕਰਨੇ ਜਿਵੇਂ ਕਿ ਬੁਣਨਾ,ਸਿਲਾਈ,ਕਢਾਈ ਤੇ ਪੇਂਟਿੰਗ ਬਗੈਰਾ ਕਰਨੀ।

ਦਿਨ ਦੇ ਅਖੀਰ 'ਚ ਇਹ ਦੱਸਿਆ ਜਾਂਦਾ ਸੀ ਕਿ ਡਾਇਰੀ ਕਿਵੇਂ ਲਿਖਣੀ ਹੈ ਭਾਵ ਕਿਸ ਤਰ੍ਹਾਂ ਦਾ ਦਿਨ ਗੁਜ਼ਰਿਆ ਉਸਨੂੰ ਕਾਪੀ ਉੱਤੇ ਕਿਵੇਂ ਲਿਖਣਾ ਹੈ।ਇਸ ਪ੍ਰੋਗਰਾਮ ਦੀ ਅਗਵਾਈ ਬਲਵਿੰਦਰ ਤੇ ਉਸ ਦੀਆਂ ਸਾਥਣਾਂ ਕਰ ਰਹੀਆਂ ਸਨ ।ਬਲਵਿੰਦਰ ਮੁੱਖ ਇੰਚਾਰਜ ਸੀ।ਉਸ ਸੈਮੀਨਾਰ ਦੌਰਾਨ ਅਮਨ ਉੱਪਰ ਬਲਵਿੰਦਰ ਦਾ ਬਹੁਤ ਹੀ ਗੂਹੜਾ ਪ੍ਰਭਾਵ ਪਿਆ। ।ਅਮਨ ਬਲਵਿੰਦਰ ਦੁਆਰਾ ਦੱਸੇ ਗਏ ਨਿਯਮਾਂ ਨੂੰ ਅਪਣਾ ਕਿ ਕਾਫੀ ਤਣਾਅ ਮੁਕਤ ਹੋ ਗਈ ਸੀ।ਉਹ ਅਤੇ ਬਲਦੀਪ ਬਲਵਿੰਦਰ ਦੇ ਤਹਿ ਦਿਲੋਂ ਧੰਨਵਾਦੀ ਸਨ।ਇਸੇ ਤਰ੍ਹਾਂ ਸੈਮੀਨਾਰ ਦੇ ਖਤਮ ਹੋਣ ਤੋਂ ਬਾਅਦ ਵੀ ਉਹ ਬਲਵਿੰਦਰ ਤੋਂ ਕਾਫੀ ਸਲਾਹ ਲੈਂਦੇ ਸਨ।ਬਲਵਿੰਦਰ ਵੀ ਉਹਨਾਂ ਦੇ ਨਾਲ਼ ਇੰਜ ਘੁਲ਼-ਮਿਲ਼ ਗਈ ਸੀ ਜਿਵੇਂ ਉਹ ਉਸਦੇ ਸਕੇ ਭੈਣ-ਭਰਾ ਹੋਣ।

ਅੱਜ ਜਦੋਂ ਬਲਵਿੰਦਰ ਅਮਨ ਨੂੰ ਇੰਡੀਆ ਜਾਣ ਦਾ ਕਾਰਨ ਪੁੱਛਣੋਂ ਨਾ

ਹਟੀ ਤਾਂ ਅਖੀਰ ਅਮਨ ਨੇ ਉਸਨੂੰ ਦੱਸ ਹੀ ਦਿੱਤਾ।ਉਹ ਅੱਖਾਂ ਭਰ ਕੇ ਬਲਵਿੰਦਰ ਨੂੰ ਦੱਸਣ ਲੱਗੀ,"ਦੀਦੀ ਜਦੋਂ ਮੈਂ ਪਿਛਲੀ ਵਾਰ ਇੰਡੀਆ ਗਈ ਸੀ ਉਸ ਸਮੇਂ ਉੱਥੇ ਮੇਰੀਆਂ ਜਠਾਣੀਆਂ ਨੇ ਮੈਨੂੰ ਬਹੁਤ ਹੀ ਤੰਗ ਕੀਤਾ।ਉਸ ਸਮੇਂ ਮੇਰੀ ਪ੍ਰੈਗਨੈਂਸੀ ਖਰਾਬ ਹੋਈ ਸੀ।ਸਟਰੈਸ ਕਾਰਨ ਮੇਰਾ ਭਾਰ ਵੀ ਬਹੁਤ ਵਧ ਗਿਆ ਸੀ।ਉਹ ਸਾਰੀਆਂ ਪਤਲੀਆਂ ਹਨ ਇਸ ਕਰਕੇ ਮੇਰਾ ਮਜ਼ਾਕ ਉਡਾਉਂਦੀਆਂ ਸਨ ।ਇਸ ਤਰ੍ਹਾਂ ਦੀਆਂ ਗੱਲਾਂ ਕਰਦੀਆਂ ਸਨ ਜੋ ਮੈਨੂੰ ਪਸੰਦ ਨਹੀਂ ਸਨ।ਪੜ੍ਹਾਈ-ਲਿਖਾਈ ਤਾਂ ਉਹਨਾਂ ਨੇ ਕੋਈ ਬਹੁਤੀ ਕੀਤੀ ਨਹੀਂ ਪਰ ਆਪਣੇ ਆਪ ਨੂੰ ਇੱਕ ਦੂਜੀ ਤੋਂ ਵੱਧ ਸਮਾਰਟ ਸਮਝਦੀਆਂ ਸਨ।ਕੰਮ ਕਰਨ ਨੂੰ ਤਾਂ ਉਹਨਾਂ ਨੇ ਘਰੇ ਇੱਕ ਔਰਤ ਰੱਖੀ ਹੋਈ ਸੀ ਤੇ ਆਪ ਉਹਨਾਂ ਸਾਰੀਆਂ ਨੇ ਵਿਹਲੀਆਂ ਬੈਠੀਆਂ ਨੇ ਗੱਪਾਂ ਮਾਰੀ ਜਾਣੀਆਂ ਤੇ ਗੱਲਾਂ ਵੀ ਬਹੁਤ ਹੀ ਵਧਾ-ਚੜ੍ਹਾ ਕੇ ਕਰਨੀਆਂ।ਇਸ ਕਰਕੇ ਮੈਂ ਬਹੁਤ ਹੀ ਬੈਡ ਫੀਲ ਕੀਤਾ ਸੀ।ਮੈਂ ਉਦੋਂ ਇਹ ਸੋਚਿਆ ਸੀ ਕਿ ਮੈਂ ਜਦ ਅਗਲੀ ਵਾਰੀ ਆਈ ਤਾਂ ਪਤਲੀ ਹੋ ਕਿ ਹੀ ਆਵਾਂਗੀ।ਮੈਂ ਭਾਰ ਘਟਾਉਣ ਦੀ ਪੂਰੀ ਕੋਸ਼ਿਸ਼ ਕਰ ਰਹੀ ਸੀ।ਪਰ ਆਹ ਕ੍ਰਿਸਮਿਸ ਦੀਆਂ ਏਨੀਆਂ ਪਾਰਟੀਆਂ ਆਈਆਂ ਕਿ ਭਾਰ ਫਿਰ ਵਧ ਗਿਆ।

ਅਮਨ ਦੀ ਗੱਲ ਸੁਣ ਕਿ ਬਲਵਿੰਦਰ ਨੂੰ ਹਾਸਾ ਆ ਗਿਆ।ਉਹ ਅਮਨ ਨੂੰ ਕਹਿਣ ਲੱਗੀ," ਅਮਨ ਤੈਨੂੰ ਅਜਿਹਾ ਨਹੀਂ ਸੋਚਣਾ ਚਾਹੀਦਾ।ਤੇਰੇ 'ਚ ਕੋਈ ਕਮੀ ਨਹੀਂ।ਤੂੰ ਏਨੀ ਪੜ੍ਹੀ ਲਿਖੀ ਹੈਂ।ਤੇਰੀ ਆਪਣੀ ਹੀ ਪ੍ਰਸਨੈਲਟੀ ਹੈ।ਤੂੰ ਕਿੰਨੀ ਮਿਹਨਤੀ ਹੈਂ ਤੇ ਘਰ ਦੇ ਕੰਮ ਕਾਰ ਵਿੱਚ ਤੂੰ ਕਿੰਨੀ ਨਿਪੁੰਨ ਹੈਂ।ਤੇਰੀ ਕੁਕਿੰਗ ਵਰਗੀ ਕੋਈ ਹੋਰ ਕੁਕਿੰਗ ਨਹੀਂ ਕਰ ਸਕਦਾ।ਆਪਣੇ ਬੱਚਿਆਂ ਦਾ ਵੀ ਤੂੰ ਬਹੁਤ ਹੀ ਵਧੀਆ ਤਰੀਕੇ ਨਾਲ਼ ਪਾਲਣ-ਪੋਸ਼ਣ ਕਰ ਰਹੀ ਹੈਂ।ਤੈਨੂੰ ਕਿੰਨੀ ਨੌਲਜ਼ ਹੈ।ਫਿਰ ਤੂੰ ਕਿਉਂ ਇਹਨਾਂ ਗੱਲਾਂ ਵਿੱਚ ਪਈ ਹੋਈਂ ਹੈ।ਤੈਨੂੰ ਆਪਣੇ ਵਿੱਚ ਆਤਮ-ਵਿਸ਼ਵਾਸ ਭਰਨ ਦੀ ਲੋੜ ਹੈ।ਭਾਰ ਤੇਰਾ ਆਪਣੇ-ਆਪ ਠੀਕ ਹੋ ਜਾਵੇਗਾ।ਕੋਸ਼ਿਸ਼ ਕਰ ਤੂੰ ਮਿੱਠਾ ਅਤੇ ਲੂਣ ਘਟਾ ਅਤੇ ਰਾਤ ਦਾ ਖਾਣਾ ਜਿੰਨਾ ਸਵੱਖਤੇ ਖਾਧਾ ਜਾਂਦਾ ਉੱਨਾ ਖਾਹ।ਹਰ ਰੋਜ਼ ਅੱਧਾ ਕੁ ਘੰਟਾ ਸੈਰ ਕਰ। ਫਿਰ ਵੇਖੀਂ ਤੇਰਾ ਭਾਰ ਕਿਵੇਂ ਘਟਦਾ ਹੈ।

ਬਲਵਿੰਦਰ ਦੀ ਗੱਲ ਸੁਣ ਕਿ ਅਮਨ ਨੂੰ ਕੁੱਝ ਹੌਸਲਾ ਤਾਂ ਮਿਲ਼ਿਆ ਪਰ ਫਿਰ ਵੀ ਉਸ ਦਾ ਇੰਡੀਆ ਨਾ ਜਾਣ ਦਾ ਫੈਸਲਾ ਬਰਕਰਾਰ ਰਿਹਾ।ਫਿਰ ਬਲਵਿੰਦਰ ਨੇ ਉਸਨੂੰ ਇੱਕ ਕੁੜੀ ਦੀ ਕਹਾਣੀ ਸੁਣਾਉਣੀ ਸ਼ੁਰੂ ਕੀਤੀ।ਜੋ ਚੰਗੀ ਪੜ੍ਹੀ ਲਿਖੀ ਸੀ।ਪਰ ਉਸ ਦਾ ਰੰਗ ਸਾਂਵਲਾ ਸੀ।ਉਸ ਦਾ ਸਾਂਵਲਾ ਰੰਗ ਉਸ ਦੇ ਸਹੁਰੇ ਪਸੰਦ ਨਹੀਂ ਸਨ ਕਰਦੇ।ਖਾਸ ਕਰਕੇ ਉਸ ਦੀਆਂ ਨਣਾਨਾਂ ਅਤੇ ਜਠਾਣੀਆਂ।ਉਹ ਹਰ ਸਮੇਂ ਉਸਨੂੰ ਜਲੀਲ ਕਰਦੀਆਂ।ਉਸ ਦੇ ਪਾਏ ਹੋਏ ਕੱਪੜਿਆਂ

'ਤੇ ਅਲੱਗ-ਅਲੱਗ ਕਿਸਮ ਦੇ ਵਿਅੰਗ ਕੱਸਦੀਆਂ।ਉਸ ਨੂੰ ਹਰ ਸਮੇਂ ਘਟੀਆਪਣ ਦਾ ਅਹਿਸਾਸ ਕਰਵਾਉਂਦੀਆਂ ।ਜਦ ਕਿਤੇ ਜਾਣਾ ਹੁੰਦਾ ਤਾਂ ਉਸ ਨੂੰ ਕਦੇ ਵੀ ਆਪਣੇ ਨਾਲ਼ ਨਾ ਲੈ ਕੇ ਜਾਂਦੀਆਂ।ਇਹ ਸਭ ਕੁੱਝ ਹੁੰਦਾ ਹੋਣ ਕਰਕੇ ਉਹ ਲੜਕੀ ਹੀਣ-ਭਾਵਨਾ ਦਾ ਸ਼ਿਕਾਰ ਹੋ ਗਈ ਸੀ।ਉਸਨੂੰ ਸੱਚਮੁੱਚ ਹੀ ਇੰਜ ਲੱਗਣ ਲੱਗ ਪਿਆ ਸੀ ਕਿ ਉਸ ਦੀਆਂ ਨਣਾਨਾ ਅਤੇ ਜਠਾਣੀਆਂ ਹੀ ਸੁਹਣੀਆਂ ਹਨ।ਉਹਨਾਂ ਵਿੱਚ ਬਹੁਤ ਸਾਰੇ ਗੁਣ ਹਨ।ਉਹਨਾਂ ਦੇ ਮੁਕਾਬਲੇ ਉਹ ਸੁਹਣੀ ਨਹੀਂ ਹੈ।ਉਸ ਦਾ ਰੰਗ ਕਾਲ਼ਾ ਹੈ।ਉਸ ਵਿੱਚ ਬਹੁਤ ਸਾਰੀਆਂ ਕਮੀਆਂ ਹਨ।ਉਹ ਆਪਣਾ ਆਤਮ-ਵਿਸ਼ਵਾਸ ਖੋ ਚੁੱਕੀ ਸੀ।

ਇੱਕ ਵਾਰ ਉਸਦੇ ਘਰ ਰਿਸ਼ਤੇਦਾਰੀ ਵਿੱਚੋਂ ਇੱਕ ਔਰਤ ਰਹਿਣ ਲਈ ਆਈ।ਉਹ ਬਹੁਤ ਹੀ ਸੁਲਝੀ ਹੋਈ ਸੀ।ਉਸ ਨੇ ਉਸ ਕੁੜੀ ਦੇ ਨਾਲ਼ ਹੁੰਦਾ ਇਹ ਭੇਦਭਾਵ ਮਹਿਸੂਸ ਕੀਤਾ।ਉਸਨੇ ਉਸ ਕੁੜੀ ਨੂੰ ਅਲੱਗ ਕਰਕੇ ਸਮਝਾਇਆ। ਉਸ ਵਿਚਲੇ ਗੁਣਾਂ ਨੂੰ ਉਜਾਗਰ ਕੀਤਾ।ਉਸਨੇ ਉਸਨੂੰ ਦੱਸਿਆ ਕਿ ਉਸ ਵਰਗੀ ਨੇਕ ਕੁੜੀ ਤਾਂ ਹਜ਼ਾਰਾਂ ਵਿੱਚੋਂ ਹੀ ਇੱਕ ਹੋ ਸਕਦੀ ਹੈ।ਉਸ ਦੇ ਇਸ ਪਰਿਵਾਰ ਵਿੱਚੋਂ ਤਾਂ ਉਸ ਵਰਗਾ ਕੋਈ ਵੀ ਨਹੀਂ ਹੈ।ਕਿਉਂਕਿ ਉਸ ਦੇ ਗੱਲਬਾਤ ਕਰਨ ਦਾ ਢੰਗ ਬਹੁਤ ਹੀ ਪ੍ਰਭਾਵਸ਼ਾਲੀ ਹੈ।ਉਸ ਕੋਲ਼ ਬਹੁਤ ਹੀ ਕੋਮਲ ਦਿਲ ਹੈ।ਉਸ ਦੇ ਮਾਂ-ਬਾਪ ਵੀ ਬਹੁਤ ਹੀ ਚੰਗੀ ਕਿਸਮਤ ਵਾਲ਼ੇ ਹਨ ਜਿਨ੍ਹਾਂ ਨੇ ਇੰਨੀ ਲਾਇਕ ਬੇਟੀ ਨੂੰ ਜਨਮ ਦਿੱਤਾ।ਉਸਨੂੰ ਜ਼ਰੂਰ ਅੱਗੇ ਵਧਣਾ ਚਾਹੀਦਾ ਹੈ।ਉਸ 'ਚ ਜੋ ਏਨੇ ਗੁਣ ਹਨ ਉਹਨਾਂ ਨੂੰ ਅਜਾਈਂ ਨਹੀਂ ਗਵਾਉਣਾ ਚਾਹੀਦਾ।ਉਸ ਔਰਤ ਦੀਆਂ ਗੱਲਾਂ ਦਾ ਉਸ ਕੁੜੀ 'ਤੇ ਬਹੁਤ ਹੀ ਅਸਰ ਹੋਇਆ।ਉਸ ਦੀ ਅੰਦਰਲੀ ਆਤਮਾ ਜਾਗ ਉੱਠੀ।ਉਸ ਨੇ ਆਪਣੇ ਆਪ ਨੂੰ ਬਹੁਤ ਸਾਰੀਆਂ ਐਕਟਿਵਟੀਜ਼ ਵਿੱਚ ਸ਼ਾਮਿਲ ਕਰ ਲਿਆ। ਜੋ ਵੀ ਉਸਦੇ ਘਰ ਦਾ ਜਾਂ ਕਮਿਉਨਿਟੀ ਦਾ ਕੰਮ ਹੁੰਦਾ ਉਹ ਮੂਹਰੇ ਹੋ ਕੇ ਕਰਦੀ। ਉਹ ਬਹੁਤ ਸਾਰੀਆਂ ਸੰਸਥਾਵਾਂ ਵਿੱਚ ਸ਼ਾਮਿਲ ਹੋ ਗਈ।ਉਹ ਆਪਣੇ ਰਿਸ਼ਤੇਦਾਰਾਂ ਅਤੇ ਸਹੇਲੀਆਂ ਵਿੱਚ ਬਹੁਤ ਹੀ ਹਰਮਨ ਪਿਆਰੀ ਹੋ ਗਈ।ਇੱਥੋਂ ਤੱਕ ਕਿ ਉਸਦੇ ਸਹੁਰਿਆਂ ਵਿੱਚ ਵੀ ਉਸਦਾ ਮਾਣ ਸਤਿਕਾਰ ਹੋਣ ਲੱਗਾ।ਉਸ ਦੀ ਸਲਾਹ ਪੁੱਛੀ ਜਾਣ ਲੱਗੀ।

ਬਲਵਿੰਦਰ ਦੇ ਮੂੰਹੋਂ ਉਸ ਕੁੜੀ ਦੀ ਕਹਾਣੀ ਸੁਣ ਕੇ ਅਮਨ ਦੀਆਂ ਅੱਖਾਂ ਚਾਅ ਨਾਲ਼ ਭਰ ਗਈਆਂ।ਉਸ ਦੇ ਅੰਦਰੋਂ ਇੱਕ ਅਜੀਬ ਜਿਹੀ ਖੁਸ਼ੀ ਨੇ ਜਨਮ ਲਿਆ।ਉਸ ਨੇ ਬਲਵਿੰਦਰ ਦਾ ਹੱਥ ਫੜ ਕੇ ਆਪਣੇ ਸੀਨੇ ਨਾਲ਼ ਲਾ ਲਿਆ ਤੇ ਕਿਹਾ, "ਦੀਦੀ ਮੈਨੂੰ ਉਸ ਕੁੜੀ ਦੀ ਕਹਾਣੀ ਬਹੁਤ ਹੀ ਚੰਗੀ ਲੱਗੀ।ਅਸਲ ਵਿੱਚ ਸਾਨੂੰ ਆਤਮ-ਵਿਸ਼ਵਾਸ ਨਾਲ਼ ਹੀ ਆਪਣੀ ਜ਼ਿੰਦਗੀ ਜਿਉਣੀ ਚਾਹੀਦੀ ਹੈ। ਕੋਈ ਕੀ ਕਹਿੰਦਾ ਕੋਈ ਕੀ ਕਰਦਾ ਇਹਨਾਂ ਚੀਜ਼ਾਂ ਦੀ ਪ੍ਰਵਾਹ ਨਹੀਂ ਕਰਨੀ ਚਾਹੀਦੀ

ਤੇ ਨਾ ਹੀ ਇਨ੍ਹਾਂ ਚੀਜ਼ਾਂ ਦਾ ਪ੍ਰਭਾਵ ਆਪਣੀ ਜ਼ਿੰਦਗੀ ਉੱਤੇ ਪੈਣ ਦੇਣਾ ਚਾਹੀਦਾ ਹੈ।ਜੋ ਚੰਗਿਆਈਆਂ ਜਾਂ ਜੋ ਗੁਣ ਸਾਡੇ ਅੰਦਰ ਹਨ ਉਹਨਾਂ ਨੂੰ ਵਰਤ ਕਿ ਆਪਣੀ ਜ਼ਿੰਦਗੀ ਨੂੰ ਖੁਸ਼ਹਾਲ ਬਣਾਉਣਾ ਚਾਹੀਦਾ ਹੈ।ਇਸ ਤਰ੍ਹਾਂ ਅਸੀਂ ਦੂਜਿਆਂ ਦੇ ਪ੍ਰੇਰਨਾ-ਸਰੋਤ ਵੀ ਬਣ ਸਕਦੇ ਹਾਂ।"

ਬਲਵਿੰਦਰ ਅਮਨ ਦੀ ਗੱਲ ਸੁਣ ਕਿ ਬਹੁਤ ਹੀ ਖੁਸ਼ ਹੋਈ।ਉਹ ਅਮਨ ਨੂੰ ਗਲ਼ ਲੱਗ ਕੇ ਮਿਲ਼ੀ।ਜਾਣ ਲੱਗੀ ਬਲਵਿੰਦਰ ਅਮਨ ਨੂੰ ਪੁੱਛਣ ਲੱਗੀ,"ਅਮਨ ਕੀ ਤੂੰ ਮੈਨੂੰ ਉਸ ਕੁੜੀ ਦਾ ਨਾਂ ਨਹੀਂ ਪੁੱਛੇਂਗੀ?"

"ਹਾਂ-ਹਾਂ ਦੀਦੀ ਦੱਸੋ!"

"ਮੈਂ ਜ਼ਰੂਰ ਪੁੱਛਣਾ ਚਾਹੁੰਦੀ ਹਾਂ ਉਸ ਕੁੜੀ ਦਾ ਨਾਂ।"

"ਉਹ ਮੈਂ ਹੀ ਸੀ।"

•

ਪੁਲ਼ ਦੇ ਹੇਠਾਂ

ਜੈਨੇਫਰ ਮੇਰੇ ਗੁਆਂਢ 'ਚ ਕਈ ਸਾਲਾਂ ਤੋਂ ਰਹਿੰਦੀ ਹੈ।ਮੇਰੇ ਘਰ ਤੋਂ ਚਾਰ ਕੁ ਘਰ ਛੱਡ ਕੇ ਉਹਦਾ ਘਰ ਹੈ।ਉਹਦਾ ਰੈਂਚਰ ਘਰ ਮੈਨੂੰ ਬਾਹਰੋਂ ਇੱਕ ਹਟੜੀ ਵਾਂਗ ਜਾਪਦਾ ਹੈ।ਹਰਾ ਕਚੂਰ ਘਾਹ ਅਤੇ ਗਰਮੀਆਂ ਦੇ ਮੌਸਮ 'ਚ ਰੰਗ-ਬਰੰਗੇ ਫੁੱਲਾਂ ਦੇ ਨਾ਼ਲ ਸਜਿਆ ਹੋਇਆ ਆਲਾ-ਦੁਆਲਾ ਮੈਨੂੰ ਇੱਕ ਬਾਗ ਵਾਂਗ ਪ੍ਰਤੀਤ ਹੁੰਦਾ ਹੈ । ਸਰਦੀਆਂ ਵਿੱਚ ਲਾਈਆਂ ਹੋਈਆਂ ਰੰਗ-ਬਰੰਗੀਆਂ ਲਾਈਟਾਂ ਮੇਰੇ ਮਨ ਨੂੰ ਇੱਕ ਅਜੀਬ ਜਿਹੀ ਖਿੱਚ ਪਾਉਂਦੀਆਂ ਹਨ।ਕੋਲੋਂ ਲੰਘਦੀ ਹੋਈ ਤੋਂ ਮੇਰੇ ਕੋਲੋਂ ਜੈਨੇਫਰ ਦੀ ਤਾਰੀਫ ਕਰਨ ਤੋਂ ਬਗੈਰ ਰਿਹਾ ਨਾ ਜਾਂਦਾ।

ਜੈਨੇਫਰ ਸੱਚਮੁੱਚ ਹੀ ਤਾਰੀਫ ਦੇ ਕਾਬਿਲ ਹੈ।ਨਹੀਂ ਭਲਾ, ਏਨੀ ਉਮਰ ਵਿੱਚ ਕੌਣ ਰੱਖ ਸਕਦਾ ਹੈ ਇਸ ਤਰ੍ਹਾਂ ਇੰਨਾ ਸਾਫ -ਸੁਥਰਾ ਘਰ। ਅੱਸੀ ਕੁ ਦੇ ਨੇੜੇ-ਤੇੜੇ ਹੀ ਹੋਵੇਗੀ ਜੈਨੇਫਰ।ਗੋਰੀ-ਚਿੱਟੀ,ਉੱਚੀ -ਲੰਮੀ,ਪਤਲੀ ਅਤੇ ਘੁੰਗਰਾਲੇ ਹਲਕੇ ਭੂਰੇ ਵਾ਼ਲ।ਗਰਮੀਆਂ ਵਿੱਚ ਜਦੋਂ ਵੀ ਉਸ ਦੇ ਘਰ ਦੇ ਕੋ਼ਲ ਦੀ ਲੰਘੋ ਉਹ ਕੁੱਝ ਨਾ ਕੁੱਝ ਕਰਦੀ ਹੁੰਦੀ।ਕਦੇ ਫੁੱਲ-ਬੂਟੇ ਲਾ ਰਹੀ ਹੁੰਦੀ, ਕਦੇ ਕਿਆਰੀਆਂ ਗੁੱਡ ਰਹੀ ਹੁੰਦੀ ਅਤੇ ਕਦੇ ਘਾਹ ਨੂੰ ਪਾਣੀ ਪਾ ਰਹੀ ਹੁੰਦੀ। ਸਰਦੀਆਂ ਵਿੱਚ ਕਦੇ-ਕਦੇ ਉਹ ਧੁੱਪੇ ਬੈਠ ਮੁੱਖ ਦਰਵਾਜ਼ੇ ਕੋ਼ਲ ਪਈ ਕੁਰਸੀ ਤੇ ਬੈਠੀ ਕੋਈ ਕਿਤਾਬ ਪੜ੍ਹਦੀ ਹੁੰਦੀ।

ਉਹਦੀ ਹਰ ਇੱਕ ਅਦਾ ਮੇਰੇ ਦਿਲ ਨੂੰ ਟੁੰਬਦੀ। ਕਈ ਵਾਰੀ ਮੈਂ ਸੈਰ ਕਰਨ ਜਾਂਦੀ-ਜਾਂਦੀ ਉਹਦੇ ਕੋ਼ਲ ਖੜ੍ਹ ਜਾਂਦੀ। ਉਹਦੀਆਂ ਗੱਲਾਂ, ਉਹਦੀ ਮੁਸਕਰਾਹਟ, ਉਹਦੀ ਗਲਵੱਕੜੀ ਮੈਨੂੰ ਉਹਦੀ ਆਪਣੀ ਬਣਾ ਛੱਡਦੀ।ਉਹ ਮੈਨੂੰ ਆਪਣੀ ਪ੍ਰੇਰਨਾ- ਸਰੋਤ ਜਾਪਦੀ।ਉਹਦੇ ਦਰਸ਼ਨ ਕੀਤਿਆਂ ਬਗੈਰ ਮੈਨੂੰ ਸਬਰ ਨਾ ਆਉਂਦਾ।

ਪਿਛਲੇ ਕਈ ਦਿਨਾਂ ਤੋਂ ਜੈਨੇਫਰ ਮੈਨੂੰ ਦਿਖਾਈ ਨਾ ਦਿੱਤੀ।ਉਹਦੇ ਘਰ ਅੱਗੋਂ ਦੀ ਲੰਘਦੀ ਹੋਈ ਮੈਂ ਆਸਾ-ਪਾਸਾ ਵੇਖਦੀ ਕਿ ਸ਼ਾਇਦ ਕਿਤੇ ਉਹ ਮੈਨੂੰ ਦਿਖਾਈ ਦੇ ਦੇਵੇ।ਪਰ ਉਹ ਮੈਨੂੰ ਕਿਧਰੇ ਨਜ਼ਰ ਨਾ ਆਉਂਦੀ।ਉਹਦਾ ਫ਼ੋਨ ਨੰਬਰ ਵੀ ਮੇਰੇ ਕੋ਼ਲ ਨਹੀਂ ਸੀ ਤਾਂ ਕਿ ਉਹਦਾ ਹਾਲ-ਚਾਲ ਮੈਂ ਫ਼ੋਨ ਤੇ ਹੀ ਪੁੱਛ ਸਕਾਂ।ਮੈਨੂੰ ਉਹਦਾ ਫਿਕਰ ਹੋਣ ਲੱਗਾ।ਮੈਂ ਉਹਦਾ ਹਾਲ-ਚਾਲ ਜਾਨਣ ਲਈ ਉਤਸੁਕ ਹੋਣ ਲੱਗੀ।ਇੱਕ ਦਿਨ ਮੈਂ ਉਹਦੇ ਘਰ ਦਾ ਬੂਹਾ ਜਾ ਖੜਕਾਇਆ।

ਜੈਨੇਫਰ ਨੇ ਦਰਵਾਜ਼ਾ ਖੋਲ੍ਹਿਆ।

ਮੈਨੂੰ ਆਈ ਵੇਖ ਕੇ ਉਹ ਮੈਨੂੰ ਇਸ ਤਰ੍ਹਾਂ ਮਿਲੀ ਜਿਵੇਂ ਮਾਵਾਂ-ਧੀਆਂ ਸਾਲਾਂ ਤੋਂ ਵਿਛੜੀਆਂ ਮੁੜ ਮਿਲ਼ੀਆਂ ਹੋਣ।

"ਸ਼ੁਕਰ ਹੈ ਰੱਬ ਦਾ ! ਜੈਨੇਫਰ, ਤੂੰ ਸਹੀ ਸਲਾਮਤ ਹੈਂ।ਮੈਨੂੰ ਤੇਰਾ ਬਹੁਤ ਫਿਕਰ ਹੋ ਰਿਹਾ ਸੀ।"ਮੈਂ ਜੈਨੇਫਰ ਦਾ ਹੱਥ ਫੜ ਕੇ ਘੁੱਟਦੀ ਹੋਈ ਨੇ ਕਿਹਾ।

"ਹਾਂ ਡੀਅਰ ,ਹੁਣ ਮੈਂ ਪੂਰੀ ਤਰ੍ਹਾਂ ਠੀਕ ਹਾਂ।"ਉਸਨੇ ਜੁਆਬ ਦਿੱਤਾ।

"ਪੂਰੀ ਤਰ੍ਹਾਂ ਠੀਕ ਹੈਂ!"

"ਕੀ ਮਤਲਬ?"

"ਤੈਨੂੰ ਕੁੱਝ ਹੋ ਗਿਆ ਸੀ?"

"ਇਸ ਕਰਕੇ ਤੂੰ ਕਦੇ ਬਾਹਰ ਨਹੀਂ ਸੀ ਵੇਖੀ"?

ਮੈਂ ਇੱਕੋ ਹੀ ਸਮੇਂ ਉਹਨੂੰ ਕਈ ਸਵਾਲ ਕੀਤੇ।

"ਹਾਂ ਡੀਅਰ,ਮੇਰਾ ਚੂਲ਼ਾ ਟੁੱਟ ਗਿਆ ਸੀ।ਅਪ੍ਰੇਸ਼ਨ ਕਰਨਾ ਪਿਆ।ਦੋ ਹਫਤੇ ਹਸਪਤਾਲ਼ ਰਹੀ ।ਵੇਖ ਹੁਣ ਮੈਂ ਤੁਰ ਸਕਦੀ ਹਾਂ।ਹੁਣ ਏਨਾ ਦਰਦ ਵੀ ਨਹੀਂ ਹੁੰਦਾ।"

"ਐਕਸਰਸਾਈਜ਼ ਵੀ ਰੋਜ਼ ਕਰਦੀ ਹਾਂ।"

ਐਕਸਰਸਾਈਜ਼ ਵਾ਼ਲੀ ਮਸ਼ੀਨ ਉਹ ਮੈਨੂੰ ਦਿਖਾਉਂਦੀ ਹੋਈ ਆਖਣ ਲੱਗੀ,"ਇਹ ਮਸ਼ੀਨ ਮੇਰੇ ਮੁੰਡੇ ਨੇ ਆਨਲਾਈਨ ਆਡਰ ਕਰ ਕੇ ਮੈਨੂੰ ਮੰਗਵਾ ਕੇ ਦਿਤੀ ਹੈ।ਮੇਰੀ ਨੂੰਹ ਕੋਲ਼ ਵੀ ਇਸੇ ਤਰ੍ਹਾਂ ਦੀ ਹੀ ਮਸ਼ੀਨ ਸੀ ।ਜਦੋਂ ਉਸ ਨੇ ਮੈਨੂੰ ਆਪਣੀ ਮਸ਼ੀਨ ਦੇਣ ਤੋਂ ਮਨ੍ਹਾਂ ਕਰ ਦਿੱਤਾ ਸੀ।"

ਐਕਸਰਸਾਈਜ਼ ਵਾ਼ਲੀ ਮਸ਼ੀਨ ਵੇਖਣਾ ਤੋਂ ਬਾਅਦ ਉਹਨੇ ਮੈਨੂੰ ਕੋ਼ਲ ਪਏ ਸੋਫੇ 'ਤੇ ਬੈਠਣ ਲਈ ਕਿਹਾ।ਮੈਂ ਸੋਫੇ 'ਤੇ ਬੈਠ ਗਈ ਤੇ ਜੈਨੇਫਰ ਸਾਹਮਣੇ ਪਈ ਅਰਾਮ ਕੁਰਸੀ ਉੱਪਰ।ਸੋਫੇ 'ਤੇ ਬੈਠੀ ਮੈਂ ਜੈਨੇਫਰ ਦੇ ਘਰ ਨੂੰ ਵੇਖ ਰਹੀ ਸਾਂ ।ਘਰ ਵਿੱਚ ਘਰ ਦੇ ਸਮਾਨ ਨਾਲੋਂ ਕਿਤੇ ਵੱਧ ਪੌਂਦੇ ਸਨ।ਕਿਤਾਬਾਂ ਦੇ ਢੇਰ ਸਨ।ਥਾਂ-ਥਾਂ 'ਤੇ ਕਿਤਾਬਾਂ ਨਾ਼ਲ ਭਰੀਆਂ ਸ਼ੈਲਫਾਂ ਸਨ।

"ਏਨੀਆਂ ਕਿਤਾਬਾਂ!" ਮੇਰੇ ਮੂੰਹੋਂ ਸੁਭਾਵਿਕ ਹੀ ਨਿਕਲਿਆ।

ਜੈਨੇਫਰ ਮੈਨੂੰ ਵੇਖ ਮੁਸਕਾਈ।

"ਹਾਂ,ਇਹ ਸਭ ਮੇਰੀਆਂ ਹੀ ਕਿਤਾਬਾਂ ਹਨ।ਮੈਂ ਇਹ ਸਾਰੀਆਂ ਹੀ ਪੜ੍ਹੀਆਂ ਹੋਈਆਂ ਹਨ।"ਜੈਨੇਫਰ ਨੇ ਮੇਰੇ ਵੱਲ ਤੱਕਦੀ ਹੋਈ ਨੇ ਕਿਹਾ।

ਅੱਛਾ! "ਜੈਨੇਫਰ ਤੂੰ ਇਹ ਸਾਰੀਆਂ ਪੜ੍ਹੀਆਂ ਹੋਈਆਂ ਨੇ।"ਮੈਂ ਉਹਨੂੰ ਹੈਰਾਨੀ ਨਾ਼ਲ ਪੁੱਛਿਆ।

"ਹਾਂ," ਡੀਅਰ ਇਹ ਸਾਰੀਆਂ ਮੈਂ ਸੱਚਮੁੱਚ ਹੀ ਪੜ੍ਹੀਆਂ ਹੋਈਆਂ ਹਨ।"ਉਸਨੇ ਮੈਨੂੰ ਵਿਸ਼ਵਾਸ ਦਿਵਾਉਂਦੀ ਨੇ ਕਿਹਾ।

"ਤਾਂ-ਤਾਂ ਤੂੰ ਬਹੁਤ ਇਨਟੈਲੀਜੈਂਟ ਐਂ।"

"ਇਨਟੈਲੀਜੈਂਟ ਨਹੀਂ ਬੇਵਕੂਫ ਆਖ ਡੀਅਰ।"

"ਮੈਂ ਬਹੁਤ ਹੀ ਬੇਵਕੂਫ ਹਾਂ।"

ਜੈਨੇਫਰ ਨੇ ਚਿਹਰੇ 'ਤੇ ਉਦਾਸੀ ਲਿਆਉਂਦੇ ਹੋਏ ਕਿਹਾ।

"ਕੀ ਗੱਲ ਜੈਨੇਫਰ?"

"ਕੋਈ ਗੱਲ ਹੋਈ ਹੈ ਤੇਰੇ ਨਾਲ਼।"ਮੈਂ ਗੰਭੀਰ ਹੁੰਦੀ ਨੇ ਉਸਨੂੰ ਪੁੱਛਿਆ।

"ਨਹੀਂ ਡੀਅਰ, ਫਿਰ ਗੱਲ ਕਰਾਂਗੇ ਕਦੇ।"ਉਹਨੇ ਆਪਣੀ ਐਨਕ ਲਾਹ ਆਪਣੀਆਂ ਸਲ੍ਹਾਬੀਆਂ ਅੱਖਾਂ ਸਾਫ ਕਰਦੀ ਹੋਈ ਨੇ ਕਿਹਾ।ਦੁੱਖ ਜੈਨੇਫਰ ਦੇ ਚਿਹਰੇ 'ਤੇ ਝਲਕਣ ਲੱਗਾ ਸੀ।

ਮੈਂ ਜੈਨੇਫਰ ਦੇ ਉਦਾਸ ਚਿਹਰੇ ਨੂੰ ਬੜੀ ਗੰਭੀਰਤਾ ਨਾਲ਼ ਤੱਕਣ ਲੱਗੀ।ਮੈਨੂੰ ਬਾਬਾ ਫਰੀਦ ਜੀ ਦਾ ਸਲੋਕ ਯਾਦ ਆਉਣ ਲੱਗਾ।

ਫਰੀਦਾ, ਮੈਂ ਜਾਨਾ ਦੁੱਖ ਮੁਝ ਕੋ
ਦੁੱਖ ਸੁਬਾਇਆ ਜੱਗ
ਕੋਠੇ ਚੜ੍ਹ ਕੇ ਵੇਖਿਆ
ਘਰ-ਘਰ ਏਹੀ ਅੱਗ

ਜੈਨੇਫਰ ਦੀ ਉਦਾਸੀ ਨੇ ਮੈਨੂੰ ਸੱਚ-ਮੁੱਚ ਹੀ ਸੋਚਾਂ ਵਿੱਚ ਡੋਬ ਦਿੱਤਾ ਸੀ।ਅਚਾਨਕ ਜੈਨੇਫਰ ਦੀ ਬਿੱਲੀ ਮਿਆਉਂ-ਮਿਆਉਂ ਕਰਦੀ ਹੋਈ ਮੇਰੇ ਵਾਲ਼ੇ ਸੋਫੇ 'ਤੇ ਛਾਲ਼ ਮਾਰਨ ਲੱਗੀ। ਮੇਰੀ ਚੀਕ ਨਿਕਲ਼ ਗਈ। ਮੈਂ ਡਰ ਕੇ ਉੱਠ ਖਲੋਈ। ਮੈਨੂੰ ਡਰੀ ਹੋਈ ਨੂੰ ਵੇਖ ਜੈਨੇਫਰ ਵੀ ਉੱਠ ਖੜ੍ਹੀ ਹੋਈ। ਉਹ ਮੇਰੇ ਮੋਢੇ ਤੇ ਹੱਥ ਰੱਖ ਕਹਿਣ ਲੱਗੀ, "ਡਰ ਨਾ ਡੀਅਰ।"

"ਇਹ ਬਹੁਤ ਹੀ ਸਾਊ ਬਿੱਲੀ ਹੈ।"

ਮੇਰਾ ਹਾਸਾ ਨਿਕਲ਼ ਗਿਆ ਅਤੇ ਬਿੱਲੀ ਵੀ ਡਰ ਦੀ ਮਾਰੀ ਭੱਜ ਕੇ ਕਮਰੇ ਅੰਦਰ ਚਲੀ ਗਈ।

"ਜੈਨੇਫਰ ਕੀ ਇਹ ਤੇਰੀ ਬਿੱਲੀ ਹੈ?"

"ਨਹੀਂ ਡੀਅਰ,ਇਹ ਮੇਰੀ ਬਿੱਲੀ ਨਹੀਂ।"

"ਇਹ ਮੇਰੇ ਪੁੱਤਰ ਦੀ ਸੱਸ ਇਲਮਾ ਦੀ ਬਿੱਲੀ ਹੈ।ਇਲਮਾ ਮੇਰੇ ਨੂੰਹ ਅਤੇ ਪੁੱਤਰ ਨਾਲ਼ ਕਰੂਜ਼ 'ਤੇ ਗਈ ਹੋਈ ਹੈ। ਮੈਂ ਉਸ ਦੀ ਬਿੱਲੀ ਦੀ ਦੇਖਭਾਲ਼ ਕਰ ਰਹੀ ਹਾਂ।"

ਮੈਂ ਜੈਨੇਫਰ ਦੀ ਗੱਲ ਸੁਣ ਹੈਰਾਨ ਹੋਈ ਕਿ ਇਹ ਆਪਣੀ ਕੁੜਮਣੀ ਦੀ ਬਿੱਲੀ ਦੀ ਦੇਖਭਾਲ਼ ਕਰ ਰਹੀ ਹੈ ਤੇ ਉਹ ਇਸਦੇ ਮੁੰਡੇ ਤੇ ਨੂੰਹ ਦੇ ਨਾਲ਼ ਕਰੂਜ਼ ਤੇ ਗਈ ਹੋਈ ਹੈ।

"ਜੈਨੇਫਰ, ਮੈਂ ਤੁਹਾਨੂੰ ਕਿਹਾ ਸੀ ਕਿ ਤੁਸੀਂ ਬਹੁਤ ਹੀ ਇਨਟੈਲੀਜੈਂਟ ਹੋ। ਹੁਣ ਮੈਂ ਇਹ ਵੀ ਕਹਾਂਗੀ ਕਿ ਤੁਸੀਂ ਇੱਕ ਨੇਕ ਦਿਲ ਇਨਸਾਨ ਵੀ ਹੋ।ਤੁਹਾਡੀ ਜਗ੍ਹਾ ਜੇਕਰ ਕੋਈ ਹੋਰ ਹੁੰਦਾ ਤਾਂ ਸ਼ਾਇਦ ਉਹ ਇੰਜ ਨਾ ਕਰ ਸਕਦਾ।" ਮੈਂ ਜੈਨੇਫਰ ਵੱਲ ਤੱਕ ਕੇ ਕਿਹਾ।

"ਹਾਂ,ਮੇਰੀ ਧੀ ਨੈਨਸੀ ਵੀ ਇਹੋ ਹੀ ਆਖਦੀ ਹੈ।" ਮਾਂ ਉਹ ਤੈਨੂੰ ਕਿਉਂ ਨਹੀਂ ਨਾਲ਼ ਲੈ ਕੇ ਗਏ।ਇਲਮਾ ਨੂੰ ਕਿਉਂ ਲੈ ਕੇ ਗਏ ਹਨ!"

"ਪਰ ਡੀਅਰ ਮੈਨੂੰ ਲਗਦਾ ਕਿ ਇਲਮਾ ਨੂੰ ਹੀ ਨਾਲ਼ ਜਾਣਾ ਚਾਹੀਦਾ ਸੀ।ਕਿਉਂਕਿ ਉਸ ਨੇ ਆਪਣਾ ਪਤੀ ਖੋਇਆ ਸੀ।ਪਿਛਲੇ ਮਹੀਨੇ ਉਸ ਦੇ ਪਤੀ ਦੀ ਮੌਤ ਹੋ ਗਈ ਸੀ।ਇਸ ਕਰਕੇ ਉਹ ਇਕੱਲਾਪਣ ਮਹਿਸੂਸ ਕਰ ਰਹੀ ਸੀ।"

"ਮੈਂ ਠੀਕ ਕੀਤਾ ਡੀਅਰ!" ਉਸ ਨੇ ਮੇਥੋਂ ਹਾਮੀ ਭਰ੍ਹਾਉਣੀ ਚਾਹੀ।

"ਹਾਂ ਬਿਲਕੁਲ।"

"ਪਰ ਮੇਰੀ ਧੀ ਨੈਨਸੀ ਨਹੀਂ ਮੰਨਦੀ।ਉਹ ਬਹੁਤ ਗੁੱਸੇ ਹੁੰਦੀ ਹੈ।ਉਹ ਹਰ ਵਾਰ ਆਖਦੀ ਹੈ ਕਿ ਮੇਰੇ ਨੂੰਹ-ਪੁੱਤ ਮੈਨੂੰ ਪੁੱਛਦੇ ਨਹੀਂ ਹਨ।ਇਸੇ ਕਰਕੇ ਉਹ ਮੈਨੂੰ ਆਪਣੇ ਨਾਲ਼ ਨਹੀਂ ਲੈ ਕੇ ਗਏ।"

ਉਹ ਮੈਨੂੰ ਹਰ ਵਾਰ ਨਿਹੋਰਾ ਮਾਰਦੀ ਹੋਈ ਆਖਦੀ ਹੈ ,"ਮਾਂ, ਯਾਦ ਕਰ ਉਹ ਸਮਾਂ ਜਦ ਤੂੰ ਉਹਨਾਂ ਨੂੰ ਪੈਸੇ ਦਿਆ ਕਰਦੀ ਸੀ।ਕਦੇ ਕਾਰ ਖ਼੍ਰੀਦਣ ਲਈ,ਕਦੇ ਘਰ ਰੈਨੋਵੇਟ ਕਰਨ ਲਈ ਅਤੇ ਕਦੇ ਫਰਨੀਚਰ ਖ਼੍ਰੀਦਣ ਲਈ।ਹੁਣ ਉਹ ਇਹ ਸਭ-ਕੁੱਝ ਭੁੱਲ ਗਏ ਹਨ।ਇਸ ਕਰਕੇ ਉਹ ਤੈਨੂੰ ਹੁਣ ਪੁੱਛਦੇ ਨਹੀਂ ਹਨ।"ਜੈਨੇਫਰ ਇਹ ਗੱਲ ਮੈਨੂੰ ਉਦਾਸ ਹੋ ਕੇ ਦੱਸ ਰਹੀ ਸੀ।

ਉਹ ਆਪਣੀ ਗੱਲ ਨੂੰ ਫਿਰ ਪੂਰੀ ਕਰਦੀ ਹੋਈ ਆਖਣ ਲੱਗੀ,"ਮੈਂ ਮੁੜ ਨੈਨਸੀ ਨੂੰ ਆਖਦੀ,ਪੈਸੇ ਤਾਂ ਮੈਂ ਤੈਨੂੰ ਵੀ ਬਥੇਰੇ ਦਿੱਤੇ ਹਨ।ਦਸ ਹਜ਼ਾਰ ਘਰ ਦੀ ਛੱਤ ਪਵਾਉਣ ਲਈ,ਵੀਹ ਹਜ਼ਾਰ ਕਿਚਨ ਲਵਾਉਣ ਲਈ ਅਤੇ ਪੰਜਾਹ ਹਜ਼ਾਰ ਵਕੀਲਾਂ ਨੂੰ ਦਿੱਤਾ।"

"ਵਕੀਲਾਂ ਨੂੰ ਦਿੱਤਾ ਜੈਨੇਫਰ ਉਹ ਕਾਹਦੇ ਲਈ!"ਮੈਂ ਹੈਰਾਨ ਹੋਈ ਨੇ ਜੈਨੇਫਰ ਦੀ ਗੱਲ ਨੂੰ ਵਿੱਚੋਂ ਹੀ ਟੋਕਦਿਆਂ ਹੋਇਆਂ ਪੁੱਛਿਆ।

"ਉਹ ਡੀਅਰ, ਉਹ ਡੀਅਰ।"

ਉਹਨੇ ਇੱਕ ਲੰਮਾ ਹੌਕਾ ਲਿਆ ਤੇ ਮੈਨੂੰ ਆਖਣ ਲੱਗੀ, "ਮੈਂ ਤੈਨੂੰ ਕਿਹਾ ਸੀ ਕਿ ਮੈਂ ਇੱਕ ਬਹੁਤ ਵੱਡੀ ਪੜ੍ਹੀ-ਲਿਖੀ ਬੇਵਕੂਫ ਹਾਂ... ਇਸ ਕਰਕੇ।"

"ਮੈਂ ਸਮਝੀ ਨਹੀਂ ਜੈਨੇਫਰ।"ਮੈਂ ਜੈਨੇਫਰ ਦੇ ਮੂੰਹ ਵੱਲ ਤੱਕਦੀ ਹੋਈ ਨੇ ਕਿਹਾ।

ਉਹ ਆਪਣਾ ਸੱਜਾ ਹੱਥ ਆਪਣੇ ਮੱਥੇ 'ਤੇ ਰੱਖ ਆਪਣੀ ਜ਼ਿੰਦਗੀ ਦਾ ਡੂੰਘਾ

ਰਾਜ਼ ਦੱਸਣ ਲੱਗੀ,"ਮੇਰਾ ਦੂਸਰਾ ਪਤੀ ਮੇਰੀ ਦੋਹਤੀ ਸ਼ੈਲੀ ਨਾ.ਲ ਕੁਕਰਮ ਕਰਿਆ ਕਰਦਾ ਸੀ।"

"ਹੈਂ!"

"ਸੱਚਮੁੱਚ।"

"ਹਾਂ।"

"ਕਿੰਨੇ ਸਾਲਾਂ ਦੀ ਹੈ ਸ਼ੈਲੀ।"

"ਹੁਣ ਅਠਾਰਾਂ ਦੀ ਹੋ ਗਈ।"

"ਤੈਨੂੰ ਕਿਵੇਂ ਪਤਾ ਲੱਗਾ?"

"ਇੱਕ ਦਿਨ ਮੇਰੀ ਧੀ ਨੈਨਸੀ ਮੇਰੀ ਦੋਹਤੀ ਸ਼ੈਲੀ ਦੇ ਜਨਮ ਦਿਨ ਵਾਲੇ ਦਿਨ ਉਸ ਦੀ ਅਲਮਾਰੀ ਸਾਫ ਕਰ ਰਹੀ ਸੀ।ਉਸ ਵਿੱਚੋਂ ਉਸ ਨੂੰ ਸ਼ੈਲੀ ਦੁਆਰਾ ਲਿਖੀ ਇੱਕ ਚਿੱਠੀ ਮਿਲੀ ।ਜਿਸ ਵਿੱਚ ਲਿਖਿਆ ਹੋਇਆ ਸੀ ਕਿ ਨਾਨੂੰ ਮੇਰੇ ਨਾ.ਲ ਕਈ ਸਾਲਾਂ ਤੋਂ ਮਾੜੇ ਕੰਮ ਕਰ ਰਿਹਾ ਹੈ।ਉਸ ਨੇ ਮੈਨੂੰ ਆਪਣਾ ਮੂੰਹ ਬੰਦ ਕਰਨ ਲਈ ਕਿਹਾ ਹੈ ਨਹੀਂ ਤਾਂ ਉਹ ਮੈਨੂੰ ਅਤੇ ਤੁਹਾਨੂੰ ਸਾਰਿਆਂ ਨੂੰ ਜਾਨੋਂ ਮਾਰ ਦੇਵੇਗਾ"।

"ਚਿੱਠੀ ਪੜ੍ਹਦਿਆਂ ਸਾਰ ਹੀ ਨੈਨਸੀ ਬੇਹੋਸ਼ ਹੋ ਗਈ।ਹੋਸ਼ ਆਉਣ 'ਤੇ ਉਸਨੇ ਇਹ ਸਾਰੀ ਗੱਲ ਆਪਣੇ ਪਤੀ ਰੌਨ ਨੂੰ ਦੱਸੀ।ਉਸ ਸਮੇਂ ਸ਼ੈਲੀ ਘਰ ਨਹੀਂ ਸੀ।ਰੌਨ ਤੇ ਨੈਨਸੀ ਸ਼ੈਲੀ ਨੂੰ ਬੇਸਬਰੀ ਨਾ.ਲ ਉਡੀਕਣ ਲੱਗੇ।ਸ਼ੈਲੀ ਦੇ ਘਰ ਪਹੁੰਚਣ 'ਤੇ ਰੌਨ ਨੇ ਝੱਟ ਮੈਨੂੰ ਫ਼ੋਨ ਕਰ ਲਿਆ ਅਤੇ ਉਹ ਤਿੰਨੇ ਜਾਣੇ ਮੇਰੇ ਘਰ ਆ ਗਏ।"

"ਨੈਨਸੀ ਨੇ ਸਾਰੀ ਗੱਲ ਮੈਨੂੰ ਸ਼ੈਲੀ ਦੇ ਸਾਹਮਣੇ ਸਾਫ-ਸਾਫ ਦੱਸੀ।"ਉਸਨੇ ਮੈਨੂੰ ਉਹ ਚਿੱਠੀ ਦਿਖਾਉਂਦਿਆਂ ਕਿਹਾ,"ਮਾਂ,ਸ਼ੈਲੀ ਦੀ ਅਲਮਾਰੀ ਵਿੱਚੋਂ ਮੈਨੂੰ ਇਹ ਚਿੱਠੀ ਮਿ.ਲੀ ਹੈ।ਜਿਸ ਵਿੱਚ ਲਿਖਿਆ ਹੋਇਆ ਹੈ ਕਿ ਨਾਨੂੰ ਮੇਰੇ ਨਾ.ਲ ਕਈ ਸਾਲਾਂ ਤੋਂ ਗ.ਲਤ ਕੰਮ ਕਰ ਰਿਹਾ ਹੈ।ਉਸ ਨੇ ਮੈਨੂੰ ਇਹ ਧਮਕੀ ਵੀ ਦਿੱਤੀ ਹੋਈ ਹੈ ਕਿ ਜੇਕਰ ਇਸ ਗੱਲ ਦਾ ਕਿਸੇ ਹੋਰ ਨੂੰ ਪਤਾ ਚੱਲਿਆ ਤਾਂ ਉਹ ਉਸਨੂੰ ਅਤੇ ਉਸਦੇ ਪੂਰੇ ਪਰਿਵਾਰ ਨੂੰ ਜਾਨੋਂ ਮਾਰ ਦੇਵੇਗਾ।"

"ਨੈਨਸੀ ਦੇ ਮੂੰਹੋਂ ਏਡੀ ਵੱਡੀ ਗੱਲ ਸੁਣਦਿਆਂ ਮੇਰਾ ਸਿਰ ਘੁੰਮਣ ਲੱਗਾ।ਅਸਮਾਨ ਮੇਰੇ ਲਈ ਫਟਣ ਲੱਗਾ।ਮੈਂ ਸ਼ੈਲੀ ਨੂੰ ਆਪਣੇ ਸੀਨੇ ਨਾ.ਲ ਲਾ ਧਾਹਾਂ ਮਾਰ-ਮਾਰ ਰੋਣ ਲੱਗੀ।ਸ਼ੈਲੀ ਵੀ ਮੇਰੇ ਨਾ.ਲ ਚੁੰਬੜ ਕੇ ਜ਼ਾਰੋ-ਜ਼ਾਰ ਰੋ ਰਹੀ ਸੀ।ਨੈਨਸੀ ਤੇ ਰੌਨ ਵੀ ਹੰਝੂਆਂ ਨਾ.ਲ ਗੱਚ ਹੋ ਰਹੇ ਸਨ।"

ਮੈਂ ਸ਼ੈਲੀ ਨੂੰ ਆਪਣੇ ਨਾ.ਲੋਂ ਲਾਹ ਸੋਫੇ ਤੇ ਬੈਠਾਉਂਦੀ ਹੋਈ ਨੇ ਉਸਦੇ ਸਿਰ ਤੇ ਹੱਥ ਫੇਰਦਿਆਂ ਕਿਹਾ,"ਧੀਏ ਮੈਨੂੰ ਇਸ ਗੱਲ ਦਾ ਬੇਹੱਦ ਅਫਸੋਸ ਹੈ।ਹੁਣ

ਤੈਨੂੰ ਕਿਸੇ ਤੋਂ ਡਰਨ ਦੀ ਲੋੜ ਨਹੀਂ।ਤੂੰ ਮੈਨੂੰ ਜੋ ਸਜ਼ਾ ਦੇਣੀ ਹੈ ਉਹ ਦੇ ਸਕਦੀਂ ਹੈ।ਮੇਰੀ ਵੀ ਗ਼ਲਤੀ ਹੈ।ਮੈਨੂੰ ਤੈਨੂੰ ਉਸ ਪਾਪੀ ਕੋਲ਼ ਨਹੀਂ ਸੀ ਛੱਡ ਕੇ ਜਾਣਾ ਚਾਹੀਦਾ।ਪਰ ਅੱਜ ਸਾਰੀ ਗੱਲ ਮੈਨੂੰ ਸੱਚੋ-ਸੱਚ ਦੱਸ।ਮੈਂ ਤੇਰਾ ਜ਼ਰੂਰ ਸਾਥ ਦੇਵਾਂਗੀ ਤੇ ਉਸ ਪਾਪੀ ਨੂੰ ਸਜ਼ਾ ਵੀ ਦਿਵਾਵਾਂਗੀ।"

ਸ਼ੈਲੀ ਦੇ ਹੰਝੂ ਰੁਕਣ ਦਾ ਨਾ ਨਹੀਂ ਸੀ ਲੈ ਰਹੇ।ਉਹ ਰੋ-ਰੋ ਦੱਸਣ ਲੱਗੀ,"ਜਦ ਮੈਂ ਬਹੁਤ ਛੋਟੀ ਹੁੰਦੀ ਸੀ।ਤੁਸੀਂ ਸਾਰੇ ਤਾਂ ਮੈਨੂੰ ਨਾਨੂੰ ਕੋਲ਼ ਮੇਰੀ ਬੇਬੀ ਸਿਟਿੰਗ ਕਰਨ ਲਈ ਛੱਡ ਕੇ ਚਲੇ ਜਾਂਦੇ ਸੀ।ਉਹ ਉਸ ਸਮੇਂ ਮੇਰੇ ਨਾਲ਼ ਗ਼ਲਤ ਕੰਮ ਕਰਦਾ ਸੀ।ਉਹ ਮੇਰੇ ਸਰੀਰ ਦੇ ਗੁਪਤ ਅੰਗਾਂ ਨੂੰ ਛੇੜਦਾ ਸੀ।ਉਸ ਦੁਆਰਾ ਇਹ ਸਭ ਕੁੱਝ ਕੀਤਾ ਜਾਣਾ ਮੈਨੂੰ ਬਿਲਕੁਲ ਪਸੰਦ ਨਹੀਂ ਸੀ ਹੁੰਦਾ।ਮੈਨੂੰ ਕਚਿਆਣ ਆਉਂਦੀ ਸੀ।ਮੈਂ ਰੋਂਦੀ ਸੀ। ਜਦ ਮੈਂ ਉਸਨੂੰ ਇਹ ਸਭ ਕੁੱਝ ਮੰਮੀ-ਪਾਪਾ ਨੂੰ ਦੱਸ ਦੇਣ ਬਾਰੇ ਆਖਦੀ ਤਾਂ ਉਹ ਸਭ ਨੂੰ ਜਾਨੋਂ ਮਾਰ ਦੇਣ ਦੀ ਮੈਨੂੰ ਧਮਕੀ ਦਿੰਦਾ ਸੀ।"

ਸ਼ੈਲੀ ਨੇ ਉਸਦੀਆਂ ਹੋਰ ਵੀ ਬਹੁਤ ਸਾਰੀਆਂ ਕਰਤੂਤਾਂ ਦੱਸੀਆਂ।ਜੋ ਸੁਣ-ਸੁਣ ਸਾਨੂੰ ਸ਼ਰਮ ਆਉਣ ਲੱਗੀ।ਸਾਡੇ ਦੰਦ ਜੁੜਨ ਲੱਗੇ।ਨੈਨਸੀ ਦਾ ਪਤੀ ਰੌਨ ਮੇਰੇ ਵੱਲ ਕੁੜੱਤਣ ਭਰੀਆਂ ਨਜ਼ਰਾਂ ਦੇ ਨਾਲ਼ ਵੇਖਣ ਲੱਗਾ।ਮੈਂ ਉਸ ਨੂੰ ਆਪਣੀ ਜੁੱਤੀ ਲਾਹ ਕੇ ਫੜਾ ਦਿੱਤੀ ਕਿ ਉਹ ਜਿੰਨੀਆਂ ਚਾਹੇ ਮੇਰੇ ਸਿਰ ਵਿੱਚ ਮਾਰੇ।ਮੈਂ ਆਪਣੇ ਆਪਨੂੰ ਦੁਨੀਆ ਦੀ ਸਭ ਤੋਂ ਵੱਧ ਪੜ੍ਹੀ-ਲਿਖੀ ਅਤੇ ਗਿਆਨਵਾਨ ਔਰਤ ਸਮਝਦੀ ਸੀ ।ਪਰ ਮੈਨੂੰ ਮੇਰੇ ਆਪਣੇ ਘਰ ਦੇ ਅੰਦਰ ਕੀ ਹੋ ਰਿਹਾ ਹੈ ਉਸ ਦਾ ਪਤਾ ਨਾ ਲੱਗਾ।"

ਜੈਨੇਫਰ ਦੇ ਅੰਦਰਲੀ ਪੀੜ ਕਿੰਨੀ ਗਹਿਰੀ ਸੀ ਇਹ ਉਹਦੇ ਵਗਦੇ ਅੱਥਰੂਆਂ ਦੀ ਝੜੀ ਤੋਂ ਜ਼ਾਹਿਰ ਹੁੰਦਾ ਸੀ ।

ਕਹਾਣੀ ਸੁਣਾਉਂਦਿਆਂ ਜੈਨੇਫਰ ਦੀ ਅਵਾਜ਼ ਬੜੀ ਮੱਧਮ ਪੈ ਰਹੀ ਸੀ।

"ਹਾਇ ਮੇਰੇ ਰੱਬਾ।" ਮੇਰੇ ਮੂੰਹੋਂ ਨਿਕਲ਼ਿਆ।

"ਉਹ ਕਿਸ ਤਰ੍ਹਾਂ ਦਾ ਸੀ ਜੈਨੇਫਰ?ਕੀ ਤੈਨੂੰ ਉਸ 'ਤੇ ਬਿਲਕੁਲ ਵੀ ਸ਼ੱਕ ਨਹੀਂ ਸੀ ਹੋਇਆ।"ਮੈਂ ਜੈਨੇਫਰ ਨੂੰ ਸੁਆਲ ਕੀਤਾ।

"ਸ਼ੱਕ।"

"ਇਸ ਤਰ੍ਹਾਂ ਦੇ ਆਦਮੀ ਸ਼ੱਕ ਭਲਾ ਕਿੱਥੇ ਹੋਣ ਦਿੰਦੇ ਨੇ।ਜੈਨੇਫਰ ਨੇ ਇੱਕ ਲੰਮਾ ਹੌਕਾ ਲੈਂਦਿਆਂ ਕਿਹਾ।ਉਹ ਇੱਕ ਬਹੁਤ ਹੀ ਹੁਸ਼ਿਆਰ ਕਿਸਮ ਦਾ ਆਦਮੀ ਸੀ।ਉਹ ਇੱਕ ਇੰਜੀਨੀਅਰ ਸੀ ਤੇ ਬਹੁਤ ਹੀ ਵੱਡੇ-ਵੱਡੇ ਪ੍ਰੋਜੈਕਟ ਕਰਦਾ ਸੀ।ਵੱਖ-ਵੱਖ ਦੇਸ਼ਾਂ ਵਿੱਚੋਂ ਵੱਡੀਆਂ-ਵੱਡੀਆਂ ਕੰਪਨੀਆਂ ਉਸਨੂੰ ਆਫਰਜ਼ ਭੇਜਦੀਆਂ ਸਨ ਤੇ ਮੂੰਹੋਂ ਮੰਗਵੇਂ ਪੈਸੇ ਦਿੰਦੀਆਂ ਸਨ।ਉਹਨਾਂ ਪੈਸਿਆਂ ਦੇ ਨਾਲ਼ ਉਹ ਖੁਦ

ਐਸ਼ ਕਰਦਾ ਤੇ ਸਾਨੂੰ ਵੀ ਸਭ ਨੂੰ ਪੂਰੀ ਐਸ਼ ਕਰਵਾਉਂਦਾ ਸੀ।ਦੁਨੀਆ ਦਾ ਕੋਈ ਕੋਨਾ ਨਹੀਂ ਹੋਣਾ ਜੋ ਅਸੀਂ ਵੇਖਿਆ ਨਾ ਹੋਵੇ।ਉਹ ਮੇਰੇ ਬੱਚਿਆਂ ਨਾਲ਼ ਵੀ ਇਸ ਤਰ੍ਹਾਂ ਰਹਿੰਦਾ ਸੀ ਜਿਸ ਤਰ੍ਹਾਂ ਉਹਨਾ ਦਾ ਸਕਾ ਪਿਓ ਹੋਵੇ।ਜਦੋਂ ਘਰ ਆਉਣਾ ਬੱਚਿਆਂ ਲਈ ਕੁੱਝ ਨਾ ਕੁੱਝ ਚੁੱਕੀ ਲਈ ਆਉਣਾ।ਕਦੇ ਸੋਚ ਵੀ ਨਹੀਂ ਸੀ ਸਕਦੇ ਕਿ ਉਹ ਆਦਮੀ ਏਨਾ ਘਿਨਾਉਣਾ ਕੰਮ ਵੀ ਕਰ ਸਕਦਾ ਹੈ। ਉਹ ਵੀ ਆਪਣੀ ਘਰਵਾਲ਼ੀ ਦੀ ਦੋਹਤੀ ਨਾਲ਼।"

ਕਹਾਣੀ ਸੁਣਾਉਂਦੀ ਜੈਨੇਫਰ ਦੇ ਅੱਥਰੂ ਪਰਲ-ਪਰਲ ਵਹਿ ਰਹੇ ਸਨ ਤੇ ਮੈਂ ਸੁੰਨ ਹੋਈ ਬੈਠੀ ਉਸਦਾ ਇਹ ਦਰਦ ਬਿਨਾ ਹੁੰਗ੍ਹਾਰਾ ਭਰਿਆਂ ਸੁਣ ਰਹੀ ਸੀ।

"ਹਾਂ ,ਡੀਅਰ।ਇੱਕ ਗੱਲ ਹੋਰ।ਉਸ ਆਦਮੀ ਨੂੰ ਬਣਨ -ਠਣਨ ਦਾ ਬੜਾ ਹੀ ਸ਼ੌਕ ਸੀ।ਉਹ ਆਪਣੇ ਆਪ ਨੂੰ ਹਮੇਸ਼ਾਂ ਜੁਆਨ ਮੁੰਡਿਆਂ ਵਾਂਗ ਬਣਾ ਕੇ ਰੱਖਦਾ ਤੇ ਉਸਦੀ ਦੋਸਤੀ ਵੀ ਯੰਗ ਉਮਰ ਦੇ ਨਿਆਣਿਆਂ ਨਾਲ਼ ਸੀ।ਮੈਨੂੰ ਵੀ ਉਹ ਹਮੇਸ਼ਾਂ ਸਜੀ-ਸੰਵਰੀ ਵੇਖਣਾ ਪਸੰਦ ਕਰਦਾ ਸੀ।ਪਰ ਮੈਂ ਕਹਿਣਾ ਮੈਂ ਜਿਹੋ ਜਿਹੀ ਹਾਂ ਉਵੇਂ ਹੀ ਠੀਕ ਹਾਂ।"

ਜੈਨੇਫ਼ਰ ਦੀ ਕਹਾਣੀ ਅਜੇ ਪੂਰੀ ਨਹੀਂ ਸੀ ਹੋਈ ਮੈਂ ਵਿੱਚੋਂ ਹੀ ਉਸਨੂੰ ਪੁੱਛ ਲਿਆ,"ਜੈਨੇਫਰ ਕੀ ਤੂੰ ਫਿਰ ਉਸਨੂੰ ਇਸ ਗੱਲ ਬਾਰੇ ਪੁਛਿਆ?"

"ਹਾਂ, ਮੈਂ ਉਹਨੂੰ ਉਸੇ ਵਕਤ ਹੀ ਫ਼ੋਨ ਲਾ ਲਿਆ।ਉਹ ਕੰਮ ਦੇ ਮਾਮਲੇ ਵਿੱਚ ਕਿਧਰੇ ਬਾਹਰ ਗਿਆ ਹੋਇਆ ਸੀ।ਬੱਸ ਫਿਰ ਕੀ ਸੀ ਉਹਨੂੰ ਪਤਾ ਲੱਗ ਗਿਆ ਸੀ ਕਿ ਹੁਣ ਖ਼ੈਰ ਨਹੀਂ।ਉਹ ਸਾਫ ਮੁੱਕਰ ਗਿਆ।ਉਸ ਤੋਂ ਬਾਅਦ ਉਹਨੇ ਆਪਣਾ ਫ਼ੋਨ ਨੰਬਰ ਅਤੇ ਆਪਣਾ ਅਤਾ-ਪਤਾ ਬਦਲ ਲਿਆ।ਅੱਠ-ਨੌਂ ਮਹੀਨੇ ਅਸੀਂ ਉਹਦੀ ਭਾਲ਼ ਕਰਦੇ ਰਹੇ। ਫਿਰ ਵਕੀਲਾਂ ਦੀ ਮਦਦ ਨਾਲ਼ ਉਸ ਨੂੰ ਲੱਭਿਆ ਅਤੇ ਫਿਰ ਉਸ ਉੱਪਰ ਕੇਸ ਕਰ ਦਿੱਤਾ।ਅਖੀਰ ਵਿੱਚ ਉਹ ਇਹ ਕੇਸ ਹਾਰ ਗਿਆ।"

ਆਪਣੀ ਕਹਾਣੀ ਸੁਣਾਉਂਦੀ ਜੈਨੇਫਰ ਦੀ ਅਵਾਜ਼ ਵੀ ਮੱਧਮ ਪੈ ਗਈ ਸੀ।ਮੈਨੂੰ ਉਸ 'ਤੇ ਤਰਸ ਆ ਰਿਹਾ ਸੀ ਕਿ ਦੇਖਣ ਨੂੰ ਇਨਸਾਨ ਭਾਵੇਂ ਕਿੰਨਾ ਵਧੀਆ ਲਗਦਾ ਹੁੰਦਾ ਹੈ ਪਰ ਅੰਦਰੋਂ ਕਈ ਵਾਰ ਕਿੰਨਾ ਤਿੜਕਿਆ ਹੁੰਦਾ ਹੈ।

•

ਸਾਜਨ ਕੀ ਬੇਟੀਆਂ

"ਅਰੇ ਤੁਮ ਲੜਕੀਆਂ ਤੋ ਸਾਜਨ ਕੀ ਬੇਟੀਆਂ ਹੋ।"

ਉਪਰੋਕਤ ਸ਼ਬਦ ਕਰਨਲ ਸਾਹਿਬ ਨੇ ਮੈਨੂੰ ਉਸ ਸਮੇਂ ਕਹੇ ਸਨ ਜਦ ਉਹਨਾਂ ਦੇ ਬੈਡ ਦੀ ਰੇਲਿੰਗ ਦੇ ਨਾਲ਼ ਲਮਕ ਰਿਹਾ ਕੈਥਟਰ ਬੈਗ ਪਿਸ਼ਾਬ ਦੇ ਨਾਲ਼ ਨੱਕੋ-ਨੱਕ ਭਰ ਗਿਆ ਸੀ।ਭਰੇ ਹੋਏ ਬੈਗ ਨੂੰ ਵੇਖ ਕੇ ਕਰਨਲ ਸਾਹਿਬ ਘਬਰਾ ਗਏ ਸਨ।ਖੁਦ ਕਰਨਲ ਸਾਹਿਬ ਉੱਠ ਕੇ ਉਸ ਬੈਗ ਨੂੰ ਖਾਲੀ ਕਰਨ ਤੋਂ ਅਸਮਰਥ ਸਨ।ਘਰ ਵਿੱਚ ਉਹਨਾਂ ਦੀ ਸਹਾਇਤਾ ਕਰਨ ਦੇ ਲਈ ਉਸ ਵਕਤ ਉਹਨਾਂ ਕੋਲ਼ ਕੋਈ ਨਹੀਂ ਸੀ।ਉਹ ਡਾਢੇ ਪ੍ਰੇਸ਼ਾਨ ਹੋ ਗਏ ਸਨ।ਫਿਕਰ ਨਾਲ਼ ਉਹਨਾਂ ਦੇ ਚਿਹਰੇ ਦਾ ਰੰਗ ਪੀਲ਼ਾ ਪੈ ਗਿਆ ਸੀ।ਬਿਲਕੁਲ ਉਸੇ ਵਕਤ ਉਹਨਾਂ ਕੋਲ਼ ਮੈਂ ਪਹੁੰਚ ਗਈ।ਮੈਨੂੰ ਵੇਖ ਕੇ ਉਹਨਾਂ ਦੇ ਚਿਹਰੇ ਦੀ ਰੌਣਕ ਵਾਪਸ ਪਰਤ ਆਈ ਸੀ।ਮੈਂ ਉਹਨਾਂ ਨੂੰ ਪੁੱਛਿਆ,

"ਸਾਜਨ ਕੀ ਬੇਟੀਆਂ!" ਕਰਨਲ ਸਾਹਿਬ

"ਉਹ ਕੌਣ?"

"ਅਰੇ ਤੁਮ ਨਹੀਂ ਜਾਨਤੀ?"

"ਬਤਾਤਾ ਹੂੰ।"

"ਬੇਟੀ.."

"ਪਹਿਲੇ ਯੇ ਖਾਲੀ ਕਰ ਦੋ...।" ਕਰਨਲ ਸਾਹਿਬ ਨੇ ਤਰਲੇ ਭਰੀ ਅਵਾਜ਼ ਵਿੱਚ ਮੈਨੂੰ ਕਿਹਾ।

ਮੈਂ ਕਰਨਲ ਸਾਹਿਬ ਦਾ ਉਹ ਬੈਗ ਲਾਹ ਕੇ ਦੂਸਰਾ ਹੋਰ ਬੈਗ ਲਾ ਦਿੱਤਾ।ਪਹਿਲੇ ਬੈਗ ਨੂੰ ਖਾਲੀ ਕਰਕੇ ਸਿਰਕੇ ਨਾਲ਼ ਧੋ ਕੇ ਬਾਥ ਟੱਬ ਵਿੱਚ ਲੱਗੀ ਹੁੱਕ ਦੇ ਨਾਲ਼ ਟੰਗ ਦਿੱਤਾ।ਫਿਰ ਆਪਣੇ ਹੱਥ ਸਾਬਣ ਦੇ ਨਾਲ਼ ਧੋ ਕੇ ਕਰਨਲ ਸਾਹਿਬ ਦੇ ਕਮਰੇ ਵਿੱਚ ਆਉਂਦੀ ਨੇ ਕਰਨਲ ਸਾਹਿਬ ਕੋਲੋਂ ਫਿਰ ਪੁੱਛਿਆ?

"ਹਾਂ ਜੀ, ਕਰਨਲ ਸਾਹਿਬ, ਹੁਣ ਦੱਸੋ। ਇਹ ਸਾਜਨ ਕੀ ਬੇਟੀਆਂ ਕੌਣ ਨੇ?"

"ਸਾਜਨ ਕੀ ਬੇਟੀਆਂ ਬਲੇ ਗਰਾਂ ਕੀ ਲੜਕੀਆਂ ਕੋ ਆਖਤੇ ਹੈਂ।"

ਉਰਦੂ ਕੀ ਏਕ ਕਹਾਵਤ ਹੈ।

"ਸਾਜਨ ਕੀ ਬੇਟੀਆਂ ਕੋ ਬੇਜਨਾ
ਜੋ ਰਾਖੇ ਲਾਜ ਪੰਚੋਂ ਕੀ।"

"ਇਸ ਤਰ੍ਹਾਂ ਸਾਜਨ ਕੀ ਬੇਟੀਆਂ ਅੱਛੇ ਗਰਾਂ ਕੀ ਲੜਕੀਆਂ ਹੋਤੀ ਹੈਂ।ਪੰਚ ਗਾਉਂ ਕੇ ਸਿਆਨੇ ਆਦਮੀਆਂ ਕੋ ਕਹਾ ਜਾਤਾ ਹੈ।ਜੋ ਪੰਚਾਇਤ ਮੇਂ ਸ਼ਾਮਿਲ ਹੋਤੇ ਹੈਂ।ਵੋਹ ਜੋ ਫੈਸਲੇ ਕਰਤੇ ਹੈਂ ਉਸ ਫੈਸਲੇ ਕੋ ਅੱਛੇ ਗਰਾਂ ਕੀ ਲੜਕੀਆਂ ਮਾਨਤੀ ਹੈ।ਜੋ ਲੜਕੀਆਂ ਸਿਆਨੇ ਆਦਮੀਆਂ ਕੀ ਇੱਜ਼ਤ ਕਾ ਖਿਆਲ ਰਖਤੀਆਂ ਨੇ ਉਨ ਕੋ ਸਾਜਨ ਕੀ ਬੇਟੀਆਂ ਕਹਾ ਜਾਤਾ ਹੈ।"

"ਹੈ ਨਾ ਆਪ ਲੜਕੀਆਂ ਸਾਜਨ ਕੀ ਬੇਟੀਆਂ।"ਕਰਨਲ ਸਾਹਿਬ ਨੇ ਮੇਰੇ ਵੱਲ ਤੱਕਦਿਆਂ ਹੋਇਆਂ ਕਿਹਾ।

"ਆਪ ਹਮਾਰਾ ਕਿਤਨਾ ਖਿਆਲ ਰੱਖਤੀਆਂ ਹੋ।ਜੈਸੇ ਆਪ ਲੜਕੀਆਂ ਸੁਭਾ-ਸ਼ਾਮ ਆਤੀ ਹੋ।ਹਮੇਂ ਨਿਹਲਾਤੀ ਹੋ।ਹਮਾਰੇ ਕੱਪੜੇ ਬਦਲਤੀ ਹੋ।ਹਮਾਰੇ ਲੀਏ ਖਾਨਾ ਬਨਾਤੀ ਹੋ।ਹਮੇਂ ਖਿਲਾਤੀ ਹੋ।ਹਮਾਰਾ ਮੂੰਹ ਸਾਫ ਕਰਤੀ ਹੋ।ਹਮੇਂ ਸਮੇਂ ਸਿਰ ਦਵਾਈ ਦੇਤੀ ਹੋ।ਹਮਾਰੇ ਸੇ ਬਾਤੇਂ ਕਰਤੀ ਹੋ।ਹਮੇਂ ਬਾਹਰ ਸੈਰ ਕਰਵਾਨੇ ਲੇਕਰ ਜਾਤੀ ਹੋ।ਹਮਾਰੇ ਕਿਤਨੇ ਕਾਮ ਕਰਤੀ ਹੋ।ਅਗਰ ਤੁਮ ਨਾ ਆਉ ਤੋ ਹਮ ਐਸੇ ਹੀ ਲਿਬੜੇ ਹੂਏ ਬੈਠੇ ਰਹੇਂ।ਹਮਾਰੇ ਪਾਸ ਕੋਈ ਨਹੀਂ ਆਏਗਾ।ਇਸ ਲੀਏ ਆਪ ਲੜਕੀਆਂ ਸਾਜਨ ਕੀ ਬੇਟੀਆਂ ਹੋ।"

ਕਰਨਲ ਸਾਹਿਬ ਦੇ ਮੂੰਹੋਂ ਸਾਜਨ ਕੀ ਬੇਟੀਆਂ ਦੀ ਪਰਿਭਾਸ਼ਾ ਸੁਣ ਕੇ ਮੈਂ ਦੰਗ ਰਹਿ ਗਈ।ਜਿਸ ਜੌਬ ਨੂੰ ਮੈਂ ਪਿਛਲੇ ਦੋ ਸਾਲ ਤੋਂ ਅਣਲੱਗੇ ਜਿਹੇ ਮਨ ਨਾਲ਼ ਕਰ ਰਹੀ ਸੀ।ਅੱਜ ਮੈਨੂੰ ਉਸ ਦੀ ਵਿਸ਼ੇਸ਼ਤਾ ਦਾ ਪਤਾ ਲੱਗ ਗਿਆ ਸੀ।ਜਿਉਂ ਹੀ ਮੈਂ ਪਿਛਲੇ ਪੰਜ ਸਾਲਾਂ ਦੀ ਕਨੇਡਾ ਆਈ ਸੀ ਤਾਂ ਮੇਰਾ ਮਨ ਕਿਸੇ ਵੀ ਕੰਮ ਤੇ ਨਹੀਂ ਸੀ ਟਿਕਿਆ।ਬਹੁਤ ਸਾਰੇ ਕੰਮਾਂ ਵਿੱਚ ਮੈਂ ਕੋਸ਼ਿਸ਼ ਕਰਕੇ ਵੇਖੀ ਸੀ।ਪਰ ਹਰ ਕੰਮ ਮੈਨੂੰ ਮੇਰੇ ਮੁਤਾਬਕ ਨਾ ਲਗਦਾ।ਕਿਸੇ ਦੀ ਤਨਖਾਹ ਘੱਟ ਹੁੰਦੀ,ਕੋਈ ਔਖਾ ,ਕੋਈ ਦੂਰ ਅਤੇ ਕਿਸੇ ਕੰਮ ਵਿੱਚ ਸੀਨੀਅਰ ਵਰਕਰਾਂ ਅਤੇ ਮਾਲਕ ਦੁਆਰਾ ਕੀਤਾ ਜਾਣਾ ਰੂਡ ਵਿਵਹਾਰ ਮੈਨੂੰ ਪਸੰਦ ਨਾ ਆਉਂਦਾ।ਸੋ ਮੈਂ ਕਿਸੇ ਕੰਮ 'ਤੇ ਲੰਮਾ ਸਮਾਂ ਨਾ ਟਿਕਦੀ।ਇਹਨਾਂ ਪਿਛਲੇ ਕੁੱਝ ਸਾਲਾਂ ਵਿੱਚ ਮੈਂ ਜਿੰਨੇ ਕੰਮ ਬਦਲੇ ਹੋਣਗੇ ਏਨੇ ਸ਼ਾਇਦ ਕਿਸੇ ਨੇ ਨਾ ਬਦਲੇ ਹੋਣ।

ਇੰਡੀਆ ਵਿੱਚ ਮੈਂ ਇੱਕ ਪ੍ਰਾਈਵੇਟ ਸਕੂਲ ਵਿੱਚ ਪੰਜਾਬੀ ਦੀ ਅਧਿਆਪਕਾ ਸੀ।ਕਨੇਡਾ ਆਉਂਦਿਆਂ ਮੈਨੂੰ ਲੱਗਿਆ ਕਿ ਇੱਥੇ ਵੀ ਮੈਨੂੰ ਪੰਜਾਬੀ ਅਧਿਆਪਕਾ ਦੀ ਨੌਕਰੀ ਜ਼ਰੂਰ ਮਿਲ਼ ਜਾਵੇਗੀ।ਪਰ ਇਹ ਏਨੀ ਸੌਖੀ ਗੱਲ ਨਹੀਂ ਸੀ।ਬਹੁਤ ਥਾਵਾਂ 'ਤੇ ਕੋਸ਼ਿਸ਼ ਕੀਤੀ ਪਰ ਮੈਨੂੰ ਕਿਤੋਂ ਵੀ ਕੋਈ ਕਾਲ ਨਾ ਆਈ।

ਇੱਕ ਵਾਰ ਏਥੇ ਇੱਕ ਪੰਜਾਬੀ ਸਕੂਲ ਵਿੱਚ ਪੰਜਾਬੀ ਦੀ ਪੋਸਟ ਨਿਕਲ਼ੀ।ਮੇਰੀ

ਖੁਸ਼ੀ ਦਾ ਕੋਈ ਟਿਕਾਣਾ ਨਾ ਰਿਹਾ।ਮੈਨੂੰ ਜਾਪਦਾ ਸੀ ਕਿ ਇਹ ਨੌਕਰੀ ਤਾਂ ਮੈਨੂੰ ਮਿਲ ਹੀ ਜਾਵੇਗੀ।ਮੈਂ ਪੰਜਾਬੀ ਸੂਟ ਪਾ ਕੇ ਅਤੇ ਆਪਣੇ ਸਾਰੇ ਸਰਟੀਫਿਕੇਟ ਨਾਲ਼ ਲੈ ਕੇ ਸਕੂਲ ਦੇ ਮੁੱਖ ਦਰਵਾਜ਼ੇ 'ਤੇ ਪਹੁੰਚ ਗਈ।ਮੈਨੂੰ ਵੇਖ ਕੇ ਇੱਕ ਲੇਡੀ ਸਕਿਉਰਟੀ ਗਾਰਡ ਮੇਰੇ ਕੋਲ਼ ਆਈ।ਉਸਨੇ ਮੈਨੂੰ ਮੇਰੇ ਸਕੂਲ ਆਉਣ ਦਾ ਕਾਰਨ ਪੁੱਛਿਆ।

ਮੈਂ ਉਸਨੂੰ ਕਿਹਾ, "ਮੈਂ ਇੱਥੇ ਪੰਜਾਬੀ ਅਧਿਆਪਕ ਦੀ ਪੋਸਟ ਦੇ ਲਈ ਅਪਲਾਈ ਕਰਨ ਦੇ ਲਈ ਆਈ ਹਾਂ।ਇਸ ਕਰਕੇ ਮੈਂ ਇੱਥੇ ਪ੍ਰਿੰਸੀਪਲ ਭੱਟੀ ਨੂੰ ਮਿਲਣਾ ਚਾਹੁੰਦੀ ਹਾਂ।"

ਉਸ ਔਰਤ ਨੇ ਬੈਂਚ ਵੱਲ ਇਸ਼ਾਰਾ ਕਰਦੇ ਹੋਏ ਮੈਨੂੰ ਕਿਹਾ, "ਤੁਸੀਂ ਇਸ ਬੈਂਚ 'ਤੇ ਬੈਠ ਜਾਉ। ਪ੍ਰਿੰਸੀਪਲ ਸਾਹਿਬ ਤਾਂ ਹਾਲੇ ਮੀਟਿੰਗ ਵਿੱਚ ਹਨ।ਜਿਉਂ ਹੀ ਮੀਟਿੰਗ ਖਤਮ ਹੋਵੇਗੀ, ਮੈਂ ਤੁਹਾਨੂੰ ਦੱਸ ਦੇਵਾਂਗੀ। ਫਿਰ ਤੁਸੀਂ ਉਹਨਾਂ ਨੂੰ ਮਿਲ ਸਕਦੇ ਹੋ।"

ਮੈਂ ਬਾਹਰ ਬੈਂਚ 'ਤੇ ਬੈਠ ਕੇ ਪ੍ਰਿੰਸੀਪਲ ਸਾਹਿਬ ਦੀ ਮੀਟਿੰਗ ਖ਼ਤਮ ਹੋਣ ਦਾ ਇੰਤਜ਼ਾਰ ਕਰਨ ਲੱਗੀ।ਸਕੂਲ ਦਾ ਮਾਹੌਲ ਬਹੁਤ ਹੀ ਵਧੀਆ ਲੱਗ ਰਿਹਾ ਸੀ।ਬੱਚੇ ਬੜੇ ਹੀ ਸਲੀਕੇ ਨਾਲ਼ ਆਪਸ ਵਿੱਚ ਗੱਲਬਾਤ ਕਰ ਰਹੇ ਸਨ।ਏਨੇ ਸਾਫ-ਸੁਥਰੇ ਮਾਹੌਲ ਨੂੰ ਵੇਖ ਕੇ ਮੈਨੂੰ ਆਪਣਾ ਸਕੂਲ ਵਾਰ-ਵਾਰ ਯਾਦ ਆ ਰਿਹਾ ਸੀ।ਜਿੱਥੇ ਮੈਂ ਪੜ੍ਹਾਇਆ ਕਰਦੀ ਸੀ।ਮਾਹੌਲ ਵੀ ਕਿੰਨਾ ਸੁਖਾਵਾਂ ਸੀ।ਬੱਚੇ ਵੀ ਕਿੰਨੇ ਹੋਣਹਾਰ ਸਨ।ਨਵੇਂ ਆਏ ਪ੍ਰਿੰਸੀਪਲ ਸਾਹਿਬ ਨੇ ਤਾਂ ਸਕੂਲ ਨੂੰ ਏਨਾ ਬਦਲ ਦਿੱਤਾ ਸੀ ਕਿ ਸਾਡਾ ਸਕੂਲ ਇਲਾਕੇ ਦੇ ਸਭ ਸਕੂਲਾਂ ਵਿੱਚੋਂ ਉੱਤਮ ਦਰਜਾ ਪ੍ਰਾਪਤ ਕਰ ਗਿਆ ਸੀ।ਹਰ ਕੋਈ ਆਪਣੇ ਬੱਚੇ ਨੂੰ ਉਸ ਸਕੂਲ ਵਿੱਚ ਪੜ੍ਹਾਉਣਾ ਚਾਹੁੰਦਾ ਸੀ।ਮੈਂ ਅਜੇ ਆਪਣੇ ਸਕੂਲ ਦੀਆਂ ਪੁਰਾਣੀਆਂ ਯਾਦਾਂ ਵਿੱਚ ਖੋਈ ਹੀ ਸੀ ਤੇ ਉਸੇ ਗਾਰਡ ਔਰਤ ਨੇ ਮੇਰਾ ਮੋਢਾ ਆਣ ਹਲੂਣਿਆ ਤੇ ਕਿਹਾ,"ਮੈਡਮ ਜੀ,ਮੈਡਮ ਜੀ।ਸਰ ਦੀ ਮੀਟਿੰਗ ਖਤਮ ਹੋ ਗਈ ਤੇ ਉਹ ਤੁਹਾਨੂੰ ਆਫਿਸ ਵਿੱਚ ਬੁਲਾ ਰਹੇ ਹਨ।"

"ਉਹ ! ਅੱਛਾ..ਮੀਟਿੰਗ ਖਤਮ ਹੋ ਗਈ।"

ਮੈਂ ਆਪਣੀਆਂ ਸੋਚਾਂ ਦੇ ਸਮੁੰਦਰ ਵਿੱਚੋਂ ਬਾਹਰ ਨਿਕ਼ਲਦੀ ਹੋਈ ਨੇ ਉਸਨੂੰ ਇਕ ਦਮ ਪੁੱਛਿਆ।

"ਜੀ"

ਮੈਂ ਉੱਥੋਂ ਉੱਠ ਕੇ ਦਫਤਰ 'ਚ ਚਲੀ ਗਈ। ਦਫਤਰ ਵੜਦਿਆਂ ਸਾਰ ਹੀ ਆਪਣੇ ਦੋਵੇਂ ਹੱਥ ਜੋੜ ਕੇ ਪ੍ਰਿੰਸੀਪਲ ਸਾਹਿਬ ਨੂੰ ਸਤਿ ਸ੍ਰੀ ਅਕਾਲ ਬੁਲਾਈ। ਪ੍ਰਿੰਸੀਪਲ ਸਾਹਿਬ ਨੇ ਮੇਰੀ ਸਤਿ ਸ੍ਰੀ ਅਕਾਲ ਦਾ ਜੁਆਬ ਦਿੰਦਿਆ ਸਾਹਮਣੇ

ਪਈ ਕੁਰਸੀ 'ਤੇ ਬੈਠਣ ਲਈ ਮੈਨੂੰ ਇਸ਼ਾਰਾ ਕੀਤਾ।ਮੈਂ ਕੁਰਸੀ ਤੇ ਬੈਠ ਗਈ।

"ਹਾਂ ਜੀ ਦੱਸੋ, ਕਿਵੇਂ ਆਏ ਹੋ?" ਪ੍ਰਿੰਸੀਪਲ ਸਾਹਿਬ ਨੇ ਮੈਨੂੰ ਮੁਸਕਰਾ ਕੇ ਪੁੱਛਿਆ।

ਮੈਂ ਉਹਨਾਂ ਨੂੰ ਆਪਣੇ ਬਾਰੇ ਜਾਣ-ਪਹਿਚਾਣ ਕਰਵਾਉਂਦਿਆਂ ਹੋਇਆਂ ਕਿਹਾ, "ਸਰ ਮੇਰਾ ਨਾਂ ਮਨਦੀਪ ਕੌਰ ਹੈ। ਮਨਦੀਪ ਕੌਰ ਸੇਖੋਂ। ਮੈਂ ਪੰਜਾਬੀ ਦੀ ਐਮਏ. ਅਤੇ ਐੱਮ ਐੱਡ. ਕੀਤੀ ਹੋਈ ਹੈ। ਮੈਂ ਭਾਰਤ ਵਿੱਚ ਇੱਕ ਪ੍ਰਾਈਵੇਟ ਸਕੂਲ ਵਿੱਚ ਪੰਜਾਬੀ ਦੀ ਅਧਿਆਪਕਾ ਸੀ। ਏਥੇ ਵੀ ਪੰਜਾਬੀ ਅਧਿਆਪਕਾ ਲੱਗਣਾ ਚਾਹੁੰਦੀ ਹਾਂ।ਮੈਂ ਅਖਬਾਰ ਵਿੱਚ ਤੁਹਾਡੇ ਵੱਲੋਂ ਪੰਜਾਬੀ ਦੀ ਅਧਿਆਪਕਾ ਦੀ ਲੋੜ ਹੈ,ਪਾਈ ਹੋਈ ਐਡ ਪੜ੍ਹੀ ਸੀ।ਇਸੇ ਕਰਕੇ ਹੀ ਮੈਂ ਇਸ ਸਕੂਲ ਵਿੱਚ ਅਪਲਾਈ ਕਰਨ ਲਈ ਆਈ ਹਾਂ।ਜੇਕਰ ਤੁਸੀਂ ਮੈਨੂੰ ਆਪਣੇ ਸਕੂਲ ਵਿੱਚ ਪੰਜਾਬੀ ਦੀ ਅਧਿਆਪਕਾ ਰੱਖ ਲਵੋ ਤਾਂ ਮੈਂ ਤੁਹਾਡੀ ਬਹੁਤ ਹੀ ਧੰਨਵਾਦੀ ਹੋਵਾਂਗੀ।"ਏਨਾ ਆਖਦੀ ਹੋਈ ਨੇ ਮੈਂ ਆਪਣੇ ਸਰਟੀਫਿਕੇਟਾਂ ਵਾਲੀ ਫਾਇਲ ਪ੍ਰਿੰਸੀਪਲ ਸਾਹਿਬ ਦੇ ਅੱਗੇ ਖੋਲ੍ਹ ਕੇ ਰੱਖ ਦਿੱਤੀ।

ਮੇਰੇ ਸਰਟੀਫਿਕੇਟਾਂ ਨੂੰ ਵੇਖ ਕੇ ਭੱਟੀ ਸਾਹਿਬ ਮੁਸਕਰਾਏ ਤੇ ਮੈਨੂੰ ਕਹਿਣ ਲੱਗੇ, "ਇਹ ਸਭ ਠੀਕ ਹੈ ਮੈਡਮ।ਪਰ ਤੁਹਾਨੂੰ ਏਥੇ ਸਭ ਤੋਂ ਪਹਿਲਾਂ ਆਪਣੇ ਸਾਰੇ ਸਰਟੀਫਿਕੇਟਾਂ ਨੂੰ ਈਵੈਲੂਏਟ ਕਰਵਾਉਣਾ ਪਵੇਗਾ।ਫਿਰ ਬੀ ਸੀ ਟੀਚਰ ਦਾ ਲਾਈਸੈਂਸ ਲੈਣਾ ਪਵੇਗਾ।ਫਿਰ ਜਾ ਕੇ ਕਿਤੇ ਤੁਸੀਂ ਇਸ ਜਾਬ ਦੇ ਲਈ ਅਪਲਾਈ ਕਰ ਸਕਦੇ ਹੋ।"

ਪ੍ਰਿੰਸੀਪਲ ਸਾਹਿਬ ਦੀ ਗੱਲ ਸੁਣ ਕੇ ਮੈਂ ਥੋੜ੍ਹੀ ਜਿਹੀ ਚੁੱਪ ਹੋ ਗਈ।ਫਿਰ ਉਹਨਾਂ ਨੂੰ ਕਹਿਣ ਲੱਗੀ, "ਸਰ ਕੋਈ ਗੱਲ ਨਹੀਂ।ਤੁਸੀਂ ਫਿਕਰ ਨਾ ਕਰੋ।ਮੈਂ ਸਭ ਕੁੱਝ ਕਰ ਲਵਾਂਗੀ।ਆਪਣੇ ਸਰਟੀਫਿਕੇਟ ਵੀ ਇਵੈਲੂਏਟ ਕਰਵਾ ਲਵਾਂਗੀ।ਮੈਂ ਮਿਹਨਤ ਕਰਕੇ ਬੀ ਸੀ ਟੀਚਰ ਦਾ ਲਾਈਸੈਂਸ ਵੀ ਲੈ ਲਵਾਂਗੀ,ਪਰ ਸਰ ..ਕੀ ਤੁਸੀਂ ਮੈਨੂੰ ਬਾਅਦ ਵਿੱਚ ਇੱਥੇ ਇਹ ਜੌਬ ਦੇ ਦੇਵੋਂਗੇ?"ਮੈਂ ਉਤਸੁਕਤਾ ਜ਼ਾਹਰ ਕਰਦੀ ਹੋਈ ਨੇ ਪ੍ਰਿੰਸੀਪਲ ਸਾਹਿਬ ਤੋਂ ਪੁੱਛਿਆ।

"ਹਾਂ, ਸਾਨੂੰ ਇਸ ਸਕੂਲ ਲਈ ਪੰਜਾਬੀ ਅਧਿਆਪਕ ਹਮੇਸ਼ਾਂ ਚਾਹੀਦੇ ਹਨ।"

"ਸਰ ਮੈਂ ਪੰਜਾਬੀ ਦੀ ਹੀ ਐੱਮ ਏ. ਕੀਤੀ ਹੋਈ ਹੈ"।ਮੈਂ ਪ੍ਰਿੰਸੀਪਲ ਸਾਹਿਬ ਨੂੰ ਪੂਰਨ ਵਿਸਵਾਸ਼ ਦੁਵਾਉਂਦਿਆਂ ਹੋਇਆਂ ਆਖਣ ਲੱਗੀ।

"ਹਾਂ, ਨੌਕਰੀ 'ਤੇ ਤਾਂ ਅਸੀਂ ਰੱਖ ਲਵਾਂਗੇ ਪਰ ਸਾਡੀ ਇੱਕ ਸ਼ਰਤ ਹੈ ਜੋ ਤੁਹਾਨੂੰ ਵੀ ਮੰਨਣੀ ਪਵੇਗੀ।"ਪ੍ਰਿੰਸੀਪਲ ਨੇ ਕਿਹਾ।

"ਸ਼ਰਤ!"

"ਉਹ ਕਿਹੜੀ ਸਰ?"

"ਤੁਹਾਨੂੰ ਅੰਮ੍ਰਿਤ ਛਕਣਾ ਪਵੇਗਾ"।

"ਸ...ਰ.....!"

"ਮੈਨੂੰ ਅੰਮ੍ਰਿਤ ਛਕਣ ਵਾਲੀ ਗੱਲ ਬੜੀ ਵੱਡੀ ਲੱਗਦੀ ਹੈ"। ਮੈਂ ਮਾਯੂਸ ਹੋਈ ਅਵਾਜ਼ ਵਿੱਚ ਰੁਕ ਕੇ ਬੋਲੀ।

"ਪਰ ਸਾਨੂੰ ਤਾਂ ਇੱਕ ਰੋਲ ਮਾਡਲ ਟੀਚਰ ਚਾਹੀਦਾ ਹੈ। ਖ਼ਾਸ ਕਰਕੇ ਪੰਜਾਬੀ ਦਾ ਟੀਚਰ।ਪੰਜਾਬੀ ਦਾ ਟੀਚਰ ਇੰਜ ਦਾ ਹੋਣਾ ਚਾਹੀਦਾ ਹੈ ਕਿ ਜਿਸ ਨੂੰ ਵੇਖ ਕੇ ਦੂਰੋਂ ਪਤਾ ਲੱਗੇ ਕਿ ਇਹ ਪੰਜਾਬੀ ਦਾ ਟੀਚਰ ਹੈ।"ਪ੍ਰਿੰਸੀਪਲ ਸਾਹਿਬ ਨੇ ਪੰਜਾਬੀ ਦੇ ਟੀਚਰ ਦੀ ਭੂਮਿਕਾ ਬੰਨ੍ਹਦਿਆਂ ਹੋਇਆਂ ਕਿਹਾ।

"ਪਰ ਸਰ ਇਸ ਕੰਮ ਦੇ ਲਈ ਮੈਂ ਅਜੇ ਅੰਦਰੋਂ ਤਿਆਰ ਨਹੀਂ ਹਾਂ।ਜਦ ਪਰਮਾਤਮਾ ਮੈਨੂੰ ਇਸ ਯੋਗ ਬਣਾਵੇਗਾ ਤਾਂ ਮੈਂ ਅੰਮ੍ਰਿਤ ਜ਼ਰੂਰ ਛਕ ਲਵਾਂਗੀ।"ਮੈਂ ਆਪਣੀ ਮਜ਼ਬੂਰੀ ਜ਼ਾਹਰ ਕਰਦੀ ਹੋਈ ਨੇ ਕਿਹਾ।

"ਚਲੋ ਠੀਕ ਹੈ ਮੈਡਮ।ਜੇਕਰ ਅਜੇ ਤੁਸੀਂ ਇਸ ਕੰਮ ਲਈ ਤਿਆਰ ਨਹੀਂ ਹੋ ਤਾਂ ਅਸੀਂ ਵੀ ਤੁਹਾਨੂੰ ਇਹ ਨੌਕਰੀ ਦੇਣ ਲਈ ਅਜੇ ਤਿਆਰ ਨਹੀਂ ਹਾਂ। "ਪ੍ਰਿੰਸੀਪਲ ਸਾਹਿਬ ਨੇ ਮੇਰੀ ਸਰਟੀਫਿਕੇਟਾਂ ਵਾਲੀ ਫਾਇਲ ਬੰਦ ਕਰਕੇ ਮੈਨੂੰ ਵਾਪਸ ਫੜਾਉਂਦਿਆਂ ਕਿਹਾ।

ਮੈਂ ਆਪਣੀ ਫਾਇਲ ਪ੍ਰਿੰਸੀਪਲ ਹੱਥੋਂ ਫੜ ਲਈ ਅਤੇ ਉਦਾਸ ਜਿਹੀ ਹੋ ਕੇ ਆਫਿਸ ਵਿੱਚੋਂ ਬਾਹਰ ਆ ਗਈ। ਡਬਲ ਮਾਂਈਡਡ ਹੋਣ ਲੱਗੀ। ਸੋਚਣ ਲੱਗੀ ਕਿ ਕੀ ਕੀਤਾ ਜਾਵੇ? ਅੰਮ੍ਰਿਤ ਛਕ ਲਿਆ ਜਾਵੇ ਜਾਂ ਅਜੇ ਨਾ। ਸੋਚਾਂ ਸੋਚਦੀ ਹੋਈ ਨੇ ਅਖੀਰ ਮੈਂ ਆਪਣੀ ਇੱਕ ਸਹੇਲੀ ਨੂੰ ਫ਼ੋਨ ਕਰ ਲਿਆ। ਉਸਨੂੰ ਆਪਣੀ ਸਾਰੀ ਗੱਲ ਦੱਸੀ।ਉਸ ਨੇ ਕੇਅਰ ਏਡ ਦਾ ਕੋਰਸ ਕਰਨ ਦੀ ਸਲਾਹ ਦਿੱਤੀ।ਮੈਂ ਇਹ ਕੋਰਸ ਵੀ ਕਰ ਲਿਆ।ਪਰ ਨੌਕਰੀ ਵਿੱਚ ਮੈਨੂੰ ਫਿਰ ਵੀ ਸੰਤੁਸ਼ਟੀ ਨਾ ਮਿਲੀ।ਕਦੇ ਇਸ ਨੌਕਰੀ ਨੂੰ ਛੱਡ ਦੇਣ ਬਾਰੇ ਸੋਚਦੀ। ਕਦੇ ਅੰਮ੍ਰਿਤ ਛਕ ਲੈਣ ਬਾਰੇ ਸੋਚਦੀ ਤਾਂ ਕਿ ਉਸ ਸਕੂਲ ਵਿੱਚ ਜਾ ਪੰਜਾਬੀ ਅਧਿਆਪਕਾ ਦੀ ਨੌਕਰੀ ਕਰ ਲਵਾਂ। ਲੱਗਭੱਗ ਪੂਰੇ ਦੋ ਸਾਲਾਂ ਤੋਂ ਸੰਘਰਸ਼ ਕਰ ਰਹੀ ਸੀ। ਪਰ ਅੱਜ ਕਰਨਲ ਸਾਹਿਬ ਨੇ ਮੇਰੀ ਇਸ ਨੌਕਰੀ ਦੀ ਵਡਿਆਈ ਕਰਕੇ ਮੇਰੀਆਂ ਅੱਖਾਂ ਖੋਲ੍ਹ ਦਿੱਤੀਆਂ। ਇਸ ਨੌਕਰੀ ਨੂੰ ਕਰਨ ਵਾਲੀਆਂ ਸਾਰੀਆਂ ਕੁੜੀਆਂ ਨੂੰ 'ਸਾਜਨ ਕੀ ਬੇਟੀਆਂ' ਦਾ ਨਾਮ ਦੇ ਕੇ ਮੇਰਾ ਹੌਸਲਾ ਵਧਾ ਦਿੱਤਾ।

•

ਵਿਚਾਰੀ ਹਲੀਨਾ

ਜਦ ਮੇਰੇ ਘਰ ਦੀ ਬੇਸਮੈਂਟ ਖਾਲੀ ਹੋਈ ਤਾਂ ਮੇਰੇ ਪਤੀ ਦੇਵ ਨੇ ਆਪਣੇ ਇੱਕ ਗੋਰੇ ਦੋਸਤ ਨੂੰ ਫ਼ੋਨ ਮਿਲ਼ਾ ਲਿਆ। ਜਿਸ ਦਾ ਨਾਂ ਰਾਇਨ ਸੀ। ਰਾਇਨ ਪਹਿਲਾਂ ਸਾਡੇ ਦੂਸਰੇ ਘਰ ਦੀ ਬੇਸਮੈਂਟ ਵਿੱਚ ਪਰਿਵਾਰ ਸਮੇਤ ਰਿਹਾ ਕਰਦਾ ਸੀ। ਉਸ ਦਾ ਹਾਲ-ਚਾਲ ਪੁੱਛਣ ਤੋਂ ਬਾਅਦ ਦੇਵ ਨੇ ਉਸ ਨੂੰ ਕਿਹਾ, "ਰਾਇਨ ਮੇਰੀ ਇੱਕ ਬੈੱਡਰੂਮ ਦੀ ਬੇਸਮੈਂਟ ਖਾਲੀ ਹੋ ਗਈ ਹੈ ਜੇਕਰ ਤੂੰ ਕਿਸੇ ਨੂੰ ਜਾਣਦਾ ਹੋਵੇਂ ਤਾਂ ਜ਼ਰੂਰ ਦੱਸ ਦੇਣਾ।"

"ਠੀਕ ਹੈ। ਮੈਂ ਪਤਾ ਕਰ ਕੇ ਤੈਨੂੰ ਫ਼ੋਨ ਕਰਾਂਗਾ।" ਰਾਇਨ ਨੇ ਦੇਵ ਨੂੰ ਕਿਹਾ। ਅਗਲੇ ਹੀ ਦਿਨ ਦੇਵ ਨੂੰ ਰਾਇਨ ਦਾ ਫ਼ੋਨ ਆ ਗਿਆ। ਉਹ ਆਖਣ ਲੱਗਾ, "ਦੇਵ ਮੇਰਾ ਇੱਕ ਦੋਸਤ ਹੈ। ਉਹ ਵੀ ਆਪਣੀ ਕੁੜੀ ਦੇ ਲਈ ਇੱਕ ਬੈੱਡਰੂਮ ਦੀ ਬੇਸਮੈਂਟ ਲੱਭ ਰਿਹਾ ਹੈ। ਮੈਂ ਅੱਜ ਸ਼ਾਮ ਨੂੰ ਉਸਨੂੰ ਆਪਣੇ ਨਾਲ਼ ਲੈ ਕੇ ਤੇਰੇ ਘਰ ਆਵਾਂਗਾ।"

"ਠੀਕ ਹੈ।ਮੈਂ ਸ਼ਾਮ ਨੂੰ ਘਰ ਹੀ ਹੋਵਾਂਗਾ।"ਦੇਵ ਨੇ ਰਾਇਨ ਨੂੰ ਉੱਤਰ ਦਿੱਤਾ।

ਰਾਇਨ ਦੇ ਫ਼ੋਨ ਤੋਂ ਬਾਅਦ ਮੈਂ ਅਤੇ ਦੇਵ ਬੇਸਮੈਂਟ ਨੂੰ ਚੰਗੀ ਤਰ੍ਹਾਂ ਸਾਫ ਕਰਨ ਵਿੱਚ ਰੁੱਝ ਗਏ। ਦੇਵ ਨੇ ਜੋ ਬੇਸਮੈਂਟ ਵਿੱਚ ਮਾੜੀ-ਮੋਟੀ ਟੁੱਟ ਭੱਜ ਹੋਈ ਸੀ ਉਹ ਵੀ ਸਾਰੀ ਠੀਕ ਕਰ ਦਿੱਤੀ। ਵਾਅਦੇ ਮੁਤਾਬਿਕ ਸ਼ਾਮ ਨੂੰ ਰਾਇਨ ਦੇ ਨਾਲ਼ ਇੱਕ ਸੱਤਰ ਕੁ ਸਾਲ ਦਾ ਆਦਮੀ ਅਤੇ ਉਸਦੇ ਨਾਲ਼ ਇੱਕ ਤੀਹ-ਪੈਂਤੀ ਸਾਲ ਦੀ ਕੁੜੀ ਬੇਸਮੈਂਟ ਨੂੰ ਵੇਖਣ ਲਈ ਆ ਗਏ। ਘਰ ਦੀ ਘੰਟੀ ਵੱਜਣ 'ਤੇ ਦੇਵ ਨੇ ਉਹਨਾਂ ਲਈ ਜਾ ਦਰਵਾਜ਼ਾ ਖੋਲ੍ਹਿਆ।

"ਇਹ ਮੇਰਾ ਦੋਸਤ ਹੈ ਸਟੇਨਲੀ ਅਤੇ ਇਹ ਇਸਦੀ ਬੇਟੀ ਹਲੀਨਾ ਹੈ।" ਰਾਇਨ ਨੇ ਉਹਨਾਂ ਦੀ ਜਾਣ-ਪਹਿਚਾਣ ਘਰ ਦੇ ਮੁੱਖ ਦਰਵਾਜ਼ੇ 'ਤੇ ਖੜ੍ਹੇ ਨੇ ਹੀ ਦੇਵ ਨੂੰ ਹੈਲੋ-ਹਾਏ ਕਹਿਣ ਤੋਂ ਬਾਅਦ ਕਰਵਾ ਦਿੱਤੀ।

ਰਾਇਨ ਕਰਕੇ ਦੇਵ ਉਹਨਾਂ ਦੋਹਾਂ ਨੂੰ ਉੱਪਰ ਹੀ ਲੈ ਆਇਆ।ਮੈਂ ਉਹਨਾਂ ਨੂੰ ਜੂਸ ਪੀਣ ਲਈ ਦਿੱਤਾ। ਕੁੱਝ ਗੱਲਾਂ-ਬਾਤਾਂ ਕੀਤੀਆਂ। ਫਿਰ ਅਸੀਂ ਉਹਨਾਂ ਨੂੰ ਥੱਲੇ ਬੇਸਮੈਂਟ ਵਿਖਾਉਣ ਲਈ ਲੈ ਗਏ।

ਬੇਸਮੈਂਟ ਵਾਹਵਾ ਖੁੱਲ੍ਹੀ-ਡੁੱਲ੍ਹੀ ਅਤੇ ਹਵਾਦਾਰ ਸੀ। ਉਹਨਾਂ ਨੂੰ ਝੱਟ ਹੀ ਪਸੰਦ ਆ ਗਈ। ਪਰ ਕੰਧਾਂ ਦਾ ਹਲਕਾ ਨੀਲਾ ਪੇਂਟ ਕੁੜੀ ਨੇ ਪਸੰਦ ਨਾ ਕੀਤਾ। ਉਹਨੇ ਆਪਣੇ ਬਾਪ ਦੇ ਕੰਨ ਵਿੱਚ ਪੇਂਟ ਬਦਲਣ ਲਈ ਕਿਹਾ। ਬਾਪ ਨੇ ਦੇਵ ਨੂੰ ਦੱਸ ਦਿੱਤਾ। ਦੇਵ ਨੇ ਮੂਵ ਹੋਣ ਤੋਂ ਪਹਿਲਾਂ ਪੇਂਟ ਬਦਲ ਦੇਣ ਦਾ ਉਹਨਾਂ ਨਾਲ਼ ਵਾਅਦਾ ਕੀਤਾ। ਕੁੜੀ ਨੇ ਔਫ ਵਾਈਟ ਕਲਰ ਕਰ ਦੇਣ ਲਈ ਕਿਹਾ।ਦੇਵ ਮੰਨ ਗਿਆ। ਕੁੜੀ ਦਾ ਬਾਪ ਬੜਾ ਖੁਸ਼ ਲਗਦਾ ਸੀ। ਕੁੜੀ ਦੇ ਬਾਰੇ ਕੁੱਝ ਪਤਾ ਨਹੀਂ ਸੀ ਲੱਗ ਰਿਹਾ। ਸੁਸਤ ਜਿਹੀ, ਡਰੀ-ਡਰੀ ਜਾਪਦੀ ਸੀ। ਪਰ ਉਹਦਾ ਬਾਪ ਉਸ ਨਾਲੋਂ ਕਿਤੇ ਵੱਧ ਫੁਰਤੀਲਾ ਜਾਪਦਾ ਸੀ। ਉਹ ਬਾਪ ਦੇ ਪਿੱਛੇ-ਪਿੱਛੇ ਤੁਰ ਰਹੀ ਸੀ। ਕੋਈ ਵੀ ਗੱਲ ਸਾਨੂੰ ਖੁਦ ਪੁੱਛਣ ਦੀ ਬਜਾਏ ਪਹਿਲਾਂ ਆਪਣੇ ਬਾਪ ਦੇ ਕੰਨ ਵਿੱਚ ਆਖਦੀ ਫਿਰ ਬਾਪ ਉਹੀ ਗੱਲ ਸਾਨੂੰ ਪੁੱਛਦਾ।

ਬੇਸਮੈਂਟ ਦਾ ਕਿਰਾਇਆ ਤੈਅ ਹੋ ਗਿਆ। ਡੈਮੇਜ਼ ਡਿਪੌਜ਼ਿਟ ਵੀ ਹਲੀਨਾ ਦੇ ਬਾਪ ਨੇ ਉਸੇ ਵਕਤ ਹੀ ਫੜਾ ਦਿੱਤਾ। ਅਗਲੇ ਹਫਤੇ ਪਹਿਲੀ ਤਾਰੀਖ ਤੋਂ ਮੂਵ ਹੋਣ ਲਈ ਆਖ ਕੇ ਉਹ ਚਲੇ ਗਏ। ਰਾਇਨ ਵੀ ਉਹਨਾਂ ਦੇ ਨਾਲ਼ ਹੀ ਚਲਾ ਗਿਆ।

ਮੂਵ ਹੋਣ ਦੀ, ਦਸੰਬਰ ਮਹੀਨੇ ਦੀ ਪਹਿਲੀ ਤਾਰੀਖ ਸੀ। ਕੜਾਕੇ ਦੀ ਠੰਢ ਪੈ ਰਹੀ ਸੀ।ਏਨੀ ਭਰਵੀਂ ਠੰਢ ਵਿੱਚ ਉਸ ਇਕੱਲੇ ਬਜ਼ੁਰਗ ਨੇ ਕਈ ਗੇੜਿਆਂ 'ਚ ਆਪਣੀ ਧੀ ਦਾ ਸਾਰਾ ਸਮਾਨ ਬੇਸਮੈਂਟ ਵਿੱਚ ਮੂਵ ਕਰ ਦਿਤਾ।ਫਰਨੀਚਰ ਕੁੱਝ ਖਾਸ ਨਹੀਂ ਸੀ ਇੱਕ ਸਿੰਗਲ ਬੈੱਡ, ਇੱਕ ਸੋਫੇ ਦਾ ਪੀਸ ਤੇ ਇੱਕ ਚਾਰ ਕੁਰਸੀਆਂ ਵਾਲਾ ਡਾਇਨਿੰਗ ਟੇਬਲ। ਜਿਸ ਨੂੰ ਰਖਾਉਣ ਵਿੱਚ ਦੇਵ ਨੇ ਉਹਨਾਂ ਦੀ ਮਦਦ ਕਰ ਦਿੱਤੀ।ਹੋਰ ਸਮਾਨ ਦੇ ਬੌਕਸ ਉਸਨੇ ਇਕੱਲੇ ਨੇ ਹੀ ਰੱਖ ਲਏ ਸਨ।

ਪਹਿਲੇ ਦੋ ਦਿਨ ਦੋਵੇਂ ਪਿਉ-ਧੀ ਸਮਾਨ ਨੂੰ ਟਿਕਾਉਂਦੇ ਰਹੇ।ਗੱਲਾਂ ਕਰਦੇ ਰਹੇ। ਉਚੀ-ਉਚੀ ਹੱਸਦੇ ਸੁਣਦੇ ਰਹੇ।ਪੂਰਾ ਦਿਨ ਆਪਣੀ ਧੀ ਨਾਲ਼ ਬਿਤਾਉਣ ਤੋਂ ਬਾਅਦ ਸ਼ਾਮ ਨੂੰ ਬਾਪ ਆਪਣੇ ਘਰ ਚਲਾ ਜਾਂਦਾ।ਦੋ ਕੁ ਦਿਨ ਬਹੁਤ ਵਧੀਆ ਗੁਜ਼ਰੇ ਸਨ।

ਤੀਸਰੇ ਦਿਨ ਅੱਧੀ ਕੁ ਰਾਤ ਨੂੰ ਹਲੀਨਾ ਉਚੀ-ਉਚੀ ਰੋਂਦੀ ਹੋਈ ਮੇਰੇ ਘਰ ਦਾ ਮੁੱਖ ਬੂਹਾ ਜ਼ੋਰ-ਜ਼ੋਰ ਨਾਲ਼ ਖੜਕਾਉਣ ਲੱਗੀ।ਅਸੀਂ ਸਾਰੇ ਡਰ ਕੇ ਉੱਠ ਖਲੋਏ।ਉਪਰੋਂ ਖਿੜਕੀ ਵਿੱਚੋਂ ਵੇਖਿਆ ਕਿ ਉਹ ਅੱਧ ਕੱਜੀ ਹਾਲਤ ਵਿੱਚ ਬਾਹਰ ਠੰਢ ਵਿੱਚ ਖੜ੍ਹੀ ਉਚੀ-ਉਚੀ ਰੋ ਰਹੀ ਸੀ ।ਉਹ ਵਾਰ-ਵਾਰ ਇਹੋ ਆਖ ਰਹੀ ਸੀ।

"ਦੇਵ ਮੈਨੂੰ ਬਚਾ ਲਵੋ। ਨਹੀਂ ਤਾਂ ਉਹ ਮੈਨੂੰ ਮਾਰ ਦੇਵੇਗਾ।"

"ਲਗਦਾ ਹੈ ਕਿ ਕੋਈ ਬੰਦਾ ਬੇਸਮੈਂਟ ਵਿੱਚ ਆ ਗਿਆ ਹੈ। ਫਟਾ-ਫਟ 911 ਕਾਲ ਕਰ ਅਤੇ ਪੁਲੀਸ ਨੂੰ ਸੱਦ। ਮੈਂ ਥੱਲੇ ਜਾ ਕੇ ਵੇਖਦਾਂ ਹਾਂ। "ਦੇਵ ਮੇਰੇ ਹੱਥ ਵਿੱਚ ਫ਼ੋਨ ਫੜਾ ਕੇ ਕਾਹਲ਼ੀ-ਕਾਹਲ਼ੀ ਨਾਲ਼ ਆਖਣ ਲੱਗਾ।

ਮੈਂ ਪੁਲੀਸ ਨੂੰ ਫ਼ੋਨ ਕਰ ਦਿੱਤਾ। ਅਸੀਂ ਦੋਵੇਂ ਹਲੀਨਾ ਕੋਲ਼ ਬਾਹਰ ਜਾ ਕੇ ਖੜ੍ਹੇ ਹੋ ਗਏ। ਉਸਦਾ ਹਾਲ ਪੁੱਛਣ ਲੱਗੇ। ਉਹ ਅਜੇ ਵੀ ਉੱਚੀ-ਉੱਚੀ ਰੋ ਰਹੀ ਸੀ ਅਤੇ ਵਾਰ-ਵਾਰ ਇਹੋ ਹੀ ਆਖ ਰਹੀ ਸੀ ਕਿ ਉਹ ਮੈਨੂੰ ਮਾਰ ਦੇਵੇਗਾ। ਤੁਸੀਂ ਮੈਨੂੰ ਬਚਾਅ ਲਵੋ।

ਮੈਂ ਉਹਦੇ ਕੱਪੜੇ ਠੀਕ ਕੀਤੇ। ਉਸਦਾ ਉੱਚੀ-ਉੱਚੀ ਰੋਣਾ ਸੁਣ ਕੇ ਸਾਡਾ ਸਾਰਾ ਆਂਢ-ਗੁਆਂਢ ਵੀ ਉੱਥੇ ਹੀ ਇਕੱਠਾ ਹੋ ਗਿਆ।ਅਸੀਂ ਸਾਰੇ ਉਸ ਨੂੰ ਚੁੱਪ ਕਰਾ ਰਹੇ ਸਾਂ ਤੇ ਦਿਲਾਸੇ ਦੇ ਰਹੇ ਸਾਂ ਕਿ ਤੂੰ ਫਿਕਰ ਨਾ ਕਰ।ਪੁਲੀਸ ਆ ਰਹੀ ਹੈ।ਤੂੰ ਹੁਣ ਪੂਰੀ ਤਰ੍ਹਾਂ ਸੁਰੱਖਿਅਤ ਹੈਂ।ਪਰ ਹਲੀਨਾ ਦਾ ਰੋਣਾ ਤਾਂ ਬੰਦ ਹੀ ਨਹੀਂ ਸੀ ਹੋ ਰਿਹਾ। ਥੋੜ੍ਹੇ ਚਿਰ ਨੂੰ ਪੁਲੀਸ ਆ ਗਈ। ਅਸੀਂ ਸਾਰੀ ਕਹਾਣੀ ਦੱਸੀ। ਪੁਲੀਸ ਸਾਨੂੰ ਸਾਰਿਆਂ ਨੂੰ ਉੱਥੇ ਖੜ੍ਹਿਆਂ ਛੱਡ ਬੇਸਮੈਂਟ ਦੇ ਅੰਦਰ ਗਈ। ਬੇਸਮੈਂਟ ਪੂਰੀ ਤਰ੍ਹਾਂ ਦੇਖੀ ਗਈ ਪਰ ਪੁਲੀਸ ਨੂੰ ਅੰਦਰ ਕੁੱਝ ਵੀ ਦਿਖਾਈ ਨਾ ਦਿੱਤਾ।ਉਸ ਨੇ ਸਾਨੂੰ ਬੇਸਮੈਂਟ ਪੂਰੀ ਤਰ੍ਹਾਂ ਸੁਰੱਖਿਅਤ ਹੈ, ਦਾ ਵਿਸ਼ਵਾਸ ਦਿਵਾ ਕੇ ਉੱਪਰ ਜਾਣ ਲਈ ਕਿਹਾ।ਆਂਢ-ਗੁਆਂਢ ਵੀ ਆਪੋ-ਆਪਣੇ ਘਰਾਂ ਨੂੰ ਚਲਾ ਗਿਆ।ਪੁਲੀਸ਼ ਘਟਨਾ ਦੀ ਜਾਣ-ਪਹਿਚਾਣ ਕਰਨ ਲਈ ਹਲੀਨਾ ਨੂੰ ਵੀ ਬੇਸਮੈਂਟ ਦੇ ਅੰਦਰ ਲੈ ਗਈ।

ਸਾਡੀ ਉਸ ਰਾਤ ਨੀਂਦ ਉੱਡ ਗਈ ਸੀ।ਕਈ ਸੁਆਲ ਸਾਡੇ ਸਾਰਿਆਂ ਦੇ ਜ਼ਿਹਨ ਵਿੱਚ ਉਭਰ ਆਏ ਸਨ। ਅਸੀਂ ਵਾਰ-ਵਾਰ ਖਿੜਕੀ ਵਿੱਚੋਂ ਦੀ ਤੱਕਦੇ ਹੋਏ ਪੁਲੀਸ ਦੇ ਜਾਣ ਦਾ ਇੰਤਜ਼ਾਰ ਕਰ ਰਹੇ ਸਾਂ। ਅਖੀਰ ਦੋ-ਢਾਈ ਘੰਟਿਆਂ ਦੀ ਜਾਂਚ-ਪੜਤਾਲ਼ ਤੋਂ ਬਾਅਦ ਪੁਲੀਸ ਹਲੀਨਾ ਨੂੰ ਆਪਣੇ ਨਾਲ਼ ਲੈ ਕੇ ਚਲੀ ਗਈ।ਸਾਡੀ ਸਾਰੀ ਰਾਤ ਇਹਨਾਂ ਸੋਚਾਂ ਦੁਆਲੇ ਘੁੰਮਦੀ ਰਹੀ ਕਿ ਆਖਰ ਇਹ ਕੀ ਹੋਇਆ? ਹਲੀਨਾ ਕਿਉਂ ਰੋ ਰਹੀ ਸੀ? ਪੁਲੀਸ ਉਸਨੂੰ ਆਪਣੇ ਨਾਲ਼ ਕਿਉਂ ਤੇ ਕਿੱਥੇ ਲੈ ਗਈ?

ਅਗਲੇ ਦਿਨ ਸ਼ਾਮ ਦੇ ਵੇਲੇ ਹਲੀਨਾ ਦਾ ਬਾਪ ਉਸਨੂੰ ਬੇਸਮੈਂਟ ਵਿੱਚ ਛੱਡਣ ਲਈ ਆਇਆ।ਮੈਂ ਉਸ ਨੂੰ ਵੇਖਦਿਆਂ ਸਾਰ ਹੀ ਹਲੀਨਾ ਦੇ ਨਾਲ਼ ਰਾਤੀਂ ਵਾਪਰੀ ਘਟਨਾ ਬਾਰੇ ਪੁੱਛਣ ਲਈ ਗਈ।

ਉਸ ਨੇ ਮੈਨੂੰ ਦੱਸਿਆ," ਹਲੀਨਾ ਦਿਮਾਗੀ ਪ੍ਰੇਸ਼ਾਨੀ ਦੀ ਦਵਾਈ ਖਾਂਦੀ ਹੈ। ਡਾਕਟਰ ਨੇ ਉਸ ਦੀ ਦਵਾਈ ਬਦਲੀ ਸੀ। ਜਿਸ ਨੇ ਕੋਈ ਅਸਰ ਨਹੀਂ ਸੀ ਦਿਖਾਇਆ। ਜਿਸ ਕਾਰਨ ਇਸ ਦੇ ਦਿਮਾਗ ਉੱਤੇ ਦਬਾਅ ਪੈ ਗਿਆ ਸੀ।ਇਹ

ਪੁੱਠਾ-ਸਿੱਧਾ ਸੋਚਣ ਲੱਗ ਪਈ ਅਤੇ ਇਹ ਇਕੱਲੀ ਹੋਣ ਕਾਰਨ ਡਰ ਗਈ ਸੀ।ਇਹ ਕਦੇ ਇਕੱਲੀ ਉਸ ਤੋਂ ਬਗੈਰ ਨਹੀਂ ਸੀ ਰਹੀ।ਇਸ ਕਰਕੇ ਪ੍ਰੇਸ਼ਾਨ ਹੋ ਗਈ ਸੀ।"

ਮੈਨੂੰ ਸਟੇਨਲੀ ਦੀ ਸਾਰੀ ਗੱਲ ਸਮਝ ਆ ਗਈ ਸੀ।ਕਿਸੇ ਬੰਦੇ ਦਾ ਬੇਸਮੈਂਟ ਵਿੱਚ ਆ ਜਾਣ ਦਾ ਡਰ ਮੇਰੇ ਮਨ ਵਿੱਚੋਂ ਨਿਕਲ ਗਿਆ ਸੀ।ਮੈਂ ਦੇਵ ਨੂੰ ਵੀ ਸਾਰੀ ਘਟਨਾ ਦਾ ਕਾਰਨ ਫ਼ੋਨ ਉੱਪਰ ਦੱਸ ਦਿੱਤਾ।

ਫਿਰ ਲਗਾਤਾਰ ਕਈ ਦਿਨ ਸਟੇਨਲੀ ਦਿਨ ਵੇਲੇ ਹਲੀਨਾ ਕੋਲ ਆਉਂਦਾ-ਜਾਂਦਾ ਰਿਹਾ ਅਤੇ ਸ਼ਾਮ ਪੈਂਦਿਆਂ ਸਾਰ ਹੀ ਆਪਣੇ ਘਰ ਵਾਪਸ ਚਲਿਆ ਜਾਂਦਾ।ਸਾਨੂੰ ਸਭ-ਕੁੱਝ ਠੀਕ-ਠਾਕ ਜਾਪਦਾ।ਅਸੀਂ ਥੱਲਿਉਂ ਬੇਚਿੰਤ ਜਿਹੇ ਹੋ ਗਏ ਸਾਂ।

ਤਕਰੀਬਨ ਹਫਤੇ ਕੁ ਬਾਅਦ ਫਿਰ ਇਹੀ ਘਟਨਾ ਵਾਪਰੀ।ਅੱਧੀ ਕੁ ਰਾਤ ਨੂੰ ਉੱਚੀ-ਉੱਚੀ ਰੋਂਦੀ ਹੋਈ ਹਲੀਨਾ ਨੇ ਸਾਡਾ ਮੁੱਖ ਦਰਵਾਜ਼ਾ ਫ਼ਿਰ ਭੰਨਣਾ ਸ਼ੁਰੂ ਕਰ ਦਿੱਤਾ।

"ਦੇਵ! ਦੇਵ! ਦਰਵਾਜ਼ਾ ਖੋਲ੍ਹੋ। ਮੈਨੂੰ ਬਚਾ ਲਵੋ। ਉਹ ਮੈਨੂੰ ਮਾਰ ਦੇਵੇਗਾ। "ਹਲੀਨਾ ਉੱਚੀ-ਉੱਚੀ ਰੋਂਦੀ ਹੋਈ ਫਿਰ ਅੱਧੀ ਰਾਤ ਨੂੰ ਦਰਵਾਜ਼ਾ ਖੜਕਾਉਂਦੀ ਹੋਈ ਆਖਣ ਲੱਗੀ।

ਇਸ ਵਾਰ ਭਾਵੇਂ ਸਾਨੂੰ ਬੇਸਮੈਂਟ ਵਿੱਚ ਕਿਸੇ ਬੰਦੇ ਦੇ ਆ ਜਾਣ ਦਾ ਡਰ ਤਾਂ ਨਹੀਂ ਸੀ ਪਰ ਫਿਰ ਵੀ ਅਸੀਂ ਆਪਣੀ ਅਤੇ ਹਲੀਨਾ ਦੀ ਸੁਰੱਖਿਆ ਲਈ ਪੁਲੀਸ ਨੂੰ ਫਿਰ ਫ਼ੋਨ ਕਰ ਦਿੱਤਾ। ਇਸ ਵਾਰ ਵੀ ਸਾਡੇ ਨਾਲ਼ ਹਲੀਨਾ ਦੇ ਕੋਲ ਭਰਵੀਂ ਠੰਢ ਵਿੱਚ ਸਾਡਾ ਪੂਰਾ ਆਂਢ-ਗੁਆਂਢ ਵੀ ਉੱਠ ਕੇ ਆ ਗਿਆ ਸੀ।ਹਲੀਨਾ ਪਿਛਲੀ ਵਾਰ ਵਾਂਗ ਹੀ ਰੋ ਰਹੀ ਸੀ।

"ਉਹ ਮੈਨੂੰ ਮਾਰ ਦੇਵੇਗਾ।ਮੈਨੂੰ ਬਚਾ ਲਵੋ।"ਵਾਰ-ਵਾਰ ਇਹੋ ਹੀ ਪੁਕਾਰ ਰਹੀ ਸੀ।

ਅਸੀਂ ਸਾਰੇ ਉਸ ਕੋਲ ਖੜ੍ਹੇ ਉਸ ਨੂੰ ਹੌਸਲਾ ਦੇ ਰਹੇ ਸਾਂ।ਜਦ ਨੂੰ ਪੁਲੀਸ ਆ ਗਈ।ਦੇਵ ਤੋਂ ਸਾਰੀ ਘਟਨਾ ਦੀ ਜਾਂਚ-ਪੜਤਾਲ਼ ਤੋਂ ਬਾਅਦ ਉਹਨਾਂ ਨੇ ਬੇਸਮੈਂਟ ਨੂੰ ਅੰਦਰੋਂ ਜਾ ਕੇ ਵੇਖਿਆ। ਇਸ ਵਾਰ ਵੀ ਸਭ ਕੁੱਝ ਠੀਕ-ਠਾਕ ਸੀ।ਫਿਰ ਪੁਲੀਸ ਸਾਨੂੰ ਉੱਪਰ ਜਾਣ ਨੂੰ ਆਖ ਕੇ ਹਲੀਨਾ ਨੂੰ ਪੁੱਛ-ਪੜਤਾਲ ਕਰਨ ਲਈ ਆਪਣੇ ਨਾਲ਼ ਬੇਸਮੈਂਟ ਵਿੱਚ ਲੈ ਗਈ। ਇਸ ਵਾਰ ਵੀ ਸਾਡੇ ਮਨ ਵਿੱਚ ਕਈ ਸੁਆਲ ਉਪਜ ਰਹੇ ਸਨ। ਘਰ ਦੀ ਬੇਸਮੈਂਟ ਕਿਰਾਏ 'ਤੇ ਦੇ ਕੇ ਇੱਕ ਨਵੀਂ ਸਹੇੜੀ ਮੁਸੀਬਤ ਪ੍ਰਤੀਤ ਹੋ ਰਹੀ ਸੀ।

ਇਸ ਤਰ੍ਹਾਂ ਦਾ ਡਰਾਮਾ ਹੁਣ ਹਲੀਨਾ ਵੱਲੋਂ ਆਏ ਦੂਜੇ-ਤੀਜੇ ਦਿਨ ਹੋਣਾ

ਸ਼ੁਰੂ ਹੋ ਗਿਆ ਸੀ। ਉਹ ਇੰਜ ਹੀ ਅੱਧੀ-ਅੱਧੀ ਰਾਤ ਨੂੰ ਉੱਠ ਕੇ ਸਾਡਾ ਦਰਵਾਜ਼ਾ ਭੰਨਦੀ, ਮੈਂ ਪੁਲੀਸ ਨੂੰ ਫ਼ੋਨ ਕਰਦੀ, ਪੁਲੀਸ ਉਸਨੂੰ ਆ ਕੇ ਪੁੱਛ-ਪੜਤਾਲ਼ ਤੋਂ ਬਾਅਦ ਆਪਣੇ ਨਾਲ਼ ਲੈ ਜਾਂਦੀ। ਉਹ ਉਸ ਨੂੰ ਉਸਦੇ ਬਾਪ ਦੇ ਘਰ ਛੱਡਦੀ ਜਾਂ ਫਿਰ ਹਸਪਤਾਲ। ਇਹ ਮੈਨੂੰ ਪਤਾ ਨਹੀਂ ਸੀ।ਪਰ ਦੂਸਰੇ ਦਿਨ ਉਸ ਦਾ ਬਾਪ ਉਸ ਨੂੰ ਛੱਡਣ ਜ਼ਰੂਰ ਆਉਂਦਾ।

ਅਸੀਂ ਹਲੀਨਾ ਤੋਂ ਹੁਣ ਬਹੁਤ ਪ੍ਰੇਸ਼ਾਨ ਹੋ ਚੁੱਕੇ ਸਾਂ। ਸਾਡੇ ਨਾਲ਼ ਸਾਡਾ ਪੂਰਾ ਆਂਢ-ਗੁਆਂਢ ਵੀ ਪੂਰਾ ਪ੍ਰੇਸ਼ਾਨ ਸੀ। ਇੱਕ ਦਿਨ ਉਹ ਸਾਰੇ ਇਕੱਠੇ ਹੋ ਕੇ ਸਾਡੇ ਘਰ ਆ ਕੇ ਮੈਨੂੰ ਆਖਣ ਲੱਗੇ, "ਇਸ ਨੂੰ ਤੁਸੀਂ ਇੱਥੇ ਹੋਰ ਨਹੀਂ ਰੱਖ ਸਕਦੇ।ਇਹ ਬੀਮਾਰ ਕੁੜੀ ਹੈ।ਇਹ ਸਾਡੀ ਨੀਂਦ ਖਰਾਬ ਕਰਦੀ ਹੈ।ਤੁਹਾਨੂੰ ਇਸ ਨੂੰ ਇੱਥੋਂ ਮੂਵ ਕਰਨਾ ਹੀ ਪਵੇਗਾ।"

"ਠੀਕ ਹੈ,ਅਸੀਂ ਇਸ ਨੂੰ ਅੱਜ ਹੀ ਇੱਥੋਂ ਮੂਵ ਹੋਣ ਦਾ ਨੋਟਿਸ ਦੇ ਦੇਣਾ ਹੈ।ਮੈਂ ਮੁਆਫੀ ਚਾਹੁੰਦੀ ਹਾਂ ।ਸਾਨੂੰ ਪਹਿਲਾਂ ਪਤਾ ਨਹੀਂ ਸੀ ਕਿ ਇਹ ਕੁੜੀ ਇੰਜ ਕਰੇਗੀ ।ਇਸ ਦੇ ਬਾਪ ਨੂੰ ਮੈਂ ਦੇਵ ਨੂੰ ਆਖ ਕੇ ਅੱਜ ਹੀ ਬੁਲਾਉਂਦੀ ਹਾਂ। ਮੈਂ ਆਪਣੇ ਗੁਆਂਢੀਆਂ ਨੂੰ ਸਹਿਮਤੀ ਦਿੰਦੀ ਹੋਈ ਨੇ ਕਿਹਾ।"

ਉਸ ਸਮੇਂ ਮੈਨੂੰ ਹਲੀਨਾ 'ਤੇ ਬਹੁਤ ਹੀ ਗੁੱਸਾ ਆ ਰਿਹਾ ਸੀ।ਮੈਂ ਉਸ ਸਮੇਂ ਨੂੰ ਕੋਸ ਰਹੀਂ ਸਾਂ ਜਿਸ ਸਮੇਂ ਅਸੀਂ ਇਸ ਨੂੰ ਬੇਸਮੈਂਟ ਦੇਣ ਲਈ ਹਾਂ ਕੀਤੀ ਸੀ।

ਸ਼ਾਮ ਵੇਲੇ ਦੇਵ ਨੇ ਘਰ ਆ ਕੇ ਹਲੀਨਾ ਦੇ ਬਾਪ ਸਟੇਨਲੀ ਨੂੰ ਫ਼ੋਨ ਕਰਕੇ ਉਸ ਨੂੰ ਮਿਲਣ ਲਈ ਆਖ ਦਿੱਤਾ।ਸਟੇਨਲੀ ਨੇ ਅਗਲੇ ਦਿਨ ਚਾਰ ਕੁ ਵਜੇ ਦਾ ਦੇਵ ਨੂੰ ਮਿਲਣ ਦਾ ਸਮਾਂ ਦੇ ਦਿੱਤਾ।ਅਸੀਂ ਹਲੀਨਾ ਨੂੰ ਮੂਵ ਕਰਨ ਦਾ ਪੂਰਾ ਮਨ ਬਣਾ ਲਿਆ ਸੀ।ਉਸੇ ਰਾਤ ਹਲੀਨਾ ਨੇ ਫਿਰ ਉਹੀ ਡਰਾਮਾ ਕਰ ਵਿਖਾਇਆ।ਅਸੀਂ ਦੁਖੀ ਹੋਇਆਂ ਨੇ ਫਿਰ ਪੁਲੀਸ ਸੱਦੀ।ਪੁਲੀਸ ਫਿਰ ਹਲੀਨਾ ਨੂੰ ਪੁੱਛ-ਪੜਤਾਲ ਕਰਕੇ ਆਪਣੇ ਨਾਲ਼ ਲਿਜਾਣ ਲੱਗੀ।ਇਸ ਵਾਰ ਪੁਲੀਸ 'ਚ ਇੱਕ ਲੇਡੀ ਪੰਜਾਬੀ ਕੁੜੀ ਸੀ। ਮੈਂ ਉਸ ਨੂੰ ਹਲੀਨਾ ਬਾਰੇ ਪੁੱਛਿਆ ਕਿ ਇਹ ਇੰਜ ਕਿਉਂ ਕਰਦੀ ਹੈ? ਉਸ ਨੇ ਮੈਨੂੰ ਦੱਸਿਆ ਕਿ ਇਸ ਨੂੰ "ਸਿਜ਼ੋਫਰੀਨੀਆਂ" ਨਾਂ ਦੀ ਬਿਮਾਰੀ ਹੈ।ਇਸ ਨੂੰ ਦਵਾਈ ਲਗਾਤਾਰ ਖਾਣੀ ਪੈਂਦੀ ਹੈ ।ਜਿਸ ਦਿਨ ਇਹ ਦਵਾਈ ਨਹੀਂ ਖਾਂਦੀ ਉਦੋਂ ਇਸ ਦੀ ਇਹ ਹਾਲਤ ਹੁੰਦੀ ਹੈ।

ਪੁਲੀਸ ਦੇ ਜਾਣ ਤੋਂ ਬਾਅਦ ਮੈਂ ਗੂਗਲ ਉੱਪਰ ਜਾ ਕੇ ਵੇਖਿਆ "ਸਿਜ਼ੋਫਰੀਨੀਆਂ" ਇੱਕ ਗੰਭੀਰ ਮਾਨਸਿਕ ਬਿਮਾਰੀ ਹੈ। ਜਿਸ ਨਾਲ਼ ਰੋਗੀ ਆਪਣੀ ਹੀ ਇੱਕ ਕਲਪਨਿਕ ਦੁਨੀਆ ਬਣਾ ਲੈਂਦਾ ਹੈ। ਉਸ ਨੂੰ ਅਸਲੀ ਅਤੇ ਨਕਲੀ ਵਿੱਚ ਕੋਈ ਫਰਕ ਨਜ਼ਰ ਨਹੀਂ ਆਉਂਦਾ। ਨੀਂਦ ਨਾ ਆਉਣਾ, ਰਾਤ

ਨੂੰ ਘਰੋਂ ਭੱਜਣਾ ਅਤੇ ਕਈ ਵਾਰੀ ਆਤਮ-ਹੱਤਿਆ ਕਰਨ ਦੀ ਕੋਸ਼ਿਸ਼ ਕਰਨੀ, ਇਸ ਦੇ ਪ੍ਰਮੁੱਖ ਲੱਛਣ ਹਨ। ਉਸ ਦੀ ਸੋਚਣ ਦੀ,ਕੰਮ ਕਰਨ ਦੀ ਅਤੇ ਸਹੀ ਵਿਹਾਰ ਕਰਨ ਦੀ ਸ਼ਕਤੀ ਘਟ ਜਾਂਦੀ ਹੈ। ਇਸ ਨਾਲ਼ ਵਿਅਕਤੀ ਦਾ ਜਲਦੀ-ਜਲਦੀ ਮੂਡ ਬਦਲਦਾ ਹੈ ਅਤੇ ਥੱਕਿਆ-ਥੱਕਿਆ ਰਹਿੰਦਾ ਹੈ। ਕਈ ਵਾਰੀ ਕੋਈ ਵੱਡਾ ਅਪਰਾਧ ਵੀ ਕਰ ਬੈਠਦਾ ਹੈ। ਇਸ ਬਿਮਾਰੀ ਨਾਲ਼ ਨਜਿੱਠਣ ਲਈ ਲੰਬੀ ਦਵਾਈ ਚੱਲਦੀ ਹੈ। ਨਿਯਮ ਨਾਲ਼ ਦਵਾਈਆਂ ਖਾਣੀਆਂ ਪੈਂਦੀਆਂ ਹਨ। ਇਸ ਬਿਮਾਰੀ ਦੇ ਸ਼ਿਕਾਰ ਰੋਗੀ ਨੂੰ ਅਵੇਅਰਨੈੱਸ ਦੀ ਲੋੜ ਹੁੰਦੀ ਹੈ। ਉਸ ਨੂੰ ਪੂਰੀ ਤਰ੍ਹਾਂ ਕਾਊਂਸਲਿੰਗ ਦੇਣੀ ਚਾਹੀਦੀ ਹੈ ਤਾਂ ਕੇ ਉਹ ਕੋਈ ਗਲ਼ਤ ਕਦਮ ਨਾ ਪੁੱਟ ਲਵੇ। ਲੋਕ ਇਸ ਨੂੰ ਸਮਾਜਿਕ ਤੌਰ 'ਤੇ ਕਲੰਕਿਤ ਰੋਗ ਮੰਨਦੇ ਹਨ।

"ਵਿਚਾਰੀ ਹਲੀਨਾ" ਸਿੱਧੀ-ਸਾਦੀ, ਭੋਲ਼ੀ-ਭਾਲ਼ੀ ਤੇ ਇੱਕ ਬੁੱਢੇ ਬਾਪ ਦੀ ਧੀ ਇਸ ਬਿਮਾਰੀ ਦੀ ਸ਼ਿਕਾਰ ਹੈ। ਮੇਰੇ ਅੰਦਰੋਂ ਹਲੀਨਾ ਲਈ ਹਮਦਰਦੀ ਭਰਿਆ ਇੱਕ ਲੰਬਾ ਹੌਕਾ ਨਿਕਲਿਆ। ਸਾਰੀ ਰਾਤ ਮੇਰੀ ਉਸ ਦੇ ਬਾਰੇ ਸੋਚਦੀ ਦੀ ਚਲੀ ਗਈ।

ਦੂਸਰੇ ਦਿਨ ਹਲੀਨਾ ਦਾ ਬਾਪ ਸਟੇਨਲੀ ਕੀਤੇ ਵਾਅਦੇ ਮੁਤਾਬਕ ਚਾਰ ਕੁ ਵਜਦੇ ਨੂੰ ਆ ਗਿਆ। ਹਲੀਨਾ ਵੀ ਉਸ ਦੇ ਨਾਲ਼ ਸੀ। ਉਹ ਕਾਰ ਵਿੱਚੋਂ ਨਿਕਲ਼ ਕੇ ਬੇਸਮੈਂਟ ਵਿੱਚ ਚਲੀ ਗਈ ਪਰ ਉਸ ਦੇ ਬਾਪ ਨੂੰ ਆਉਂਦਿਆਂ ਹੀ ਸਾਡੇ ਆਂਢ-ਗੁਆਂਢ ਦੇ ਲੋਕਾਂ ਨੇ ਘੇਰ ਲਿਆ। ਇਕੱਠ ਨੂੰ ਵੇਖ ਮੈਂ ਤੇ ਦੇਵ ਵੀ ਉੱਥੇ ਚਲੇ ਗਏ। ਸਭ ਲੋਕ ਉਸ ਕੋਲ਼ ਹਲੀਨਾ ਦੀਆਂ ਸ਼ਕਾਇਤਾਂ ਲਾ ਰਹੇ ਸਨ। ਬੁਰਾ-ਭਲਾ ਬੋਲ਼ ਰਹੇ ਸਨ। ਉਹ ਵਿਚਾਰਾ ਚੁੱਪ-ਚਾਪ ਸੁਣ ਰਿਹਾ ਸੀ। ਉਸ ਸਮੇਂ ਨਾ ਜਾਣੇ ਕਿੰਨੇ ਹੀ ਸੁਆਲ ਉਸ ਦੀ ਝੋਲ਼ੀ ਵਿੱਚ ਆਣ ਡਿਗੇ ਸਨ।

ਅਖੀਰ! ਉਹ ਬੇਵੱਸ ਹੋਇਆ ਸਭ ਨੂੰ ਹੱਥ ਬੰਨ੍ਹ ਆਖਣ ਲੱਗਾ। ਮੈਨੂੰ ਮੁਆਫ ਕਰ ਦਿਉ ਦੋਸਤੋ! ਅਸਲ ਵਿੱਚ ਮੈਨੂੰ ਇਸ ਨੂੰ ਇੱਥੇ ਛੱਡਣਾ ਹੀ ਨਹੀਂ ਸੀ ਚਾਹੀਦਾ। ਬਲਕਿ ਕਿਸੇ ਅਨਾਥ-ਆਸ਼ਰਮ ਵਿੱਚ ਛੱਡ ਦੇਣਾ ਚਾਹੀਦਾ ਸੀ।

ਅਨਾਥ-ਆਸ਼ਰਮ ਦਾ ਨਾਂ ਸੁਣ ਕੇ ਸਭ ਦੀਆਂ ਅੱਖਾਂ ਖੁੱਲ੍ਹੀਆਂ ਰਹਿ ਗਈਆਂ। ਵਿੱਚੋਂ ਹੀ ਕਿਸੇ ਨੇ ਪੁੱਛਿਆ, "ਕਿਉਂ? ਅਨਾਥ-ਆਸ਼ਰਮ ਕਿਉਂ?"

"ਕਿਉਂਕਿ ਮੇਰੇ ਕੋਲ਼ ਹੁਣ ਇਸ ਦੀ ਦੇਖ-ਭਾਲ਼ ਕਰਨ ਲਈ ਵਕਤ ਨਹੀਂ ਹੈ। ਮੈਨੂੰ ਡਾਕਟਰ ਨੇ ਸਿਰਫ ਦੋ ਮਹੀਨੇ ਦੀ ਹੀ ਮੇਰੀ ਜ਼ਿੰਦਗੀ ਬਚੀ ਹੋਈ ਦੱਸੀ ਹੈ। ਮੇਰੇ ਤੋਂ ਬਿਨਾਂ ਇਸ ਵਿਚਾਰੀ ਦਾ ਇਸ ਦੁਨੀਆ ਵਿੱਚ ਹੋਰ ਕੋਈ ਨਹੀਂ।"

ਸਟੈਨਲੀ ਅੱਖਾਂ ਭਰ ਦੱਸਣ ਲੱਗਾ, "ਮੈਂ ਇਸ ਕਰਮਾਂ ਮਾਰੀ ਨੂੰ ਪੱਚੀ ਸਾਲ ਪਹਿਲਾਂ ਸਟਰੀਟ ਤੋਂ ਆਪਣੀ ਧੀ ਸਮਝ ਕਿ ਚੁੱਕ ਲਿਆਇਆ ਸੀ। ਉਦੋਂ ਇਹ ਕੋਈ ਛੇ-ਸੱਤ ਸਾਲਾਂ ਦੀ ਹੀ ਹੋਵੇਗੀ। ਉੱਦੋਂ ਦੀ ਹੀ ਇਹ ਦਿਮਾਗੀ ਸਮੱਸਿਆ ਨਾਲ਼

ਜੂਝ ਰਹੀ ਹੈ।ਉੱਦੋਂ ਤੋਂ ਹੁਣ ਤੱਕ ਅਸੀਂ ਦੋਵੇਂ ਪਿਓ-ਧੀ ਇਕੱਠੇ ਰਹੇ ਹਾਂ।ਹੁਣ ਜਦ ਡਾਕਟਰਾਂ ਨੇ ਦੱਸਿਆ ਕਿ ਮੇਰਾ ਜਾਣ ਦਾ ਵਕਤ ਆ ਗਿਆ ਹੈ।ਮੈਂ ਚਾਹੁੰਦਾ ਸੀ ਕਿ ਇਹ ਹੁਣ ਇਕੱਲੀ ਆਪਣੇ-ਆਪ 'ਚ ਰਹਿਣਾ ਸਿੱਖ ਲਵੇ।ਇਸ ਕਰਕੇ ਮੈਂ ਇਸ ਨੂੰ ਇਹ ਬੇਸਮੈਂਟ ਕਿਰਾਏ 'ਤੇ ਲੈ ਕੇ ਦਿੱਤੀ ਸੀ।ਪਰ ਪਤਾ ਨਹੀਂ ਵਿਚਾਰੀ ਦੇ ਕਰਮਾਂ ਵਿੱਚ ਕੀ ਲਿਖਿਆ ਹੈ।"ਸਟੇਨਲੀ ਦੇ ਮੂੰਹੋਂ ਉਪਰੋਕਤ ਸ਼ਬਦ ਸੁਣ ਸਾਡੀਆਂ ਸਭ ਦੀਆਂ ਅੱਖਾਂ ਤਰਲ-ਤਰਲ ਵਹਿ ਰਹੀਆਂ ਸਨ।

•